# ലോഹങ്ങളുടെ
# ആത്മകഥാസംഗ്രഹം

**lohangalude athmakadhasangraham**

•

m t kuttiyamma

•

*first edition*
december 2011

•

*typesetting*
star communications, thiruvananthapuram

•

*published*
chintha publishers, thiruvananthapuram

•

*printed*
geethanjali prints, kozhikode

•

*cover*
ambeesh



*വിതരണം*

**ദേശാഭിമാനി ബുക്ക് ഹൗസ്**

H O തിരുവനന്തപുരം–695 035
www.chinthapublishers.com
chinthapublishers@gmail.com

*ബ്രാഞ്ചുകൾ*

ഹെഡ്ഓഫീസ് കുന്നുകുഴി • ഓവർബ്രിഡ്ജ് തിരുവനന്തപുരം • കെ എസ് ആർ ടി സി ബസ് സ്റ്റേഷൻ ആലപ്പുഴ • കെ എസ് ആർ ടി സി ബസ് സ്റ്റേഷൻ എറണാകുളം • മച്ചിങ്ങൽ ലെയ്ൻ തൃശൂർ • ഐ ജി റോഡ് കോഴിക്കോട് • മാവൂർ റോഡ് കോഴിക്കോട് • എൻ ജി ഒ യൂണിയൻ ബിൽഡിങ് കണ്ണൂർ • സെൻട്രൽ ബസ് ടെർമിനൽ കോംപ്ലക്സ് താവക്കര കണ്ണൂർ

CO - VV. 98 / 1653 / 2798

# ലോഹങ്ങളുടെ ആത്മകഥാസംഗ്രഹം

എം ടി കുട്ടിയമ്മ

ചിന്ത പബ്ലിഷേഴ്സ്
തിരുവനന്തപുരം-695 035
വില : ₹ 95

## എം ടി കുട്ടിയമ്മ

നോവലിസ്റ്റും ശാസ്ത്രലേഖികയും പരിഭാഷകയും. 1942 മാർച്ച് 24ന് എം ജെ മാലിപ്പറമ്പിലിന്റെയും പെണ്ണമ്മയുടെയും മകളായി ചങ്ങനാശ്ശേരി വാഴപ്പള്ളിയിൽ ജനനം. സെന്റ് ടെരീസാസ് കോൺവെന്റ് ഹൈസ്കൂൾ വാഴപ്പള്ളി, ചങ്ങനാശ്ശേരി അസംപ്ഷൻ കോളേജ്, എൻ എസ് എസ് ബി എഡ് കോളേജ് എന്നിവിടങ്ങളിൽ വിദ്യാഭ്യാസം. കെമിസ്ട്രിയിൽ ബി എസ് സി ബിരുദം.

ദീർഘകാലം അധ്യാപികയായിരുന്നു. പേരൂർക്കട ഗവ. ഗേൾസ് ഹൈസ്കൂളിൽനിന്ന് ഹെഡ്മിസ്ട്രസായി വിരമിച്ചു. ജസ്റ്റിസ് വി ആർ കൃഷ്ണയ്യർ അടക്കം നിരവധിപേരുടെ ലേഖനങ്ങൾ പരിഭാഷപ്പെടുത്തിയിട്ടുണ്ട്.

കൃതികൾ: *എരിഞ്ഞടങ്ങുന്ന പകൽ, പറന്ന് പറന്ന് പറന്ന്, സുകൃതം, നക്ഷത്രങ്ങൾ പറഞ്ഞ കഥ,* (നോവൽ) *ലോഹങ്ങൾ കഥ പറയുന്നു. ഭൗതിക രസതന്ത്രം, അകാർബണിക കാർബണിക രസതന്ത്രം* (ശാസ്ത്രരചനകൾ).

ഭർത്താവ് : സി ഡി ശശികുമാർ
മക്കൾ : ഡോ. എസ് ശോഭജാസ്മിൻ,
(എം ബി ബി എസ്, എം എസ്)
ഡോ. സന്തോഷ് ബാബു, ഐ എ എസ്
വിലാസം : ടി സി 3/689,
സി ഡീസ് ഭവൻ, ദീപ്തി നഗർ,
മുട്ടട പി ഒ, തിരുവനന്തപുരം-25
ഫോൺ : 9746657534, 0471-2531693

# പ്രസാധകക്കുറിപ്പ്

**ശാ**സ്ത്രം വളർന്നത് ജീവിതത്തോടൊപ്പമാണ്. കരിങ്കൽച്ചീളിൽ തുടങ്ങി കമ്പ്യൂട്ടർ ചിപ്പിലൂടെ അത് മുന്നേറുന്നു. മനുഷ്യൻ പ്രകൃതിയോട് ഇടപെട്ടു ജീവിക്കുകയും അനുഭവങ്ങളിലൂടെ പഠിക്കുകയും അറിവ് തലമുറകളിലൂടെ പകരുകയും തലമുറകൾ അത് പരിഷ്കരിക്കുകയും ചെയ്തുകൊണ്ടാണ് ശാസ്ത്രം വളരുന്നത്. ചരിത്രത്തിന്റെ ഒരു ഘട്ടത്തിൽ ലോഹങ്ങളുടെ കണ്ടുപിടിത്തം അവന്റെ ജീവിതംതന്നെ മാറ്റിമറിച്ചു. ആയുധനിർമാണത്തിൽ അത് വിപ്ലവംതന്നെ സൃഷ്ടിച്ചു. കൃഷി വിപുലീകരിക്കുന്നതിന് പണിയായുധങ്ങൾ പരിഷ്കരിച്ചു കൃഷിഭൂമി പിടിച്ചടക്കി വിപുലീകരിക്കുന്നതിന് യുദ്ധോപകരണങ്ങൾ പരിഷ്കരിച്ചു കാർഷിക സംസ്കാരത്തെ അത് പുഷ്കലമാക്കി.

ലോഹങ്ങളുടെ രസതന്ത്രവും പദാർഥവിജ്ഞാനീയവും വിടർന്നു പൂത്തു പരിലസിച്ചത് ശാസ്ത്ര വളർച്ചയുടെ പരിവർത്തനഘട്ടത്തിലാണ്. വിഷയങ്ങളുടെ വരമ്പുകൾ ഇന്ന് ശാസ്ത്രം അതിരില്ലാത്ത വളർച്ചയുടെ പടവുകളിലൂടെ മുന്നേറുന്നു. സീമകളില്ലാത്ത ആകാശത്തേക്ക് കുതിക്കുന്നതോടെ പരിധിയും ഭേദിച്ചുകൊണ്ട് അത് പ്രപഞ്ചത്തിന്റെ അത്ഭുത കിളിവാതിലുകൾ ഒന്നൊന്നായി തുറന്നുകൊണ്ടിരിക്കുന്നു.

ഹരിത, ധവള വിപ്ലവങ്ങളിലൂടെ പട്ടിണിയുടെ തീവ്രത കുറയ്ക്കുകയും കൂട്ടത്തോടെ സമൂഹത്തെ കൊന്നൊടുക്കിയിരുന്ന പകർച്ചവ്യാധികൾ ഒന്നൊന്നായി ഇല്ലായ്മ ചെയ്യുകയും ചെയ്തുകൊണ്ടു മുന്നേറുമ്പോഴും സർവരോഗസംഹാരിയാണെന്ന തെറ്റിദ്ധാരണ വേണ്ട. മനുഷ്യന്റെ മനശ്ശാസ്ത്രം രോഗാവസ്ഥയിലായിരിക്കുവോളംകാലം അവയ്ക്കും മോചനമില്ല.

ഇത്, 2011 അന്താരാഷ്ട്ര രസതന്ത്രവർഷം. മദാംക്യൂറിക്ക് രസതന്ത്രത്തിൽ നോബൽ സമ്മാനം ലഭിച്ചതിന്റെ നൂറാംവർഷം. റേഡിയം എന്ന റേഡിയോ ആക്ടീവ് ലോഹമൂലകം വേർതിരിച്ചെടുക്കുക എന്ന ഗവേഷണ നേട്ടത്തിന്റെ അംഗീകാരമായിരുന്നു ആ സമ്മാനം. അന്താരാഷ്ട്ര രസതന്ത്രവർഷത്തിൽ ഇത് ചിന്തയുടെ മൂന്നാമത്തെ ഉപഹാരമാണ്. *അകാർബണിക-കാർബണിക രസതന്ത്രം, ഭൗതിക രസതന്ത്രം* എന്നീ പുസ്തകങ്ങൾ ഇന്ന് ബുക്സ്റ്റാളിലെ ഷെൽഫിലുണ്ട്. ഇപ്പോൾ പ്രസിദ്ധീകരിക്കുന്ന ലോഹങ്ങളുടെ ആത്മകഥകളും സരസമായി വായിച്ചുപോകാവുന്നതാണ്. സ്കൂൾ-കോളേജ് വിദ്യാർഥികൾക്ക് മുഷിപ്പില്ലാതെ പഠിക്കുവാനുള്ള ഒരു എളുപ്പമാർഗം. വിദ്യാർഥികൾക്കും ശാസ്ത്രപ്രവർത്തകർക്കും ഉപകരിക്കത്തക്കവിധത്തിൽ ലോഹങ്ങളുടെ സ്വഭാവത്തെ സംബന്ധിച്ച വിവരങ്ങൾ കഴിവതും ശേഖരിച്ച് ഇതോടൊപ്പം നൽകിയിട്ടുണ്ട്. സന്തോഷപൂർവം ഈ പുസ്തകം ശാസ്ത്രകുതുകികളുടെയും വിദ്യാർഥികളുടെയും വായനയ്ക്കായി സമർപ്പിക്കുന്നു.

**ചിന്ത പബ്ലിഷേഴ്സ്**

# ആമുഖം

**പ്ര**കൃതിയുടെ ഏറ്റവും മനോഹരസൃഷ്ടിയായ മനുഷ്യനെ അത്യന്തം വിസ്മയിപ്പിക്കുകയും ആകർഷിക്കുകയും ചെയ്തിട്ടുള്ള ഒരു മഹാസത്യമാണ് അവനുംകൂടി ഉൾക്കൊള്ളുന്ന ഈ മഹാപ്രപഞ്ചം. പ്രപഞ്ചസൃഷ്ടിയുടെ പൊരുളറിയാൻ ആഗ്രഹിച്ച് അത്ഭുതസ്തബ്ധനായി നിന്ന മനുഷ്യമനസിൽ രൂപം കൊണ്ട വസ്തുനിഷ്ഠവിജ്ഞാനമാണ് ശാസ്ത്രം.

ശാസ്ത്രവഴികൾ ഈ പ്രപഞ്ചത്തെപ്പോലെതന്നെ നിഗൂഢവും സങ്കീർണവുമാണ്. അഗോചരമായതെല്ലാം മായ എന്നു വിശേഷിപ്പിച്ച് ചിന്താമണ്ഡലത്തിന്റെ പുറത്തേക്കു തള്ളുന്ന ഒരു പ്രവണത മനുഷ്യനുണ്ട്. എന്നാൽ മുന്നേ സൂചിപ്പിച്ച ശാസ്ത്രവഴികളിൽക്കൂടി മനസിനെ വ്യാപരിപ്പിച്ച മനുഷ്യനു കിട്ടിയ മനോഹരമായ ഒരു വരദാനമാണ് 'രസതന്ത്രം' (Chemistry). പരമാണു(ആറ്റം)വിനെ പ്രപഞ്ചത്തിന്റെ ഒരു 'ചെറിയ' ഘടകമായ സൗരയൂഥത്തോട് ഉപമിച്ച മനുഷ്യന്റെ ചിന്താസരണി ശ്ലാഘനീയംതന്നെ.

രസതന്ത്രസംബന്ധമായ എന്റെ നാലാമത്തെ രചനയാണ് *ലോഹങ്ങളുടെ ആത്മകഥാസംഗ്രഹം* എന്ന ഈ ഗ്രന്ഥം. ഇതിനു മുന്നോടിയായിട്ടുള്ള ഒരു ബാലസാഹിത്യകൃതിയായി *ലോഹങ്ങൾ കഥ പറയുന്നു* എന്ന ഒരു ചെറുപുസ്തകം പ്രസിദ്ധീകരിച്ചിട്ടുണ്ട്.

പ്രാപഞ്ചികവസ്തുക്കളെല്ലാം (ജൈവികവും അജൈവികവും) ചില അടിസ്ഥാന പദാർഥങ്ങളാൽ നിർമിതമാണെന്ന യാഥാർഥ്യം ഒന്നു ജനകീയവൽക്കരിക്കാനുള്ള ഒരു ചെറിയ ശ്രമമാണ് ഈ പുസ്തകരചനയുടെ പിന്നിലുള്ള പ്രേരകം.

*ലോഹങ്ങളുടെ ആത്മകഥാ സംഗ്രഹ*ത്തിലെ അംഗങ്ങളും അംഗ

ങ്ങളല്ലാത്തതുമായ അടിസ്ഥാന വസ്തുക്കളാണ് പ്രപഞ്ചശിൽപ്പിയുടെ 'കളിമണ്ണ്.' ഈ കളിമണ്ണിലെ ഘടകങ്ങൾ പരസ്പരം പ്രതിപ്രവർത്തിച്ചാണ് ഇന്ന് നാം കാണുന്ന സകലതും ഉണ്ടാക്കപ്പെട്ടിരിക്കുന്നത്. ഈ അടിസ്ഥാനഘടകങ്ങളായ മൂലകങ്ങൾ (elements) പ്രകൃതിയിലുള്ളതും കൃത്രിമമായി സൃഷ്ടിച്ചതുമായി ചേർത്ത് ആകെ നൂറ്റിഇരുപതിൽ താഴെ എണ്ണങ്ങളേയുള്ളൂ. അവയിൽ പ്രകൃത്യാലുള്ള 94 മൂലകങ്ങളിൽ എൺപതിലധികവും ലോഹങ്ങളും (metals) ബാക്കി അലോഹങ്ങ(non-metals)ളുമാണ്. ഇത്രയുംകൊണ്ടാണ് ഈ അണ്ഡകടാഹത്തിലുള്ള എല്ലാ വസ്തുക്കളും രൂപപ്പെട്ടിരിക്കുന്നത്.

ഈ പുസ്തകത്തിൽ ഏറെ പരിചിതമായതും സചേതന അചേതന പാത്രസൃഷ്ടികളിൽ പങ്കാളികളാകുന്നതും, മനുഷ്യന്റെ ഇതഃപര്യന്തമുള്ള മുന്നേറ്റത്തിൽ പ്രയോജനപ്പെടുന്നതുമായ നാൽപ്പതോളം ലോഹങ്ങളെയാണ് ഉൾപ്പെടുത്തിയിരിക്കുന്നത്.

രസതന്ത്രപഠനത്തിൽ അത്ര രസകരമല്ലാത്ത വിഭാഗങ്ങളാണ് ലോഹങ്ങളും അവയെപ്പറ്റിയുള്ള വിശദാംശങ്ങളും. ആ വിരസതയെ ചെറുതായെങ്കിലും ഒന്നു ലഘൂകരിക്കാനും രസതന്ത്രപഠനം സമൂലം ആസ്വാദ്യകരമാക്കാനുമുള്ള ഒരു ചെറിയ കാൽവയ്പ്പായി ഈ യജ്ഞത്തെ മനസിലാക്കണമെന്ന് അഭ്യർഥിച്ചുകൊണ്ട് മലയാളിസമൂഹത്തിന് ഈ പുസ്തകം വിനയപൂർവം സമർപ്പിക്കുന്നു.

തിരുവനന്തപുരം

എം ടി കുട്ടിയമ്മ

## ആത്മകഥാരചനയിൽ പങ്കെടുത്ത ലോഹങ്ങൾ, അവരെ കണ്ടെത്തിയ ശാസ്ത്രജ്ഞർ, വർഷം

| SL No | Metal | Discoverer | Year |
|---|---|---|---|
| 1 | Lithium | Arfvedson & Bunsen | 1817, 1836 |
| 2 | Sodium-Natrium | Davy | 1807 |
| 3 | Pottasium-Kalium | Davy | 1807 |
| 4 | Rubidium | Bunsen | 1861 |
| 5 | Caesium | Bunsen | 1860 |
| 6 | Francium | By Radio decay of $^{22}_{89}Ac$ | |
| 7 | Beryllium | Vauqelin | 1787 |
| 8 | Magnesium | Davy, Bussy | 1803, 1830 |
| 9 | Calcium | Davy | 1808 |
| 10 | Strontium | Davy | 1807 |
| 11 | Barium | Davy, Mathiessen | 1807, 1855 |
| 12 | Radium | Madam Curie | 1898 |
| 13 | Aluminium | Wohler | 1827 |
| 14 | Gallium | Bye product of Aluminium | |
| 15 | Indium | Bye product of Aluminium | |
| 16 | Thallium | Crooks, Lamy | 1861, 1862 |
| 17 | Tin-Stannum | Unknown | B.C |
| 18 | Lead-Plumbum | Unknown | B.C |
| 19 | Bismuth | Agricola | 16th Century |

| | | | |
|---|---|---|---|
| 20 | Copper-Cuprum | Unknown | B.C |
| 21 | Silver-Argentum | Unknown | B.C |
| 22 | Gold-Aurum | Unknown | B.C |
| 23 | Zinc | Unknown | |
| 24 | Cadmium | Stromeyer | 1817 |
| 25 | Mercury-Hydrargyrum | Unknown | |
| 26 | Scandium | Bye product of Uranium | 1842 |
| 27 | Yitrium | Bye product of Uranium | 1842 |
| 28 | Act Lanthanum | Bye product of Uranium | 1842 |
| 29 | Actinium | Debierne | 1898 |
| 30 | Titanium | Klaproth | 1791 |
| 31 | Vanadium | N G Safstrom, Roscoe | 1831, 1865 |
| 32 | Chromium | Vauqelin | 1797 |
| 33 | Molybdenum | Hjeim | 1778 |
| 34 | Wolfram | D'Elhujar Bothers | 1783 |
| 35 | Manganese | Deville | 1856 |
| 36 | Iron-Ferrum | Unknown | B.C |
| 37 | Cobalt | Brandt | 1733 |
| 38 | Nickel | Constedt | 1751 |
| 39 | Uranium | Peligot | 1842 |
| 40 | Platinum | Watson & Others | 1750 |

കുറിപ്പ്: പുരാതനകാലം മുതൽക്കുതന്നെ മനുഷ്യൻ ഉപയോഗിച്ചിരുന്ന സ്വർണം, വെള്ളി തുടങ്ങിയ ലോഹങ്ങളുടെ കാലഗണനയും ശാസ്ത്രജ്ഞരും ലഭ്യമല്ല. അതുപോലെ ആധുനിക കണ്ടുപിടുത്തങ്ങളായ ഗാലിയം, ഇൻഡിയം, സ്കാൻഡിയം, യിട്രിയം, ലസാനം തുടങ്ങിയവയുടെ കണ്ടുപിടുത്തങ്ങൾ യാദൃച്ഛികവും കൂട്ടായ പ്രവർത്തനങ്ങളാലുമാണ്.

# 1

# ലിഥിയം- Lithium (Li)

**മൂ**ലകത്തറവാടായ പീരിയോഡിക് ടേബിൾ അഥവാ ആവർത്തന പ്പട്ടികയിലെ ഗ്രൂപ്പ് 1 ഉപഗ്രൂപ്പ് Aയിലാണ് 'ലിഥിയം' എന്ന ഞാൻ കുടി കൊള്ളുന്നത്.

ഹൈഡ്രജനാണ് ആദ്യജാതയെങ്കിലും ഞങ്ങൾ ലോഹങ്ങളുടെ ആത്മകഥാസംഗ്രഹകഥന പംക്തിയിൽ അലോഹമായ ആ മഹതിയെ ഉൾപ്പെടുത്തുന്നില്ല.

ലോഹങ്ങളിൽ ഞാൻ ഒന്നാമനായതുകൊണ്ട് എന്റെ ഗ്രൂപ്പിന് ലിഥിയം ഗ്രൂപ്പെന്നും, ശക്തമായ ആൽക്കലികൾ (ക്ഷാരങ്ങൾ) ഉണ്ടാ ക്കാൻ കഴിവുള്ളവരായതിനാൽ 'ആൽക്കലി കുടുംബ'മെന്നും പേരുക ളുണ്ട്. ഞങ്ങൾ ആരൊക്കെയാണ് ഈ ഗ്രൂപ്പിലെന്നറിയണ്ടേ? ഞാനെന്ന ലിഥിയം, സോഡിയം, പൊട്ടാസ്യം, റൂബീഡിയം, സീസിയം, ഫ്രാൻസ്യം, എന്നിങ്ങനെ ആറുപേർ. ഉപഗ്രൂപ്പ് Bയിലെ അംഗങ്ങൾ ചെമ്പ്, വെള്ളി, സ്വർണം. കുടുംബസംവിധാനം ഒന്നുകൂടി വ്യക്തമാക്കാൻ സ്കെച്ച് ശ്രദ്ധി ക്കു. ഇതിൽ ഹൈഡ്രജനെ ഒഴിവാക്കിവേണം കണക്കാക്കാൻ.

```
                 / K — Rb — Cs — Fr — A Sub gp
H — Li — Na <
                 \ Cu — Ag — Au — B sub gp
```

ഇനിയും എന്റെ ആത്മകഥയിലേക്ക് കടക്കട്ടെ.

പ്രശസ്ത ശാസ്ത്രജ്ഞൻ ബെഴ്സിലിയസിന്റെ സഹപ്രവർത്തക നായിരുന്ന ആർഫ് വേഡ്സൺ (Arf vedson) 1817ൽ ആദ്യമായി എന്നെ കണ്ടെത്തി. എന്റെ അസ്തിത്വം സ്ഥിരീകരിച്ചു. കല്ലുപോലെ എന്നർഥ

മുള്ള 'ലിഥിയ' എന്ന വാക്കിൽ നിന്നുമാണ് അദ്ദേഹം എനിക്ക് ആ പേര് നൽകിയത്. പെറ്റലൈറ്റ് (Petallite) സ്പോഡമിൻ (Spodomiene) തുടങ്ങിയ ധാതുക്കളിലായിരുന്നു അദ്ദേഹം എന്റെ സാന്നിധ്യം ദർശിച്ചത്.

പിന്നീട് സ്പെക്ട്രോ സ്കോപ്പി (Spectroscopy) എന്ന സാങ്കേതികവിദ്യ ഉപയോഗിച്ച് ബുൺസൺ (Bunson) കെർചോഫ് (Kirchoff) തുടങ്ങിയവർ ധാതുക്കളിൽ മാത്രമല്ല, പാൽ, രക്തം, സസ്യങ്ങൾ എന്നിവയിലും ചെറിയ അളവിൽ എന്റെ സാന്നിധ്യമുണ്ടെന്നു തെളിയിച്ചു.

എന്റെ പ്രധാനപ്പെട്ട അയിരുകൾ പറയട്ടെ: ട്രൈഫിലൈറ്റ് (എന്നോടൊപ്പം സോഡിയം ഫോസ്ഫേറ്റും, അയൺ, മാൻഗനീസ് ദ്വിഫോസ്ഫേറ്റും. രാസസൂത്രം എഴുതട്ടെ. $LiNa_3PO_4+Fe(Mn)_3(PO_4)_2$. ഈ ചങ്ങാത്തത്തിൽ എന്റെ സാന്നിധ്യം 1.6–3.7%. ഇതൊക്കെ ഓർക്കാൻ നിങ്ങൾക്ക് പാടാണെങ്കിൽ ഈ കൂട്ടുകക്ഷിയുടെ പേരായ 'ട്രൈഫിലൈറ്റ്' എന്നെങ്കിലും മറക്കാതിരിക്കുക.

മറ്റൊരു അയിരാണ് ലെപിഡൊളൈറ്റ് (Lepidolite) അഥവാ ലിഥിയാ മൈക്ക. ഇതിൽ എന്റെ സാന്നിധ്യം 1.3 – 5.5%. മുൻപറഞ്ഞ സ്പോഡമീനിൽ 3.8 – 5.6%.

ഇനി എന്റെ വൻസാന്നിധ്യം കൊണ്ട് അനുഗ്രഹിക്കപ്പെട്ട രാജ്യങ്ങൾ അവരോഹണക്രമത്തിൽ. സോവിയറ്റ് യൂണിയൻ, ആസ്ത്രേലിയ, ചൈന, സിംബാബ്‌വേ, ചിലി, കാനഡ.

ഭൂവൽക്കത്തിന്റെ ഭാരത്തിന്റെ അടിസ്ഥാനത്തിൽ എന്റെ സാന്നിധ്യം 0.0018% – ലഭ്യതയിൽ 35–ാം സ്ഥാനം.

എന്റെ ഭൗതികവും രാസികവുമായ ഗുണങ്ങൾ വിശദമായി പറയാൻ നിർവാഹമില്ലാത്തതിനാൽ വളരെ പ്രധാനപ്പെട്ടതും നിങ്ങൾ മനസിൽ ഉറപ്പിക്കേണ്ടതുമായ ചില വസ്തുതകൾ ബയോഡേറ്റ രൂപത്തിൽ എഴുതാം.

| ലിഥിയം ബയോഡേറ്റ | |
|---|---|
| A | B |
| പേര് | ലിഥിയം (Lithium) |
| പ്രതീകം (Symbol) | Li |
| മൂലകപദാർഥം | ലോഹം (Metal) |
| അറ്റോമിക സംഖ്യ (Atomic No) | 3 |
| ഇലക്ട്രോൺ വിന്യാസം | 2,1 |
| അറ്റോമികഭാരം (Atomic Wt) | 6.94 |
| ഭൗതികാവസ്ഥ (Physical State) | ഖരം (Solid) |
| ഗ്രൂപ്പ് | 1 A |
| പിരീഡ് | 2 |

| | |
|---|---|
| ദ്രവണാങ്കം (Melting Point) | $186^0$C |
| ക്വഥനാങ്കം (തിളനില) (Boiling Point) | $1400^0$C |
| സംയോജകത (Valency) | 1 |
| ഓക്സീകരണാവസ്ഥ (Oxidation State) | +1 |
| വിശിഷ്ടതാപം (Specific Heat) | 1.093 |
| ആപേക്ഷിക സാന്ദ്രത (RelativeDensity) | 0.594 |

എന്റെ നിറം വെള്ളിപോലെ വെളുപ്പാണ്. എന്റെ സഹോദരങ്ങളായ സോഡിയം, പൊട്ടാസ്യം എന്നവരെക്കാൾ എനിക്ക് കാഠിന്യം കൂടുതലാണെങ്കിലും വളരെ ഭാരക്കുറവാണ്. ഏറ്റവും ഭാരം കുറഞ്ഞ ലോഹമാണ് ഞാൻ. $20^0$C ൽ ഏറ്റവും കുറഞ്ഞ സാന്ദ്രതയാണ് എനിക്കുള്ളത്. അതായത് .534 എന്റെ ബാഷ്പരൂപം ജ്വലിച്ച് ജ്വാലയാകുമ്പോൾ ചെമപ്പുനിറം നൽകും.

രാസഗുണങ്ങളും വളരെ ചുരുക്കിപ്പറയാം. എന്റെ ദ്രവണാങ്കത്തിലും മുകളിൽ ചൂടാക്കിയാൽ ഞാൻ നല്ല വെള്ളശോഭയോടെ കത്തി എന്റെ മോണോക്സൈഡുണ്ടാകും. എന്റെ കൂടെ ഓക്സിജനും ചേർന്നുള്ള ഈ പുതുപ്പിറവിയുടെ പേര് ലിഥിയം മോണോക്സൈഡ് ($Li_2O$).

ഇതേ ഊഷ്മാവിൽ ഹൈഡ്രജൻ, നൈട്രജൻ, ക്ലോറിൻ എന്നീ അലോഹങ്ങളുമായി ചേർന്ന് യഥാക്രമം എന്റെ ഹൈഡ്രൈഡ് (LiH) നൈട്രൈഡ് ($Li_3N$), ക്ലോറൈഡ് (LiCl) എന്നീ സഹജന്മാരെ സൃഷ്ടിക്കാനും എനിക്കു കഴിയും.

എന്റെ ദ്രവണാങ്കം എന്റെ സഹോദരങ്ങളെക്കാൾ കൂടുതലായതുകൊണ്ട് ജലവുമായി ഉഗ്രമായിട്ടല്ലെങ്കിലും പ്രവർത്തിച്ച് സാധാരണമട്ടിൽ എന്റെ ഹൈഡ്രോക്സൈഡിനേയും ഹൈഡ്രജനെയും ഉണ്ടാക്കാൻ കഴിയും.

ഉന്നത ധനവൈദ്യുതചാർജുള്ള ലോഹമായതിനാൽ എനിക്ക് ആസിഡുകളെ വിഘടിപ്പിച്ച് അവയിലുള്ള ഹൈഡ്രജനെ സ്വതന്ത്രമാക്കാൻ കഴിയും.

ഈ രാസപ്രവർത്തനങ്ങളുടെയൊക്കെ രാസസമീകരണങ്ങൾ നിങ്ങൾക്കെഴുതാമോ?

ഇനിയും നിങ്ങൾ മനുഷ്യർക്ക് ഞാൻ നൽകുന്ന ഉപയോഗങ്ങൾ കേട്ടോളൂ.

കൂടുതലായും സങ്കരന്മാരെ (Alloys) ഉണ്ടാക്കാനാണ് എന്നെ ഉപയോഗിക്കുന്നത്. ഉദാഹരണം പറയാം. മഗ്നീഷ്യം ലോഹസങ്കരങ്ങളുടെ

വലിവുറപ്പ് (Tensile strength) കൂട്ടുന്നതിന് നിങ്ങൾ എന്നെ ഉപയോഗിക്കുന്നു.

ഇലക്ട്രിക് കേബിളുകളുടെ ബെയറിങ്ങുകളും ഷീത്തുകളും ഉണ്ടാക്കാൻ ലെഡ്ഡി(കറുത്തീയം)നൊപ്പം എന്നെയും ചേർക്കാറുണ്ട്. ഞങ്ങളുടെ പേര് ലെഡ്-ലിഥിയം അലോയ് എന്നാണ്.

എന്റെ യൗഗികങ്ങൾ (Compounds) ഗ്ലാസ്, മൺപാത്ര നിർമാണങ്ങൾക്കാവശ്യമാണ്.

എന്റെ സിട്രേറ്റും (ലിഥിയം സിട്രേറ്റ്) സാലിസിലേറ്റും ഔഷധങ്ങളായി നിങ്ങൾ ഉപയോഗിക്കുന്നുണ്ട്.

ഞാൻ അംഗമായിട്ടുള്ള കുറെ കൂട്ടുകക്ഷികൾ (യൗഗികങ്ങൾ) ഉണ്ട്. അവരുടെ കാര്യം സൂചിപ്പിക്കാതെ എന്റെ കഥ തീർക്കുന്നത് അവരോടു കാട്ടുന്ന അവഗണനയായിരിക്കും. ഞങ്ങളുടേത് ഒരുതരം സഹജീവനമാണ്.

എന്റെ ഹൈഡ്രൈഡ് (ലിഥിയം ഹൈഡ്രൈഡ്) വെളുപ്പുനിറമുള്ള ഖരനാണ് (Solid)

എന്റെ മറ്റൊരു കൂട്ടുകക്ഷിയാണ് ലിഥിയം അലുമിനിയം ഹൈഡ്രൈഡ്. വളരെ ഉപകാരിയാണ്.

ലിഥിയം ക്ലോറൈഡ് (LiCl) ഇക്കാലത്ത് വളരെ വേണ്ടപ്പെട്ടവനാണ്. എയർ കണ്ടീഷനിങ് പ്ലാന്റുകളിൽ ഇദ്ദേഹം കൂടിയേ തീരൂ.

ജലത്തിൽ ലയിപ്പിച്ച ലിഥിയം ബൈകാർബണേറ്റ് എന്ന എന്റെ യൗഗികത്തെ സന്ധിവാതത്തിന് ലിഥിയംവാട്ടർ എന്ന പേരിൽ നിങ്ങൾ ഉപയോഗിക്കുന്നു.

അൾട്രാവയലെറ്റ് രശ്മികളെ തടയാത്ത ഗ്ലാസുണ്ടാക്കുന്നതിന് എന്റെ കാർബണേറ്റാവശ്യമാണ്.

സ്പെക്ട്രോസ്കോപ്പിൽ എന്റെ ലവണങ്ങൾ വളരെ പ്രകടമായ രണ്ടു ലൈനുകൾ സൃഷ്ടിക്കുന്നുണ്ട്.

എന്നെ തിരിച്ചറിയാനുള്ള സൂത്രം ഞാൻ നേരത്തെ എഴുതിയിട്ടുള്ളത്. ഒന്നുകൂടി സൂചിപ്പിക്കാം. ജ്വാലയ്ക്ക് ഞാൻ ചെമപ്പുനിറം നൽകും.

എന്റെ ഫോസ്ഫേറ്റ്, ഫ്ളൂറൈഡ്, ഹൈഡ്രോക്സൈഡ്, നൈട്രേറ്റ്, നൈട്രൈഡ് ഇവരെല്ലാം നിങ്ങൾ മനുഷ്യരുടെയും മറ്റുജീവജാലങ്ങളുടെയും ക്ഷേമത്തിനുവേണ്ടിമാത്രം ജീവിക്കുന്നവരാണ്. ലോകാരംഭം മുതൽ ഞാനും മറ്റുള്ളവരും നിങ്ങളറിയാതെ നിങ്ങളെ സേവിക്കുന്നു. ഞങ്ങളുടെ കഥകൾ വായിച്ച് ഞങ്ങളെ അറിയാൻ ശ്രമിക്കുന്നത് നിങ്ങൾക്ക് നൽകാനാകുന്ന വലിയ ഉപഹാരമായിരിക്കും.

എന്റെ ആത്മകഥ ഇവിടെ അവസാനിക്കുന്നു.

സസ്നേഹം ലിഥിയം

# 2

# സോഡിയം - Natrium (Na)

**ഞാ**ൻ അറിയപ്പെടുന്നത് സോഡിയം എന്നാണെങ്കിലും രസതന്ത്രത്തിൽ എന്റെ പേര് നേട്രിയം (Natrium). ആത്മകഥാകഥനത്തിനു മുൻപ് അൽപ്പം കുടുംബപശ്ചാത്തലം പറയട്ടെ

ലിഥിയം ആത്മകഥയിൽ ഞാനുൾപ്പെടുന്ന അയാളുടെ ലോഹസഹോദരങ്ങളെ സൂചിപ്പിച്ചിട്ടുണ്ട്. ഞാൻ രണ്ടാമനാണ്.

വളരെ പണ്ടുമുതൽക്കുതന്നെ ഉപയോഗിച്ചിരുന്നെങ്കിലും നിങ്ങളെന്നെ അറിഞ്ഞില്ല. എന്നാൽ 'സുശ്രുതന്റെ' മെഡിക്കൽ ഗ്രന്ഥത്തിൽ ഞാനുൾപ്പെടുന്ന കോസ്റ്റിക് ആൽക്കലികളുടെ ഉപയോഗങ്ങൾ വിവരിച്ചിട്ടുണ്ട്. അക്കാലത്തെ സമ്പന്നവർഗങ്ങൾക്കു മാത്രമെ വിദ്യാഭ്യാസം ഉണ്ടായിരുന്നുള്ളൂ. അതാണ് സാധാരണക്കാർക്ക് ഞാൻ അന്യനായത്.

ഭൂവൽക്കത്തിൽ ഭാരത്തിന്റെ അടിസ്ഥാനത്തിൽ എന്റെ സാന്നിധ്യം 2.27ഉം ലഭ്യതയിൽ ഞാൻ ഏഴാമനുമാണ്. ഞാൻ വളരെ ക്രിയാശീലനായതുകൊണ്ട് സ്വതന്ത്രാവസ്ഥയിൽ പ്രകൃതിയിൽ ഞാൻ ഇല്ല. എന്നാൽ ഞാനടങ്ങുന്ന ലവണങ്ങൾ ധാരാളം. നിങ്ങളുടെ കറിയുപ്പ് എന്റെ ക്ലോറൈഡാണ്. അലക്കുകാരം എന്റെ കാർബണേറ്റാണ്. പിന്നെ എന്റെ ബൈ കാർബണേറ്റ്, സൾഫേറ്റ്, നൈട്രേറ്റ് അങ്ങനെ പോകുന്നു എന്റെ സഹജീവനസുഹൃത്തുക്കൾ. ഇവരുടെയൊക്കെ പൂർണരൂപം നിങ്ങൾക്കുവേണ്ടി ഞാൻ തന്നെ പറയാം. സോഡിയം ക്ലോറൈഡ്, സോഡിയം കാർബണേറ്റ്, സോഡിയം ബൈകാർബണേറ്റ് (സോഡാപ്പൊടി) സോഡിയം സൾഫേറ്റ് (മിറാബിലൈറ്റ്) സോഡിയം നൈട്രേറ്റ് (ചിലി വെടിയുപ്പ്) ഇങ്ങനെ എത്ര എത്ര പേരാണ് നിങ്ങൾക്കുവേണ്ടി സേവനം ചെയ്യുന്നത്!

നിങ്ങളുടെ ശരീരധർമപ്രവർത്തനങ്ങളിൽ എനിക്ക് വലിയ പങ്കുണ്ട്.

ഞങ്ങൾ 18–ാം നൂറ്റാണ്ടുവരെയും നിങ്ങൾക്ക് അപരിചിതരായിരുന്നതിന് കാരണമുണ്ട്. ക്രിയാശീലത വളരെ കൂടുതലായതുകൊണ്ട് അലോഹങ്ങളോട് വളരെപെട്ടെന്നു ചേർന്ന് ബന്ധം സുദൃഢമാക്കും. ആ ബന്ധം വിടർത്താൻ സാധാരണശക്തികൾക്കൊന്നും സാധ്യമായിരുന്നില്ല. വൈദ്യുതി കണ്ടുപിടിക്കപ്പെട്ടതോടെയാണ് എന്റെയും സഹോദരങ്ങളുടേയും അസ്തിത്വം തന്നെ നിങ്ങളറിയുന്നത്. അതേ സമയം ബി ഗ്രൂപ്പിലെ സഹോദരങ്ങളെ നിങ്ങൾക്കു പണ്ടേക്കു പണ്ടേ അറിയാമായിരുന്നു. ഞങ്ങൾക്കതിൽ സങ്കടമൊന്നുമില്ല. ഈ കമ്പ്യൂട്ടർ–ഐ റ്റി യുഗത്തിൽ ഞങ്ങളുടെ ആവശ്യം വളരെ വലുതാണ്. ങാ, കാടുകയറുകയാണെന്ന് വിചാരിക്കല്ലെ.

എന്നെ സർ ഹംഫ്രിഡേവി 1807ൽ ആണ് കണ്ടുപിടിച്ചത്. കോസ്റ്റിക് സോഡാലായനിയെ വൈദ്യുതവിശ്ലേഷണം ചെയ്താണ് അദ്ദേഹം എന്നെ വേർതിരിച്ചത്.

ഇക്കാലത്ത് എന്നെ വേർതിരിക്കുന്നത് സോഡിയം ക്ലോറൈഡ് എന്ന നിങ്ങളുടെ സ്വന്തം കറിയുപ്പിന്റെ ദ്രവരൂപത്തിൽകൂടി വൈദ്യുതി കടത്തിവിട്ടാണ്. ഒരു ശരീരമായിരുന്നു ഞാനും ക്ലോറിനും അങ്ങനെയാണ് വേർതിരിയുന്നത്. ഞാൻ ഈ പ്രവർത്തനത്തിന്റെ രാസസമവാക്യം എഴുതിയാൽ നിങ്ങൾക്ക് നന്നായി മനസിലാകും.

$$2NaCl \longrightarrow \underset{\substack{\text{സോഡിയം} \\ \text{(ഞാൻ)}}}{\underset{\downarrow}{2Na}} + \underset{\text{ക്ലോറിൻ}}{\underset{\downarrow}{Cl_2}}$$

എന്റെ ബയോഡേറ്റ നിങ്ങൾ മറക്കരുത്.

| സോഡിയം ബയോഡേറ്റ | |
|---|---|
| A | B |
| പേര് | സോഡിയം–നേട്രിയം |
| പ്രതീകം (Symbol) | Na |
| മൂലകപദാർഥം | ലോഹം (Metal) |
| അറ്റോമിക സംഖ്യ (Atomic No) | 11 |
| ഇലക്ട്രോൺ വിന്യാസം | 2,8,1 |
| അറ്റോമികഭാരം (Atomic Wt) | 23 (22.9898) |
| ഭൗതികാവസ്ഥ (Physical State) | ഖരം (Solid) |
| ഗ്രൂപ്പ് | 1 A |
| പിരീഡ് | 3 |

| | |
|---|---|
| ദ്രവണാങ്കം (Melting Point) | 97.98$^{O}$C |
| ക്വഥനാങ്കം (തിളനില) (Boiling Point) | 881$^{O}$C |
| സംയോജകത (Valency) | 1 |
| ഓക്സീകരണാവസ്ഥ (Oxidation State) | +1 |
| വിശിഷ്ടതാപം (Specific Heat) | 0.297 |
| ആപേക്ഷിക സാന്ദ്രത (RelativeDensity) | 0.9723 |

ബയോഡേറ്റയിൽ എല്ലാ ഭൗതികഗുണങ്ങളും പറയാൻ സാധ്യമല്ല.

ഞാൻ ലോഹമാണെങ്കിലും വളരെ മൃദുവാണ്. ഒരു കത്തികൊണ്ട് എന്നെ മുറിക്കുകയോ ചുരണ്ടുകയോ ചെയ്യാം. മെഴുകുപോലെയാണ് എന്റെ ശരീരം. ലിഥിയത്തെപ്പോലെ എന്നെ കമ്പിയാക്കാനോ അടിച്ചുപരത്താനോ സാധ്യമല്ല. എന്റെ നിറം വെളുപ്പാണ്. വെള്ളിപോലെ ഒരു തിളക്കവും ഉണ്ട്.

ഇനിയും രാസഗുണങ്ങളിലേക്കു കടക്കട്ടെ. വായുവിൽ സ്വതന്ത്രമായിട്ടിരിക്കാൻ നിങ്ങളുടെ പ്രാണവായുവായ ഓക്സിജൻ സമ്മതിക്കുകയില്ല. അവൻ എന്നോടു ചേർന്നാൽ ഞാൻ കത്തും അപ്പോൾ എന്റെ ഓക്സൈഡും പെറോക്സൈഡും ഉണ്ടാകും.

വെള്ളത്തിലുള്ള ഓക്സിജനെപ്പോലും വലിച്ചെടുത്ത് അതിലെ ഹൈഡ്രജനെ സ്വതന്ത്രമാക്കാൻ എനിക്കു സാധിക്കും. ജലത്തിലെ ഓക്സിജനുമായി ചേർന്ന് ഓക്സൈഡായിട്ട് അവനതിലങ്ങ് അലിഞ്ഞു ചേരും. അങ്ങനെയാണ് കോസ്റ്റിക് സോഡാ എന്ന ഉഗ്രപ്രതാപി ജനിക്കുന്നത്. ഇപ്രകാരം വായുവിലുള്ള ഓക്സിജനായാലും വെള്ളത്തിലുള്ള ഓക്സിജനായാലും ഞാൻ പ്രവർത്തിക്കുന്നതുകൊണ്ട് മണ്ണെണ്ണയിലാണ് നിങ്ങളെന്നെ സൂക്ഷിക്കുന്നത്. എന്റെ ഗതികേട്! ഓക്സിജനോടുള്ള എന്റെ പ്രതിപത്തിയാണ് ഈ ഗതികേടിലെന്നെ എത്തിക്കുന്നത്.

ഒന്നു ചൂടാക്കിയാൽ അധികം അലോഹങ്ങളുമായും ഞാൻ ചേരും. നിങ്ങൾക്കുവേണേൽ ഒരു പരീക്ഷണം ചെയ്തുനോക്കാം. എന്നെ ഒന്നുചൂടാക്കി ക്ലോറിൻ നിറച്ചിട്ടുള്ള ജാറിലൊന്ന് ഇറക്കിനോക്കൂ. ഞാൻ അവളിൽ (ക്ലോറിനിൽ) കത്തി വെളുത്ത ഒരു പൊടിയുണ്ടാകും. ഈ പൊടി സത്യമായിട്ടും നിങ്ങളുടെ കറിയുപ്പല്ലാതെ മറ്റൊന്നല്ല. ഈ പരീക്ഷണത്തിൽ ഓക്സിജനല്ല കത്താൻ സഹായിക്കുന്നത് കേട്ടോ.

എന്നോട് അടുത്തിടപെടരുത്. നിങ്ങളുടെ കൈയിലോ ശരീരത്തിലോ സ്പർശിച്ചാൽ ആ ഭാഗം ഞാൻ കരിച്ചുകളയും. എന്താ കാരണം? നിങ്ങ

ളുടെ ശരീരകോശങ്ങളിലുള്ള വെള്ളത്തിലെ ഓക്സിജനോടുള്ള പ്രണയം.

എന്റെ ഉപയോഗങ്ങൾ പറഞ്ഞാൽ തീരില്ല. സോഡിയം പെറോക്സൈഡ്, സോഡിയം സയനൈഡ്, സോഡിയം അമൈഡ് ഇവയൊക്കെ ഞാൻ ചേർന്ന വിലയേറിയ വമ്പന്മാരാണ്.

എന്റെ കുറച്ചു കൂട്ടുകക്ഷികളും അവരുടെ ഉപയോഗങ്ങളിൽ ഒന്നു രണ്ടെണ്ണവും പറയാം.

സോപ്പുനിർണാണത്തിനും പെട്രോളിയം ശുദ്ധീകരണത്തിനുമൊക്കെ ഉപയോഗിക്കുന്ന കോസ്റ്റിക് സോഡ എന്നു വിളിക്കുന്ന സോഡിയം ഹൈഡ്രോക്സൈഡ് ഇല്ലായിരുന്നെങ്കിൽ ലോകജനത മുഴുവൻ വൃത്തികെട്ടവരായി നടക്കുമായിരുന്നു.

അടുത്ത ഒരു വമ്പനാണ് സോഡിയം കാർബണേറ്റെന്ന കാരം. ഇവനും വെള്ളത്തിൽ ചേർന്നാൽ സോപ്പിന്റെ ഗുണങ്ങൾ കാണിക്കും. കടൽപ്പായലുകളിലും കരയിലെ സസ്യങ്ങളിലും ഈ വിദ്വാനുണ്ട്. മടൽചാരം (ഓലമടൽ കത്തിച്ച ചാരം) പണ്ടുള്ളവർ വസ്ത്രങ്ങളിൽ നിന്നും അഴുക്കും മെഴുക്കും കളയാൻ ഉപയോഗിച്ചിരുന്നതിന്റെ കാരണവും മറ്റൊന്നായിരുന്നില്ല. ഗ്ലാസ് നിർമാണത്തിനും ഇവൻ കൂടിയേ തീരൂ.

സോഡാക്കാരം അഥവാ അപ്പക്കാരത്തെ നിങ്ങളറിയാതിരിക്കില്ല. യീസ്റ്റിന്റെ വരവോടുകൂടി ഇവനൽപ്പം ഗ്ലാമർ കുറഞ്ഞിട്ടുണ്ടോ എന്നൊരു സംശയം പക്ഷേ ഇവന് മറ്റ് ധാരാളം ഉപയോഗങ്ങളുണ്ട്. അവൻ നിസാരനല്ല കേട്ടോ.

സോഡിയം പെറോക്സൈഡ് ആണ് മറ്റൊന്ന്. അന്തർവാഹിനികളിൽ ഇവനില്ലെങ്കിൽ നിങ്ങൾ എങ്ങനെ ശ്വസിക്കും?

സോഡിയം സയനൈഡ്! ഇവനാരാണെന്നറിയാമോ? സ്വർണ നിർമാണം ഇവനില്ലെങ്കിൽ എങ്ങനെ നടക്കും? പിന്നെ നിങ്ങളുടെ മരങ്ങളെ തുരങ്കം വയ്ക്കുന്ന തുരപ്പന്മാരായ കീടങ്ങളുടെ അന്തകനുമാണിവൻ.

നിങ്ങളുടെ നിലനിൽപ്പിന് ഞാനും എന്റെ സഹോദരൻ പൊട്ടാസ്യവും ആവശ്യമാണ്. ഞങ്ങളുടെ ജൈവികപങ്കാളിത്തം പൊട്ടാസ്യം പറയാമെന്നേറ്റിട്ടുണ്ട്.

ഇങ്ങനെ എനിക്കും എന്നിൽ നിന്നും ജന്യമായ ധാരാളം പദാർഥങ്ങളും അവർക്കെല്ലാം ഉപയോഗങ്ങളുമുള്ള ഒരു പാവം ആൽക്കലി ലോഹമാണ് ഞാൻ. പാവമാണെങ്കിലും എന്നെ തൊടാനൊന്നും ശ്രമിക്കരുതെന്ന് ഒന്നുകൂടി ഓർമപ്പെടുത്തുന്നു. അപ്പോൾ ജാഗ്രതൈ!

നിങ്ങളുടെ എന്നെന്നും പ്രിയപ്പെട്ട സോഡിയമായ നേട്രിയം.

# 3

# പൊട്ടാസ്യം - Kalium (K)

ഒന്നാം ഗ്രൂപ്പ് 'എ' എന്ന ആൽക്കലിലോഹകുടുംബത്തിലെ മൂന്നാമത്തെ അംഗമാണ് ഞാൻ. 1808-ൽ കോസ്റ്റിക് പൊട്ടാഷിൽ നിന്നും ആദ്യമായി ഹംഫ്രിഡേവി വൈദ്യുതവിശ്ലേഷണം മൂലം എന്നെ വേർപെടുത്തുമ്പോൾ എനിക്കു നൽകിയ പേരാണ് പൊട്ടാസ്യം. ഇന്നും പിഞ്ചുകുഞ്ഞുങ്ങൾക്കുവരെ ഞാൻ പൊട്ടാസ്യം ആണ്. പിന്നെ 'കേലിയം' (Kalium) എന്ന പേർ നൽകിയത് സൗകര്യത്തിനുവേണ്ടിമാത്രം. കാരണം കീഴ്‌വഴക്കമനുസരിച്ച് പൊട്ടാസ്യം എന്ന ഇംഗ്ലീഷ് പേരിന്റെ ആദ്യ അക്ഷരമായ 'P' നേരത്തെ തന്നെ ഫോസ്ഫറസ് എന്ന അലോഹസഹോദരനുവേണ്ടി നിശ്ചയിച്ചു കഴിഞ്ഞിരുന്നു. Pയുടെ കൂടെ മറ്റേതൊരക്ഷരം ചേർത്താലും മറ്റു മൂലകങ്ങളുടെ പ്രതീക(Symbols)ങ്ങളാണു കിട്ടുക. ഉദാഹരണത്തിന് Pയോടു a ചേർത്താൽ കിട്ടുന്ന 'Pa' പ്രോട്ടോ ആക്റ്റീനിയം എന്ന ലോഹത്തിന്റേതാണ്. അതുപോലെ

| | | |
|---|---|---|
| Pm | - | പ്രൊമീതിയം |
| Po | - | പൊളോണിയം |
| Pt | - | പ്ലാറ്റിനം |
| Pu | - | പ്ലൂട്ടോണിയം |

പുതിയ നാമം ലഭിച്ചതിൽ അഭിമാനം കൊള്ളുന്നു. ഇക്കാരണത്താലാണ് രസതന്ത്രജ്ഞന്മാർ, എല്ലാ ശാസ്ത്രനാമങ്ങളുടേയും ഭാഷയായ ഗ്രീക്കിൽ (ഗ്രീക്ക് ഭാഷ) എനിക്ക് കേലിയം എന്ന് പേരിട്ടത്.

നിങ്ങൾ എന്നെപ്പറ്റി അവശ്യം അറിഞ്ഞിരിക്കേണ്ട ചില വസ്തുതകൾ പറഞ്ഞിട്ട് ബയോഡേറ്റയിലേക്കു കടക്കാം.

ഞാനും എന്റെ അടുത്തസഹോദരൻ സോഡിയവും ഇല്ലെങ്കിൽ നിങ്ങൾക്ക് ജീവിതമേ ഇല്ല. നിങ്ങളുടെ ഹൃദയം, കിഡ്നികൾ, മസിലു

കൾ, രക്തക്കുഴലുകൾ ഇവയിലെല്ലാം ഡോക്ടർമാർ 'പൊട്ടാസ്യം പമ്പുകൾ' എന്നു വിളിക്കുന്ന എന്റെ അസംഖ്യം പമ്പുകളുണ്ട്. നിങ്ങളുടെ ശരീരത്തിൽ എന്റെ സാന്നിധ്യം ക്രമാതീതമായി വർധിക്കുകയോ കുറയുകയോ ചെയ്താൽ മരണം സംഭവിക്കാം. എന്റെ സഹോദരൻ സോഡിയത്തിനും ഇത്തരം സോഡിയം പമ്പുകൾ നിങ്ങളുടെ ശരീരഭാഗങ്ങളിൽ ഉണ്ടെന്നുള്ള കാര്യം പറയുവാൻ അയാൾ അപ്പോൾ വിട്ടുപോയി. പിന്നെ സോഡിയം പറയാത്ത ഒരു രഹസ്യംകൂടി പറയാം.

ചില പ്രഷർ രോഗികളും മറ്റും ഉപ്പിനു പകരം 'ഇന്തുപ്പ്' ആഹാരത്തിൽ ഉപയോഗിക്കും. കറിയുപ്പ് സോഡിയം ക്ലോറൈഡാണല്ലോ. ഇന്തുപ്പ് പൊട്ടാസ്യം ക്ലോറൈഡാണ്. സോഡിയം പ്രഷർ വർധിപ്പിക്കും. എന്നാൽ ഞാനതു ചെയ്യുകയില്ല. നിങ്ങളിതു മനസിലാക്കിയാൽ മതി. വിളിച്ചു കൂവരുത്.

എന്റെ സഹോദരങ്ങളെപ്പോലെ ഞാനും ബന്ധനങ്ങളിൽ നിന്നും വിമുക്തനല്ല. കാരണം ഈ അലോഹവിദ്വാന്മാരുടെ അത്യാഗ്രഹം. ഞങ്ങളുടെയെല്ലാം ആറ്റങ്ങളുടെ ബാഹ്യഷെല്ലിൽ '1' ഇലക്ട്രോൺ മാത്രമേയുള്ളൂ. അതിനെ തട്ടിയെടുക്കാൻ അടുത്തുകൂടും. ഈ അധികപ്പറ്റിനെ എങ്ങനെയും കളയണമെന്നാണ് ഞങ്ങളുടേയും ആഗ്രഹം. അങ്ങനെ കൊടുക്കൽ വാങ്ങൾ എളുപ്പമായതിനാൽ ഞങ്ങൾ ആരും സ്വതന്ത്രരല്ല.

ഭൂവൽക്കത്തിൽ ഭാരത്തിന്റെ അടിസ്ഥാനത്തിൽ ഞാൻ 1.84 ശതമാനവും ലഭ്യതയിൽ എട്ടാം സ്ഥാനക്കാരനുമാണ്. ഭൂവൽക്കത്തിൽ ഞാനും എന്റെ യൗഗികങ്ങളായിട്ടാണ് ജീവിക്കുന്നത്: പ്രധാനമായും എന്റെ ക്ലോറൈഡായിട്ട്. എന്റെ ഈ ലവണത്തിൽ നിന്നുമാണ് ഇക്കാലത്ത് എന്നെ വേർതിരിക്കുന്നത്.

| പൊട്ടാസ്യം ബയോഡേറ്റ | |
|---|---|
| A | B |
| പേര് | പൊട്ടാസ്യം (കേലിയം) |
| പ്രതീകം (Symbol) | K |
| മൂലകപദാർഥം | ലോഹം (Metal) |
| അറ്റോമിക സംഖ്യ (Atomic No) | 19 |
| ഇലക്ട്രോൺ വിന്യാസം | 2,8,8,1 |
| അറ്റോമികഭാരം (Atomic Wt) | 39.1 |
| ഭൗതികാവസ്ഥ (Physical State) | ഖരം (Solid) |
| ഗ്രൂപ്പ് | 1 A |
| പിരീഡ് | 4 |

| | |
|---|---|
| ദ്രവണാങ്കം (Melting Point) | $62.04^{O}C$ |
| ക്വഥനാങ്കം (തിളനില) (Boiling Point) | $762^{O}C$ |
| സംയോജകത (Valency) | 1 |
| ഓക്സീകരണാവസ്ഥ (Oxidation State) | +1 |
| വിശിഷ്ടതാപം (Specific Heat) | 0.166 |
| ആപേക്ഷിക സാന്ദ്രത (Relative Density) | 0.859 |

ഭൗതികഗുണങ്ങളിൽ പലതും എന്റെ ബയോഡേറ്റയിൽ പറഞ്ഞിട്ടുണ്ടെങ്കിലും എല്ലാമായില്ല.

ഞാനും വെള്ളിപോലെ വെളുപ്പാണ്. സോഡിയത്തേക്കാളും അൽപ്പം ഭാരക്കുറവാണ്. അയാളെപ്പോലെ ഞാനും മെഴുകുപോലെ മൃദുവുമാണ്. കത്തികൊണ്ട് മുറിക്കുകയോ ചുരണ്ടുകയോ ചെയ്യാം. പക്ഷേ സോഡിയത്തെപ്പോലെ തന്നെ എന്നെയും കമ്പിയാക്കാനോ അടിച്ചുപരത്താനോ കഴിയില്ല. $0^{0}C$ൽ ഞാൻ പരൽരൂപം പ്രാപിക്കും.

രാസഗുണങ്ങളിൽ സോഡിയത്തെക്കാൾ ഊർജസ്വലനാണു ഞാൻ. ഞാനും വായുവിലിരുന്നാൽ കത്തി എന്റെ ഓക്സൈഡും പെറോക്സൈഡും ഉണ്ടാക്കും.

വെള്ളത്തിൽ എന്റെ പ്രവർത്തനം ഉഗ്രമാണ്. വെള്ളത്തിനു തീപിടിപ്പിക്കാൻ എനിക്കു കഴിയും. ആ പ്രവർത്തനത്തിൽ ജലത്തിലെ ഓക്സിജനുമായി പെട്ടെന്നു ചേരുമ്പോൾ ഉണ്ടാകുന്ന താപോർജം ഹൈഡ്രജനെയാണു കത്തിക്കുന്നത്. പരിണതലായനിയാണ് പൊട്ടാസ്യം ഹൈഡ്രോക്സൈഡെന്ന ഉശിരൻ 'കോസ്റ്റിക് പൊട്ടാഷ്'. ഇവന്റെ ജലത്തിലുള്ള ലായനിക്ക് നിങ്ങൾ പേരിട്ടിരിക്കുന്നത് 'പൊട്ടാഷ് ലൈ.' എന്റെ ഈ സഹജീവിയെനിങ്ങൾ ടോയ്‌ലറ്റ് സോപ്പുകളുണ്ടാക്കാനും പെട്രോളിയം ശുദ്ധീകരണത്തിനും ഉപയോഗിക്കുന്നു.

ഞാൻ കേന്ദ്രകഥാപാത്രമായ മറ്റൊരു സഹയാത്രികനായ പൊട്ടാസ്യം ബ്രോമൈഡ് (KBr) മയക്കുമരുന്നാണ്. ഫോട്ടോഗ്രാഫിയിലും ഇയാളെ വേണം.

എന്റെ സൾഫേറ്റിന്, അതായത് പൊട്ടാസ്യം സൾഫേറ്റിന് ($K_2SO_4$) അലുമിനിയം സൾഫേറ്റുപോലെ ത്രിസംയോജകതയുള്ള ലോഹങ്ങളുടെ സൾഫേറ്റുകളുമായി ചേർന്ന് 'ആലം' എന്നറിയപ്പെടുന്ന ദ്വന്ദ്വലവണങ്ങ (Double Salts)ളുടെ ഒരു പരമ്പര തന്നെ സൃഷ്ടിക്കുവാൻ കഴിയും. ഞാൻ ചേർന്ന ആലത്തിന്റെ, അതായത് പൊട്ടാഷ് ആലത്തിന്റെ രാസസൂത്രം എഴുതട്ടെ കൂട്ടുകാരേ, $K_2SO_4.Al_2(SO_4)_3.24H_2O$ ഈ ലവണത്തിൽ

എന്റെയും അലുമിനിയം ചേട്ടന്റെയും സൾഫേറ്റുകൾ കൂടാതെ 24 ജലതന്മാത്രകളുണ്ട്. ഈ പരൽജലം നഷ്ടപ്പെട്ടാൽ പിന്നെ ഈ ആലം ഇല്ല. ആലത്തിന്റെ പ്രാധാന്യം ഞാൻ പറയണോ?

എന്റെ ആലത്തിന്റെ രാസസൂത്രം പോലെ സോഡാ ആലം, ക്രോം ആലം, ഫെറിക് ആലം, അമോണിയം ആലം മുതലായവരുടെ രാസസൂത്രങ്ങൾ നിങ്ങളെഴുതാൻ ശ്രമിക്കുക. ഒരുപദേശം മാത്രമാണ് കേട്ടോ.

മറ്റൊരു പ്രധാനപ്പെട്ട കൂട്ടുകെട്ടാണ്. നൈട്ടർ, സോൾട്ട് പീറ്റർ, വെടിയുപ്പ് എന്നിങ്ങനെ പേരുകളുള്ള എന്റെ നൈട്രേറ്റ്–പൊട്ടാസ്യം നൈട്രേറ്റ് ($KNO_3$) ഇവൻ അപാരകഴിവുള്ളവനാണ്.

ഇവന്റെ പ്രധാന ഉപയോഗം വെടിമരുന്നു നിർമാണത്തിലാണ്. വെടിമരുന്നിലെ 76 ശതമാനവും ഇവനാണ്. ബോംബു നിർമാണത്തിനും സൾഫ്യൂറിക് ആസിഡുമായി ചേർന്ന് നൈട്രിക് ആസിഡ് നിർമാണത്തിനും ഇവൻ ആവശ്യമാണ്. കൂടാതെ വളമായിട്ടും ഉപയോഗിക്കുന്നു. ചെടികൾക്ക് അവശ്യം ആവശ്യമായിട്ടുള്ള മൂലകങ്ങളാണ്, നൈട്രജൻ, ഫോസഫറസ് പൊട്ടാസ്യം (ഞാൻ). ഞങ്ങൾ മൂന്നുപേരേയും പ്രദാനം ചെയ്യുന്ന രാസവളങ്ങളാണ് NPK വളങ്ങൾ. നിങ്ങൾക്ക് ഇക്കാര്യം അറിയാമായിരിക്കും.

ഇനിയും ധാരാളം ഞാനുൾപ്പെടുന്ന യൗഗികങ്ങളുണ്ട്. അഞ്ചാറു കൂട്ടുകക്ഷികളുടെ പേരുകൾ പറയാം: പൊട്ടാസ്യം അയൊഡൈഡ് (KI), പൊട്ടാസ്യം ഫോസ്ഫേറ്റ് ($K_3PO_4$), പൊട്ടാസ്യം കാർബണേറ്റ് ($K_2CO_3$), പൊട്ടാസ്യം സയനൈഡ് (KCN), പൊട്ടാസ്യം ഡൈക്രൊമേറ്റ് ($K_2Cr_2O_7$), പൊട്ടാസ്യം പെർമാംഗനേറ്റ് ($KMnO_4$) ഇങ്ങനെ ധാരാളം വമ്പന്മാരെ സൃഷ്ടിക്കുന്നവനാണ് ഞാൻ.

പലർക്കും അജ്ഞാതമായ ഒരു കാര്യം പറയട്ടെ. ഞാനും സോഡിയവും ചേർന്ന ഒരു സങ്കരനുണ്ട്. ദ്രാവകമാണ്. കണ്ടാൽ രസം പോലിരിക്കും. രസമെന്നു പറഞ്ഞാൽ മെർക്കുറി.

എന്റെ ആത്മകഥ നിങ്ങളെ ബോറടിപ്പിച്ചില്ലെന്നു വിശ്വസിച്ചുകൊണ്ട് അവസാനിപ്പിക്കുന്നു.

നിങ്ങളുടെ, തൊട്ടാൽ പൊള്ളുന്ന കേലിയമെന്ന സ്വന്തം പൊട്ടാസിയം.

# 4

# റൂബിഡിയം - Rubidium (Rb)

**ആ**യിരത്തി എണ്ണൂറ്റി അറുപത്തി ഒന്നിലായിരുന്നു എന്റെ ജനനം. അതിനു കാരണക്കാരായത് ബുൺസണും കിർചോഫും. ബുൺസൺ ആണ് എനിക്ക് ഈ പേരു നൽകിയത്. ലാറ്റിൻഭാഷയിൽ റൂബിഡസ് എന്നാൽ ചെമപ്പ് എന്നാണർഥം (ഒരു കാര്യം ഒന്നു പറഞ്ഞുകൊള്ളട്ടെ. ചുവപ്പല്ല, ചോപ്പുമല്ല. ചെമപ്പാണു ശരി. ഇവിടെ ഭാഷയ്ക്കെന്തു കാര്യം എന്ന് ഒരു പക്ഷേ നിങ്ങൾ ചോദിച്ചേക്കാം. ഞാനിത് തറപ്പിച്ചു പറയാനുള്ള കാരണം കൂടി കേട്ടോളൂ. ചെന്തെങ്ങ് ചുന്തെങ്ങ് എന്നു നാം പറയാറില്ല. അതുപോലെ ചെന്താമരയാണ്. ചുന്താമരയല്ല. അതുപോലെ ചെഞ്ചുണ്ടാണ്. ചുഞ്ചുണ്ടല്ല)

നിങ്ങളാരും ഒരു പക്ഷേ എന്നെ കേട്ടിട്ടുണ്ടാവില്ല. ഒന്നാം ഗ്രൂപ്പ് 'എ'യിലെ നാലാമനായ ലോഹമാണ് ഞാൻ

ഭൂമിയുടെ ബാഹ്യകവചത്തിന്റെ ഭാരത്തെ അടിസ്ഥാനമാക്കി ഞാൻ വെറും 0.0078 ശതമാനക്കാരനാണ്. ലഭ്യതയിൽ 23-ാം സ്ഥാനവും.

എന്റെ സാന്നിധ്യമുള്ള ലാപിഡൊളൈറ്റ് എന്ന അയിരിനെ സ്പെക്ട്രോസ്കോപ്പിക്കു വിധേയമാക്കിയപ്പോൾ കണ്ട കടും ചെമപ്പു നിറം ഒരു പ്രത്യേക മൂലകത്തിന്റെ സാന്നിധ്യം കൊണ്ടാണെന്ന് ഉപകരണനിർമിതിയിൽ വിഖ്യാതനായ ബുൺസൺ മനസിലാക്കി. അങ്ങനെയാണ് റൂബിഡിയം എന്ന മനോഹരമായ പേര് ആ മഹാശാസ്ത്രജ്ഞൻ എനിക്കിട്ടത്. എന്റെ തലതൊട്ടപ്പന്റെ സങ്കൽപ്പം എങ്ങനെ? 150 കിലോ ലെപിഡൊളൈറ്റിൽ എന്റെ അളവ് വളരെ വളരെ കുറച്ചായിരുന്നു.

ലാപിഡൊളൈറ്റ്-ഞാനും അലുമിനിയവും സിലിക്കണും ഓക്സിഡനും ചേർന്ന ഈ കൂട്ടുകക്ഷിയുടെ രാസസൂത്രം എഴുതാം- RbAl

$(SiO_3)_2$. കണ്ടോ എന്റെ സാന്നിധ്യം ഇതിൽ വെറും 0.7 മുതൽ 3 ശതമാനം വരെ മാത്രമാണ്. എന്നാൽ ലിഥിയത്തിന്റെ അയിരുകളിൽ മാത്രമല്ല, ധാതുജലം, മണ്ണ്, കടൽപ്പായൽ, പുകയില, തേയിലച്ചെടി, കടലോരവൃക്ഷങ്ങൾ എന്നിവകളിലും സ്ഥിതി ചെയ്യാൻ പ്രകൃതി എന്നെ അനുവദിച്ചിട്ടുണ്ട്.

ലാപിഡൊലൈറ്റിൽ നിന്നാണ് എന്നെ നിർമിക്കുന്നത്. അതായത് എന്റെ അയിരാണ് ഇവൻ.

| റുബിഡിയം ബയോഡേറ്റ | |
|---|---|
| A | B |
| പേര് | റുബീഡിയം (Rubedium) |
| പ്രതീകം (Symbol) | Rb |
| മൂലകപദാർഥം | ലോഹം (Metal) |
| അറ്റോമിക സംഖ്യ (Atomic No) | 37 |
| ഇലക്ട്രോൺ വിന്യാസം | 2,8,18,8,1 |
| അറ്റോമികഭാരം (Atomic Wt) | 85.45 |
| ഭൗതികാവസ്ഥ (Physical State) | ഖരം (Solid) |
| ഗ്രൂപ്പ് | 1 A |
| പിരീഡ് | 5 |
| ദ്രവണാങ്കം (Melting Point) | 39.0$^{O}$C |
| ക്വഥനാങ്കം (തിളനില) (Boiling Point) | 688$^{O}$C |
| സംയോജകത (Valency) | 1 |
| ഓക്സീകരണാവസ്ഥ (Oxidation State) | +1 |
| വിശിഷ്ടതാപം (Specific Heat) | 0.086 |
| ആപേക്ഷിക സാന്ദ്രത (RelativeDensity) | 1.525 |

സ്പെക്ട്രോസ്കോപ്പിയിലും എന്റെ സാന്നിധ്യം ചെമപ്പുനിറമുണ്ടാക്കിയെങ്കിലും ഒരു ലോഹമെന്ന നിലയിൽ എന്റെ നിറം വെള്ളിപോലെ വെളുപ്പാണ്.

ഞാനും സ്വയം വായുവിൽ കത്തി എന്റെ ഓക്സൈഡുകളായി മാറും. ജലവുമായും ഉഗ്രമായി പ്രവർത്തിച്ച് എന്റെ ഹൈഡ്രോക്സൈഡ്

(RbOH) ആയിമാറും. ഹാലൊജനുകൾ എന്റെ ആകർഷണത്തിൽ വരുന്നവരാണ്.

എന്റെ ലവണങ്ങളെല്ലാം തന്നെ ജ്വാലയ്ക്ക് ചെമപ്പുകലർന്ന വയലറ്റ് നിറം നൽകും.

സ്വർണം, വെള്ളി, ചെമ്പ് തുടങ്ങിയവരെപ്പോലെ ഞാൻ പ്രശസ്തനല്ല, സമ്മതിച്ചു. പക്ഷേ ഞാനും ഈ പ്രപഞ്ചത്തിന്റെ കൂട്ടായ്മയിൽ പങ്കാളിയാണ്.

എന്റെ ആത്മകഥ നിർത്തട്ടെ.

എന്നു സ്വന്തം റുബീഡിയം

# 5

# സീസിയം - Caesium (Cs)

**ആ**ൽക്കലി ഗ്രൂപ്പ് 1 എയിൽ അഞ്ചാം സ്ഥാനത്താണ് സീസിയം എന്നു പേരുള്ള ലോഹമായ എന്റേത്.

എന്റെ ജനനചരിത്രം രസാവഹമാണ്. 1846ൽ പ്ലാറ്റനർ, പൊലൂസൈറ്റ് (Pollucite) എന്ന ധാതുവിനെ വിശകലനം ചെയ്തപ്പോൾ അതിലെ ഘടകങ്ങളെല്ലാം കൂടി 93.76 ശതമാനമെ ഉണ്ടായിരുന്നുള്ളൂ. 1864ൽ പിസാനിയാണ് പ്ലാറ്റനറുടെ കണക്കുകൂട്ടലിൽ ഉണ്ടായ പൊരുത്തക്കേട് എന്റെ സാന്നിധ്യം കൊണ്ടാണെന്നു മനസിലാക്കിയത്. പിന്നീട് ബൂൺസണും കിർചോഫും കൂടി, 'ദർഘിം' ഉറവിലെ ധാതുജലത്തിന്റെ സ്പെക്ട്രോസ്കോപ്പിക് പരീക്ഷണങ്ങൾ നടത്തിക്കൊണ്ടിരുന്നപ്പോൾ സ്ട്രോൺഷ്യം ലോഹസഹോദരന്റെ ലൈനിനടുത്തായി അതേവരെയും കണ്ടിട്ടില്ലാത്ത രണ്ടു മനോഹരമായ ലൈനുകൾ കണ്ടു. പുതുതായി കണ്ടുപിടിച്ച ഈ മൂലകത്തിന് അവർ സീസിയം എന്നു പേരിട്ടു. കാരണം ലാറ്റിൻഭാഷയിൽ സീഷ്യസ് എന്ന വാക്കിന്റെ അർഥം ആകാശനീലിമ എന്നാണ്.

ഭൂവൽക്കത്തിൽ എന്റെ സ്ഥാനം, 0.00026 ശതമാനം മാത്രമാണ്. ലഭ്യതയിൽ 46-ാം സ്ഥാനത്താണ് ഞാൻ നിൽക്കുന്നത്.

പൊലുസൈറ്റ് എന്ന എന്റെ അയിരിൽ ഞാൻ 31-37 ശതമാനം വരെയുണ്ട്. കൂടാതെ ലെപിഡൊളൈറ്റ് മഹാശയനും എന്റെ ഹൈഡ്രോക്സൈഡും എന്നെ മാറ്റിയെടുത്തുകൊള്ളാൻ നിങ്ങളെ അനുവദിച്ചിട്ടുണ്ട്.

എന്റെ ബയോഡേറ്റയോടുകൂടി കഥ തുടരാം.

| സീസിയം ബയോഡേറ്റ | |
| --- | --- |
| A | B |
| പേര് | സീസിയം |
| പ്രതീകം (Symbol) | Cs |
| മൂലകപദാർത്ഥം | ലോഹം (Metal) |
| അറ്റോമിക സംഖ്യ (Atomic No) | 55 |
| ഇലക്ട്രോൺ വിന്യാസം | 2,8,18,18,8,1 |
| അറ്റോമികഭാരം (Atomic Wt) | 132.8 |
| ഭൗതികാവസ്ഥ (Physical State) | ഖരം (Solid) |
| ഗ്രൂപ്പ് | 1 A |
| പിരീഡ് | 6 |
| ദ്രവണാങ്കം (Melting Point) | 28.45$^{O}$C |
| ക്വഥനാങ്കം (തിളനില) (Boiling Point) | 705$^{O}$C |
| സംയോജകത (Valency) | 1 |
| ഓക്സീകരണാവസ്ഥ (Oxidation State) | +1 |
| വിശിഷ്ടതാപം (Specific Heat) | 0.084 |
| ആപേക്ഷിക സാന്ദ്രത (RelativeDensity) | 1.903 |

എന്റെ ഭൗതിക ഗുണങ്ങളിൽ ചിലതുപറയാം. എന്റെ നിറം വെള്ളി പോലെ വെളുപ്പാണ്. ഞാനും മൃദുകളേബരനാണ്.

രാസഗുണങ്ങളിൽ ആദ്യത്തേത് ഓക്സിജനുമായുള്ള പ്രവർത്തന മാണ്. വായുവിൽ ഞാനും പെട്ടെന്നു തന്നെ ഓക്സിജനിൽ കത്തി എന്റെ ഓക്സൈഡായ് സീസിയം ഓക്സൈഡ് $Cs_2O$ ഉണ്ടാകുന്നു. വളരെ മൃദുവായതുകൊണ്ട് വായുവിൽ ഉരുകിയതിനുശേഷമാണ് ഞാൻ കത്തു ന്നത്. കാരണം എന്റെ ദ്രവണാങ്കം വെറും 28.5 ഡിഗ്രി സെൽഷ്യസ് ആയതുകൊണ്ട്.

അതുപോലെ തന്നെ വെള്ളത്തേക്കാൾ സാന്ദ്രതകൂടിയതാണെ ങ്കിലും ഞാൻ വെള്ളത്തിൽ പൊങ്ങിക്കിടക്കുകയും അവസാനം ചെമപ്പു കലർന്ന വയലറ്റ് ജ്വാലയോടെ കത്തുകയും ചെയ്യും.

ലോഹങ്ങളിൽ വെച്ച് ഏറ്റവും കൂടിയ ധനത്വം (Positivity)

ഫ്രാൻസ്യം കഴിഞ്ഞാൽ എനിക്കാണ് ഫ്രാൻസ്യത്തിന്റെ ധനത്വം കൊണ്ട് ആർക്കും പ്രയോജനമില്ലെന്നതാണ് യാഥാർഥ്യം. കാരണം അവൻ അൽപ്പായുസാണ്. പാവം എന്നു വിലപിക്കാനേ കഴിയൂ. വിധിയെ ആർക്കു തടയാൻ കഴിയും?

ഹാലൊജനുകളുമായും ഞാൻ ചേർന്ന് പൊളിഹാലൈഡുകൾ സൃഷ്ടിക്കും.

ഈ സൂപ്പർസൂപ്പർ ഐ റ്റി യുഗത്തിൽ കിറുകൃത്യമായ ഒരു സെക്കന്റ് സമയം കണ്ടുപിടിക്കുന്നതിന് മാനദണ്ഡമാക്കിയിരിക്കുന്നത് ഞാനെന്ന സീസിയം 133. അണുവിന്റെ (ആറ്റത്തിന്റെ) ഒരു പ്രത്യേക അവസ്ഥയിലുള്ള വൈബ്രേഷന്റെ അടിസ്ഥാനത്തിലാണ്. ഇതിൽ കൂടുതൽ എന്ത് പ്രയോജനമാണ് ഞാൻ നിങ്ങൾക്ക് നൽകേണ്ടത്?

മറ്റുള്ളവരോടൊപ്പം ഈ എളിയ എന്നെയും നിങ്ങൾ സ്മരിക്കണമെന്നു മാത്രം അഭ്യർഥിച്ചുകൊണ്ട് എന്റെ ആത്മകഥയ്ക്ക് വിരാമമിടട്ടെ.

ഐറ്റി യുഗത്തെ പുഷ്ക്കലമാക്കിയ

നിങ്ങളുടെ പ്രിയപ്പെട്ട സീസിയം.

# 6

# ഫ്രാൻസിയം - Francium (Fr)

**ഞാ**ൻ അൽപ്പായുസാണെന്ന് സീസിയം എഴുതിയത് ഞാൻ വായിച്ചു. അവൻ പറഞ്ഞത് നൂറുശതമാനവും ശരിയാണ് അൽപ്പായുസാണെങ്കിലും എല്ലാ ലോഹങ്ങളിലും വച്ച് ഏറ്റവുംകൂടിയ പോസിറ്റീവിറ്റി എനിക്കാണുള്ളത്. കൂടാതെ ഏറ്റവും വലിയ ആറ്റവും ഞാൻ തന്നെയാണ്.

എനിക്ക് ബയോഡേറ്റയിൽ എഴുതത്തക്ക ഭൗതികഗുണങ്ങൾ ഒന്നും ഇല്ല. ഒന്നാം ഗ്രൂപ്പിലാണ്. അറ്റോമികസംഖ്യയും നിജമാണ്–87. മറ്റുള്ളതൊന്നും പറയാൻ എനിക്കാവില്ല. കാരണം ഞാൻ റേഡിയോ ആക്റ്റീവാണ്. എന്റെ അർധജീവിതം (Half life) വെറും 21 മിനിറ്റാണ്. അതിനാലാണ് എന്നെ വിശദമായി പരിശോധിക്കാനോ എന്റെ ഗുണങ്ങൾ പ്രവചിക്കാനോ സ്വീകരിക്കാനോ സാധിക്കാത്തത്. അങ്ങനെ ഞാനൊരു പിടികിട്ടാപ്പുള്ളിയാണ്. ലോകാരംഭത്തിൽ ഉണ്ടായ ഞാനെങ്ങനെ പെട്ടെന്ന് അപ്രത്യക്ഷമായി?

പ്രകൃതി എനിക്ക് ഒരു പുനർജന്മം വാഗ്ദാനം ചെയ്തിട്ടുണ്ട്. അറ്റോമികസംഖ്യ 89 ഉള്ളതും അറ്റോമിക ഭാരം 227 ഉള്ളതുമായ ആക്റ്റിനിയം ($^{227}_{89}Ac$) റേഡിയോ ആക്ടീവതമൂലം റേഡിയേഷൻ (ജീർണനം –decay) സംഭവിക്കുമ്പോൾ ഞാൻ ജനിക്കുന്നുണ്ട്. പക്ഷേ അപ്പോഴും എന്റെ ഗതി പഴയതുതന്നെ. 21 മിനിറ്റുകഴിയുമ്പോൾ ഞാൻ റേഡിയമായി മാറും.

നിങ്ങളിൽ ശാസ്ത്രകുതുകികളായിട്ടുള്ളവർക്കുവേണ്ടി ഞാനാ കഥ സമവാക്യരൂപത്തിലെഴുതാം. (ഒരു കാര്യം പറയാൻ മറന്നു. റേഡിയോ ആക്റ്റീവത എന്താണെന്ന് ചുരുക്കിപ്പറയാം. എന്നെപ്പോലെയുള്ളവർ ആൽഫാ, ബീറ്റ; ഗാമാ കിരണങ്ങളെ ഉത്സർജിച്ച് താഴ്ന്ന ലോഹങ്ങളായി മാറുന്ന പ്രതിഭാസം)

$^{227}_{89}Ac \xrightarrow{99\%} -1e + ^{227}_{90}Th$ (ബീറ്റാഡീക്കേ)

$^{227}_{89}Ac \xrightarrow{1\%} ^{4}_{2}He + ^{223}_{87}Fr$ (ആൽഫാഡീക്കേ)

$^{223}_{87}Fr \xrightarrow[\text{Half life}]{\text{21 minuts}} -1e + ^{223}_{88}Ra$ (ബീറ്റാ ഡീക്കേ)

അതായത് ആക്റ്റീനിയത്തിന്റെ 99 ശതമാനവും തോറിയം (Th) ആയി മാറുന്നു. അതോടൊപ്പം ഇലക്ട്രോണുകളെയും ഉത്സർജിക്കുന്നു. ഒരു ശതമാനം ആക്റ്റീനിയം മാത്രമാണ് ആൽഫാകണത്തോടൊപ്പം (ഹീലിയം ന്യൂക്ലിയസ് $^{4}_{2}He$) ഞാനും ഉണ്ടാകുന്നത്.

നിങ്ങൾക്കു മനസിലായോ കൂട്ടുകാരേ? എന്തായാലും ആക്റ്റീനിയം ഉള്ള കാലമത്രയും ഞാനും ഈ ഭൂമിയിൽ ഉണ്ടാകും. നിങ്ങൾക്ക് എന്നോട് സഹതാപം തോന്നുന്നില്ലേ?

മറ്റുള്ളവരുടെ സാന്നിധ്യത്തിൽ മാത്രം അസ്തിത്വം തെളിയിക്കാൻ വിധിക്കപ്പെട്ട ഫ്രാൻസ്യം

# 7

# ബെറിലിയം - Beryllium (Be)

**പീ**രിയോഡിക് ടേബിൾ എന്ന മൂലകത്തറവാട്ടിലെ രണ്ടാം ഗ്രൂപ്പ് 'എ'യിൽ ആൽക്കലൈൻ എർത്ത് കുടുംബത്തിലാണ് എന്റെ സ്ഥാനം. ഈ കുടുംബത്തിൽ ഞങ്ങൾ ആറുപേർ. ആരും അലോഹങ്ങളായിട്ടു ള്ളവരില്ല. ബെറിലിയം എന്ന ഞാൻ കൂടാതെ മഗ്നീഷ്യം, കാത്സ്യം, സ്ട്രോൺഷ്യം, ബേറിയം പിന്നെ പ്രശസ്തനായ റേഡിയവും. ഈ ഗ്രൂപ്പിലെ 'ബി' ഉപഗ്രൂപ്പിൽ മൂന്നുപേരാണ്. സിങ്ക്, കാഡ്മിയം, മെർക്കു റി. കുടുംബസംവിധാനം ഒന്നുകൂടി വ്യക്തമാക്കാൻ ഒരു സ്കെച്ച് ഞാൻ തയാറാക്കാം. നിങ്ങൾക്കും എന്റെ സഹോദരങ്ങൾക്കും പ്രയോജനകര മായിരിക്കും.

എ ഗ്രൂപ്പ്

Ca —— Sr —— Ba —— Ra

Be —— Mg <

Zn —— Cd —— Hg

ബി ഗ്രൂപ്പ്

അൽപ്പം കൂടി കുടുംബപശ്ചാത്തലം പറഞ്ഞിട്ട് ആത്മകഥ തുടരാം. ഒന്നാം ഗ്രൂപ്പിലെ ആൽക്കലി സഹോദരങ്ങൾ ഉണ്ടാക്കുന്ന ക്ഷാരലായി നികളുടെ ഉഗ്രത ഞങ്ങളുടെ ക്ഷാരലായനികൾക്കില്ല. സമ്മതിച്ചു. പണ്ടൊക്കെ ശാസ്ത്രജ്ഞന്മാർ ഞങ്ങളുടെ ഓക്സൈഡുകളായ ബറി ലിയ, മംഗിനീഷ്യ,ലൈം, സ്ട്രോൺഷ്യ, ബറൈറ്റ ഇവരെ വിളിച്ചിരുന്നത് 'എർത്ത്സ്' എന്നായിരുന്നു. ഞങ്ങൾക്കും ക്ഷാരലായനികൾ ഉണ്ടാക്കാൻ കഴിയുമെന്നറിഞ്ഞപ്പോൾ വെറും എർത്തുകളായിരുന്ന ഞങ്ങൾ 'ആൽക്ക ലൈൻ എർത്ത് എലിമെന്റ്സ്' എന്ന് അറിയപ്പെടാൻ തുടങ്ങി. കണ്ടോ മനുഷ്യജാതിയുടെ അവസരവാദം!

ഭൂവൽക്കത്തിൽ ഞാൻ രണ്ടു ശതമാനക്കാരനും ലഭ്യതയിൽ അൻപത്തൊന്നാം സ്ഥാനക്കാരനുമാണ്. ഇന്ത്യയിൽ ബീഹാർ, ഒറീസ, മദ്രാസ്, രാജ് പുട്ടാണ എന്നീ സ്ഥലങ്ങളിൽ എന്റെ അയിരുകൾ ധാരാള മുണ്ടായിരുന്നതിനാൽ ഇവിടെ നിന്നും ജർമനി, അമേരിക്ക തുടങ്ങിയ രാജ്യങ്ങളിലേക്ക് എന്നെ കയറ്റി അയയ്ക്കുമായിരുന്നു.

1797-ൽ വാക്വലിൻ (Vauqualin) ആണ് എന്റെ അസ്തിത്വം തെളിയിച്ചത്. ആദ്യം ഞാൻ അറിയപ്പെട്ടിരുന്നത് ഗ്ലൂസിനം എന്നായിരുന്നു. എന്റെ ലവണങ്ങൾക്ക് മധുരമുള്ളതുകൊണ്ടാണ് glucinum എന്നു പേരിടാൻ കാരണം. എന്നാൽ ഞാൻ കുടികൊള്ളുന്നത് 'ബറൈൽ' എന്ന മുഖ്യധാതുവിലായതുകൊണ്ട് ഇപ്പോഴത്തെ എന്റെ പേര് 'ബെറിലിയം' എന്നാണ്.

വൈദ്യുതി കണ്ടുപിടിക്കപ്പെട്ടില്ലായിരുന്നു എങ്കിൽ ഇന്നും ഞാൻ മനുഷ്യർക്ക് പ്രാപ്യനാകുമായിരുന്നില്ല. സർ ഹംഫ്രിഡേവിക്ക് മനുഷ്യൻ സ്വസ്തി ദിനവും പറയണം. രണ്ടാം ഗ്രൂപ്പുകാരായ ഞങ്ങൾക്ക് ഉന്നതധനത്വം ഉള്ളതുകൊണ്ട് സാധാരണ മാർഗങ്ങൾ മൂലം ഞങ്ങളെ ഞങ്ങളുടെ അയിരുകളിൽ നിന്നും വീണ്ടെടുക്കാൻ സാധ്യമായിരുന്നില്ല.

'അക്വാമറൈൽ' എന്ന രത്നക്കല്ല് എന്റെ ബറൈലിന്റെ ഒരു വകഭേദമാണ്. ഇത് കാണപ്പെടുന്നത് പച്ചയോ അല്ലെങ്കിൽ നീലകലർന്ന പച്ചയോ ആയിട്ടാണ്.

| ബെറിലിയം ബയോഡേറ്റ | |
|---|---|
| A | B |
| പേര് | ബെറിലിയം (Beryllium) |
| പ്രതീകം (Symbol) | Be |
| മൂലകപദാർഥം | ലോഹം (Metal) |
| അറ്റോമിക സംഖ്യ (Atomic No) | 4 |
| ഇലക്ട്രോൺ വിന്യാസം | 2,2 |
| അറ്റോമികഭാരം (Atomic Wt) | 9.012 |
| ഭൗതികാവസ്ഥ (Physical State) | ഖരം (Solid) |
| ഗ്രൂപ്പ് | II A |
| പിരീഡ് | 2 |
| ദ്രവണാങ്കം (Melting Point) | 1287$^{O}$C |
| ക്വഥനാങ്കം (തിളനില) (Boiling Point) | 2500$^{O}$C |

| | |
|---|---|
| സംയോജകത (Valency) | 2 |
| ഓക്സീകരണാവസ്ഥ (Oxidation State) | +2 |
| വിശിഷ്ടതാപം (Specific Heat) | up to 0.62 |
| ആപേക്ഷിക സാന്ദ്രത (RelativeDensity) | 1.84 |

എന്റെ നിറം വെള്ളിപോലെ വെളുപ്പാണ്. എനിക്ക് അറ്റോമിക ഭാരം. വളരെക്കുറവാണെങ്കിലും ഞാൻ ഉരുകുന്നത് 1287$^{O}$Cൽ ആണ്. അറിയപ്പെടുന്ന എല്ലാ ലോഹങ്ങളെയുംകാൾ വിശിഷ്ടതാപം എനിക്കാണുള്ളത്.

വായുവിൽ വലിയ മാറ്റമൊന്നും കൂടാതെ എനിക്ക് സ്ഥിതിചെയ്യാൻ കഴിയും. പക്ഷേ ഈർപ്പമുള്ള വായുവിൽ ഞാൻ ഉഷാറാണ്.

ചെമപ്പുനിറമാകുന്നതുവരെ എന്നെ ചൂടാക്കിയാൽ ഞാൻ ഓക്സിജനുമായി ചേർന്ന് ഒരു ആവരണമുണ്ടാകും. ഈ ആവരണം ഉള്ളിലുള്ള എന്നെ സംരക്ഷിക്കും.

എന്നെ പൊടിയാക്കി കത്തിച്ചാൽ ഞാൻ വളരെ ശോഭയോടെ കത്തി ഓക്സൈഡായി മാറും

ഞാൻ വളരെ ഉപകാരിയാണ് 'ബെറിലിയം ബ്രോൺസ്' എന്ന സങ്കരന് സ്റ്റീലിന്റത്ര ഗുണങ്ങളുണ്ട്. അതിനാൽ ഞാനുൾപ്പെട്ട ഇവനെ സ്പ്രിങ്ങുകൾ, ഹൈസ്പീഡ് മോട്ടോറുകളിലെ സ്ലിപ്റിങ്ങുകൾ തുടങ്ങിയവ ഉണ്ടാക്കാൻ ഉപയോഗിക്കുന്നു.

എക്സ് രശ്മികൾ (X-rays) എന്നിൽക്കൂടി കടന്നുപോകുന്നതിനാൽ X-ray ട്യൂബുകളിലെ 'വിൻഡോസ്' ഉണ്ടാക്കാം.

നിയോൺ സിഗ്നലുകളിലെ ഇലക്ട്രോഡുകൾ ഉണ്ടാക്കാം.

മറ്റു ലോഹങ്ങളുമായി എന്നെ ചേർത്ത് കൂട്ടുലോഹങ്ങൾ ഉണ്ടാക്കുന്നു. കൂടാതെ എന്നെയും എന്റെ ഓക്സൈഡിനെ (BeO)യും ന്യൂക്ലിയർ റിയാക്ടറുകളിൽ ഉപയോഗിക്കുന്നു. എന്റെ സഹയാത്രികരിൽ ചിലരെ സൂചിപ്പിക്കട്ടെ. എന്റെ സംയുക്തമായ ബെറിലിയം ഓക്സൈഡ് മാന്റിലുകൾ, ക്രൂസിബിളുകൾ തുടങ്ങിയവ ഉണ്ടാക്കാനും ഉരകല്ലായും ഉപയോഗിക്കുന്നു.

ഒരു രഹസ്യം പറയാം. എന്റെ സഹോദരങ്ങളോടുള്ളതിനെക്കാൾ എനിക്കു സാമ്യത മൂന്നാം ഗ്രൂപ്പിലെ അലുമിനിയത്തോടാണ്. അതിനാൽ ഗുണങ്ങളിലും അലുമിനിയത്തോടാണ് സാമ്യം. ഒരുദാഹരണം കേട്ടോളൂ.

എന്റെ ഹാലൈഡുകൾ ($BeF_2$, $BeCl_2$) ഇവർ ഓർഗാനിക് ലായകങ്ങളിൽ ലയിക്കും. എന്നാൽ എന്റെ സഹോദരങ്ങളുടെ ഹാലൈഡുകൾ ($MgCl_2$, $CaCl_2$ etc) ഓർഗാനിക് ലായകങ്ങളിൽ ലയിക്കില്ല. കാരണം അവരെല്ലാം അയോണിക സ്വഭാവമുള്ളവരാണ്. ഇതിൽ നിന്നും എന്റെ

ഹാലൈഡുകൾക്ക് സഹസംയോജകസ്വഭാവമാണെന്നു തെളിയുന്നു. പ്രകൃതിയുടെ വികൃതിയെന്നല്ലാതെന്തു പറയാൻ.

അലുമിനിയവുമായിട്ട് ഇനിയും ധാരാളം സാമ്യങ്ങളുണ്ട്. എന്റെ സ്വന്തം സഹോദരങ്ങൾക്ക് എന്തു തോന്നും എന്നതിനാൽ തുടരുന്നില്ല.

എന്റെ ക്ലോറൈഡ്, നൈട്രേറ്റ്, ടാർട്ടറേറ്റ് തുടങ്ങിയവരെ സാധാരണ മനുഷ്യർക്ക് അജ്ഞാതമാണെങ്കിലും വ്യവസായികമായി ഈ കമ്പ്യൂട്ടർവൽക്കൃത യുഗത്തിൽ എല്ലാവർക്കും നന്മ ചെയ്തുകൊണ്ട് കഴിയുന്നു ഞാനും! ആത്മകഥ നിർത്തുവാൻ തോന്നുന്നില്ല. കാരണം അലുമിനിയത്തോടുള്ള സാമ്യങ്ങൾ പറയാതെ നിവൃത്തിയില്ല. കേൾക്കൂ.

ഞാനും അലുമിനിയത്തെപ്പോലെ അംഫോട്ടറിക് ആണ്. കാരണം സോഡിയം ഹൈഡ്രോക്സൈഡ് പോലുള്ള ആൽക്കലികളുമായി അലുമിനിയം പ്രവർത്തിച്ച് അലുമിനേറ്റുകൾ ഉണ്ടാകുന്നതുപോലെ ഞാനും ആൽക്കലികളുമായി പ്രവർത്തിച്ച് ബറിലേറ്റുകളുണ്ടാക്കും. അതുപോലെ എന്റെ ഹൈഡ്രോക്സൈഡും അലുമിനിയം ഹൈഡ്രോക്സൈഡിനെപ്പോലെ അംഫോട്ടറിക് ആണ്.

അലുമിനിയം കാർബൈഡി($Al_4C_3$)നെപ്പോലെ എന്റെ കാർബൈഡും ($Be_2C$) ജലവുമായി പ്രവർത്തിച്ച് മീഥേൻ വാതകത്തെ ഉണ്ടാക്കും.

ബറിലിയ എന്ന എന്റെ ഓക്സൈഡും ($BeO$) അലൂമിന ($Al_2O_3$) യും ഗുണങ്ങളിൽ സാമ്യം കാണിക്കുന്നു. ഇനിയും നീട്ടുന്നില്ല. നിർത്തട്ടെ.

സസ്നേഹം

ബറിലിയം

# 8

# മഗ്നീഷ്യം - Magnesium (Mg)

**II-ാം** ഗ്രൂപ്പ് Aയിലെ രണ്ടാമനാണ് ഞാൻ. എന്റെ പേര് മഗ്നീഷ്യം Bussy, Bunson എന്നിവരാണ് എന്റെ അയിരായ മഗ്നീഷ്യം ക്ലോറൈഡിൽ നിന്നും വൈദ്യുതവിശ്ലേഷണം ചെയ്ത് എന്നെ വേർതിരിച്ച് ലോകത്തിനു സംഭാവന ചെയ്തത്.

ഭൂമിയിൽ ഞാനൊരു സർവവ്യാപിയാണ്. ഭൂമിയുടെ വൽക്കത്തിന്റെ ഭാരത്തിന്റെ 27.64 ശതമാനവും ലഭ്യതയിൽ 6-ാം സ്ഥാനവുമാണ് എനിക്കുള്ളത്. ധാരാളം യൗഗികങ്ങളിൽ എന്റെ സാന്നിധ്യമുണ്ട് ഉദാ: മാഗ്നറ്റൈറ്റ്, ഡോളമൈറ്റ്, ആസ്ബസ്റ്റോസ്, എപ്സൊമൈറ്റ് തുടങ്ങിയവ. എന്റെ സഹയാത്രികനായ മഗ്നീഷ്യം സൾഫേറ്റ് എല്ലാ ഉപ്പുറവുകളിലും ഉണ്ട്. സസ്യലോകത്തും ഞാൻ പ്രസിദ്ധനാണ്. അവരുടെ ക്ലോറോഫിൽ എന്ന വർണരാജന്റെ ഒരു പ്രധാനഘടകമാണ് ഞാൻ.

മഗ്നീഷ്യം ക്ലോറൈഡും, പൊട്ടാസ്യം ക്ലോറൈഡും ജലവും ചേർന്ന 'കാർനലൈറ്റ്' എന്നു വിളിക്കുന്ന ഒരു വമ്പൻ കൂട്ടുകക്ഷിയെ വൈദ്യുതവിശ്ലേഷണം ചെയ്താണ് എന്നെ നിർമിക്കുന്നത്.

എന്റെ ബയോഡേറ്റ പറഞ്ഞതിനു ശേഷം ആത്മകഥ തുടരാം.

| മഗ്നീഷ്യം ബയോഡേറ്റ | |
|---|---|
| A | B |
| പേര് | മഗ്നീഷ്യം (Magnesium) |
| പ്രതീകം (Symbol) | Mg |
| മൂലകപദാർഥം | ലോഹം (Metal) |
| അറ്റോമിക സംഖ്യ (Atomic No) | 12 |

| | |
|---|---|
| ഇലക്ട്രോൺ വിന്യാസം | 2,8,2 |
| അറ്റോമികഭാരം (Atomic Wt) | 24.32 |
| ഭൗതികാവസ്ഥ (Physical State) | ഖരം (Solid) |
| ഗ്രൂപ്പ് | II A |
| പിരീഡ് | 3 |
| ദ്രവണാങ്കം (Melting Point) | 649°C |
| ക്വഥനാങ്കം (തിളനില) (Boiling Point) | 1105°C |
| സംയോജകത (Valency) | 2 |
| ഓക്സീകരണാവസ്ഥ (Oxidation State) | +2 |
| വിശിഷ്ടതാപം (Specific Heat) | 0.246 |
| ആപേക്ഷിക സാന്ദ്രത (Relative Density) | 1.74 |

വെള്ളിപോലെ വെളുപ്പാണ് എന്റെ നിറം. ജലാംശമില്ലാത്ത വായുവിൽ എന്റെ നിറം മങ്ങില്ല. എന്നാൽ ജലാംശമുണ്ടെങ്കിൽ ദേഹത്ത് എന്റെ ഓക്സൈഡ് ആവരണമുണ്ടാകും. അതിനാൽ നിറം മങ്ങും.

രാസഗുണങ്ങൾ നിരവധിയാണ്.

വായുവിൽ ഞാൻ അതീവശോഭയോടെ കത്തി എന്റെ ഓക്സൈഡും (MgO) നൈട്രൈഡും ($Mg_3N_2$) ഉണ്ടാകും.

എന്നെ കത്തിച്ചിട്ട് സൾഫർ ബാഷ്പത്തിലോ, നീരാവിയിലോ, കാർബൺ മോണോക്സൈഡിലോ, കാർബൺ ഡയോക്സൈഡിലോ, സർഫർ ഡയോക്സൈഡിലോ, നൈട്രജൻ പെന്റോക്സൈഡിലോ നിങ്ങൾ ഇറക്കി നോക്കൂ. ഞാൻ തുടർന്നും കത്തിക്കൊണ്ടിരിക്കും.

എന്റെ പൗഡർരൂപത്തോട് അൽപ്പം പൊട്ടാസ്യം ക്ലോറേറ്റ് ചേർത്ത് കത്തിച്ചാൽ ഞങ്ങൾ സ്ഫോടനത്തോടെ കത്തി കണ്ണഞ്ചിക്കുന്ന വെള്ള ഫ്ളാഷ് ഉണ്ടാകും. ആ ഫ്ളാഷ് ലൈറ്റ്, ഫോട്ടോഗ്രാഫിയിൽ പ്രയോജനപ്പെടുത്തുന്നുണ്ട്.

ഞാൻ തണുത്ത ജലവുമായി സാവധാനത്തിലേ പ്രവർത്തിക്കൂ. എന്നാൽ തിളച്ചുകൊണ്ടിരിക്കുന്ന ജലവുമായി പ്രവർത്തിച്ച് എന്റെ ഹൈഡ്രോക്സൈഡിനെ ഉണ്ടാക്കും. ഹൈഡ്രജനെയും സ്വതന്ത്രമാക്കും.

നേർത്ത ആസിഡുകളുമായും പ്രവർത്തിച്ച് അവയിലുള്ള ഹൈഡ്രജനെ സ്വതന്ത്രമാക്കും.

വളരെ നേർത്ത നൈട്രിക്കാസിഡുമായി വളരെ വേഗം പ്രവർത്തിച്ചു ഹൈഡ്രജനെ സ്വതന്ത്രമാക്കാനും എനിക്കു കഴിയും. എന്റെ ഗ്രൂപ്പിലെ മറ്റു ലോഹങ്ങൾക്കൊന്നും ഈ കഴിവില്ല.

ആൽക്കലികളെ എനിക്ക് തീരെ ഇഷ്ടമല്ല.

ഞാൻ വളരെ വളരെ ഇലക്ട്രോപോസ്റ്റീവ് ആണെന്നറിയാമല്ലോ. അതിനാൽ പോസിറ്റിവിറ്റി കുറഞ്ഞലോഹങ്ങളെ അവയുടെ ലവണലായനികളിൽ നിന്നും നിഷ്ക്കാസിതരാക്കാൻ എനിക്കു കഴിയും. ഈ സമവാക്യം ശ്രദ്ധിക്കുക.

$$Mg + Pb(NO_3)_2 \longrightarrow Mg(NO_3)_2 + Pb$$

Pb ആരെന്നറിയാമോ? കറുത്തീയം ഇപ്പം പിടികിട്ടിയോ ഞാനെന്താണു ചെയ്തതെന്ന്? ഇനിയും എത്ര ഉദാഹരണങ്ങൾ വേണേലും പറയാം. നോക്കുക.

$$Mg + FeCl_2 \longrightarrow MgCl_2 + Fe$$

Fe ആരുടെ പ്രതീകമാണ്? ഇരുമ്പിന്റെ

എന്റെ ഉപയോഗങ്ങളിലേക്കു കടക്കട്ടെ.

സങ്കരസൃഷ്ടിക്കാണ് എന്നെ കൂടുതലായും നിങ്ങൾ ഉപയോഗിക്കുന്നത്. 'മാഗ്നേലിയം' എന്നൊരു പ്രശസ്ത സങ്കരനെ കേട്ടിട്ടുണ്ടോ? എന്റെ കൂടെ അലുമിനിയം ആണ് കൂട്ടുകക്ഷി. എയ്റോപ്ലേനുകളുടെ എഞ്ചിനുകളുണ്ടാക്കാൻ ഇദ്ദേഹത്തെ കൂട്ടിയേ തീരു.

കമ്പക്കെട്ടിനും ഫോട്ടോഗ്രാഫിക്കും ഞാൻ വേണം.

ഞാനും രസ(മെർക്കുറി)വുമായി ചേർന്ന് 'മഗ്നീഷ്യം അമാൽഗം' എന്ന പേരിൽ ഒരു പുതുജന്മമുണ്ട്. പുള്ളിക്ക് തണുത്ത വെള്ളത്തിൽ നിന്നുപോലും ഹൈഡ്രജനെ സ്വതന്ത്രമാക്കാൻ കഴിയും.

എന്റെ ജൈവികമായ പങ്ക് എന്താണെന്നറിയണ്ടേ?

ജന്തുകോശങ്ങളിൽ എന്റെ അയോണു($Mg^{2+}$)കളുടെ സാന്നിധ്യം ഗണനീയമാണ് എന്റെ അയോണുകൾ ജന്തുകോശങ്ങളിലെ ATP യുമായിച്ചേർന്ന് എൻസൈമുകൾ (രസാഗ്നികൾ) ഉണ്ടാകും. ഇവയെല്ലാം ഊർജദായകരാണ്. ചെടികളിലെ ക്ലോറോഫില്ലിന്റെ കാര്യവും മറക്കണ്ട.

ഇനിയും എന്റെ സഹയാത്രികരെ പരിചയപ്പെടുത്താം. അവരുടെ ഉപയോഗങ്ങളും പറയാം.

മഗ്നീഷ്യം ഓക്സൈഡ് (MgO) അഥവാ മഗ്നീഷ്യ ഉന്നതചൂടിനെ സഹിക്കാൻ കെൽപ്പുള്ളതുകൊണ്ട് ഫർണസുക(ചൂളകൾ)ളുടെ ഉൾഭാഗം പൊതിയാൻ ഉപയോഗിക്കുന്നു.

എന്റെ ഒരു പ്രധാനപ്പെട്ട യൗഗികമാണ് മഗ്നീഷ്യം ക്ലോറൈഡ് ($MgCl_2$). ഇവന് ഒരു ദോഷമുണ്ട്. വായുവിൽ ഇവൻ അലിഞ്ഞു തുടങ്ങും. ഐറ്റി യുഗത്തിലെ നിങ്ങൾക്ക് കല്ലുപ്പ് എന്താണെന്നറിയാമോ? സാധാ സോഡിയം ക്ലോറൈഡ് (NaCl). ഈ മഹാനെ സമുദ്രത്തിൽ നിന്നുമാണല്ലോ എടുക്കുന്നത്. അവന്റെ കൂടെ എന്റെ ക്ലോറൈഡും കൂടും. അതുകൊണ്ടാണ് സാധാ ഉപ്പ് അലിയുന്നതായി കാണുന്നത്. ഇത

വന്റെ ദോഷമല്ല കേട്ടോ. അതിനു പരിഹാരമായിട്ടാണ് ഇപ്പോൾ നിങ്ങൾ സ്പ്രിങ്കിൾ സോൾട്ട് ഉണ്ടാക്കിയിരിക്കുന്നത്. അതിൽ എന്റെ ക്ലോറൈഡിനെ നീക്കം ചെയ്ത് അയൊഡിനെ കുടിയിരുത്തിയിട്ടുണ്ടെന്നാണ് കമ്പനികൾ അവകാശപ്പെടുന്നത്. ഇവനുപേരിട്ടിരിക്കുന്നത് അയൊഡൈസ്ഡ് സോൾട്ട്. എന്റെ ജൈവിക പങ്ക് എന്താണെന്നു ഞാൻ നേരത്തെ പറഞ്ഞല്ലോ. അയൊഡിൽ എന്ന അലോഹം നിങ്ങളുടെ തൈറോയിഡ് ഗ്രന്ഥിയുടെ സുഗമമായ നടത്തിപ്പിന് ആവശ്യമാണ്. അയാൾ നിങ്ങളുടെ ഭക്ഷണങ്ങളിൽ സ്വാഭാവികമായി അടങ്ങിയിട്ടുണ്ട്. കറിയുപ്പിൽ തന്നെ അവനെ ചേർത്തുകൊള്ളണമെന്നില്ല. കമ്പനികളുടെ ഒരു സൂത്രം!

നിങ്ങൾക്ക് സുപരിചിതമായ മറ്റൊരു കൂട്ടുകക്ഷിയുണ്ട്. എപ്സം സോൾട്ട് എന്ന് നിങ്ങൾ വിളിക്കുന്ന മഗ്നീഷ്യം സൾഫേറ്റ്. ഒരു വിരേചന ഔഷധമായി നിങ്ങൾ ഉപയോഗിക്കാറുണ്ട്.

എന്റെ മറ്റൊരു സിൻഡിക്കേറ്റാണ് മഗ്നീഷ്യം കാർബണേറ്റ്. മഗ്നീഷ്യ ആൽബ നിർമാണത്തിനും മറ്റ് ഔഷധക്കൂട്ടങ്ങളിലും ഇയാൾ ഭാഗഭാക്കാകാറുണ്ട്. കൂടാതെ ടൂത്ത്പേസ്റ്റുകൾ, സിൽവർ പോളീഷുകൾ തുടങ്ങിയവയ്ക്ക് ഇവനെ പ്രയോജനപ്പെടുത്തുന്നു.

മഗ്നീഷ്യം ഹൈഡ്രോക്സൈഡ്, മഗ്നീഷ്യം പെർ ക്ലോറേറ്റ്, മഗ്നീഷ്യം ബ്രോമൈഡ്, മഗ്നീഷ്യം അയൊഡൈഡ്, മഗ്നീഷ്യം സൾഫൈഡ്, മഗ്നീഷ്യം ഫോസ്ഫേറ്റ് ഇങ്ങനെ എത്ര എത്രയൗഗികങ്ങളാണ് എന്റേതായിട്ടുള്ളത്?

കൂടിയാൽ അമൃതും വിഷമാണല്ലോ. അതുകൊണ്ട് എന്റെ ആത്മകഥ ഇവിടെ നിർത്തട്ടെ

സസ്നേഹം,
നിങ്ങളുടെ എല്ലാമായ മഗ്നീഷ്യം

# 9

# കാൽസ്യം - Calcium (Ca)

**ആ**ത്മകഥ സത്യസന്ധമായിരിക്കണം. സത്യസന്ധമായി പറഞ്ഞാലും ആത്മപ്രശംസയാണെന്നു ചിലരെങ്കിലും പറയും. ആരെന്തു ധരിച്ചാലും വേണ്ടില്ല.

മണ്ണിലും, സസ്യങ്ങളിലും, ജന്തുക്കളിലും, അവരുടെ എല്ലുകളിലും, മുട്ടത്തോടു തൊട്ടു പലതരം കടൽജീവികളുടെ ഷെല്ലുകളിലും എന്റെ സാന്നിധ്യമുണ്ട്. സ്വതന്ത്രമായി എനിക്കും പ്രകൃതിയിൽ ആസ്തിത്വമില്ല. കാരണം അലോഹവിദ്വാന്മാർ സമ്മതിക്കുകയില്ല. അതുകൊണ്ടാണ് സംയുക്താവസ്ഥയിൽമാത്രം ജീവിക്കാൻ വിധിക്കപ്പെട്ടിരിക്കുന്നത്. വിദ്യുത്ശക്തി തന്നെയാണ് എന്റേയും വിമോചകൻ. ഇതുവരെയും ഞാൻ പേരു പറഞ്ഞില്ല. എന്റെ പേര് കാൽസ്യം. ബെറിലിയം അവന്റെ ആത്മകഥയിൽ ഞങ്ങളുടെയെല്ലാം കുടുംബപുരാണം പറഞ്ഞിട്ടുണ്ടല്ലോ. അതുകൊണ്ട് ആവർത്തനവിരസത ഒഴിവാക്കുന്നു.

ഭൂവൽക്കത്തിൽ എന്റെ സാന്നിധ്യം വളരെകൂടുതലാണ്. 46.6% കണ്ടോ എന്റെ ഭാഗ്യം. നിങ്ങൾക്ക് അഭിമതനായിരിക്കുന്നത് ലഭ്യതയിൽ ഞാൻ അഞ്ചാം സ്ഥാനക്കാരനായതുകൊണ്ടാണ്.

എന്റെ പ്രധാന അയിരായ കാൽസ്യം ക്ലോറൈഡിൽനിന്നും വൈദ്യുത വിശ്ലേഷണം മൂലമാണ് എന്നെ നിർമിക്കുന്നത്

| കാൽസ്യം ബയോഡേറ്റ | |
|---|---|
| A | B |
| പേര് | കാൽസ്യം (Calcium) |
| പ്രതീകം (Symbol) | Ca |

| | |
|---|---|
| മൂലകപദാർഥം | ലോഹം (Metal) |
| പേര് | കാത്സ്യം |
| അറ്റോമിക സംഖ്യ (Atomic No) | 20 |
| ഇലക്ട്രോൺ വിന്യാസം | 2,8,8,2 |
| അറ്റോമികഭാരം (Atomic Wt) | 40.08 |
| ഭൗതികാവസ്ഥ (Physical State) | ഖരം (Solid) |
| ഗ്രൂപ്പ് | IIA |
| പിരീഡ് | 4 |
| ദ്രവണാങ്കം (Melting Point) | 810$^{O}$C |
| ക്വഥനാങ്കം (തിളനില) (Boiling Point) | 1430$^{O}$C |
| സംയോജകത (Valency) | 2 |
| ഓക്സീകരണാവസ്ഥ (Oxidation State) | +2 |
| വിശിഷ്ടതാപം (Specific Heat) | 0.149 |
| ആപേക്ഷിക സാന്ദ്രത (Relative Density) | 1.55 |

എല്ലാം ബയോഡേറ്റയിൽ പറയാൻ പറ്റില്ല. എന്റെ മറ്റു ചില ഭൗതികഗുണങ്ങൾ കേട്ടാലും.

സ്വതന്ത്രാവസ്ഥയിൽ മാറിക്കഴിഞ്ഞാൽ എനിക്ക് വെള്ളിപോലെ തിളങ്ങുന്ന നിറമാണ്. ഈ ഓക്സിജൻ ഒരു മഹാശല്യക്കാരനാ. അവന് എന്റെ കൂടെയും കൂട്ടു ചേരാൻ വലിയ ഉത്സാഹമാണ്. അങ്ങനെ കൂട്ടിച്ചേരുമ്പോഴാണ് എന്റെ നിറം മങ്ങുന്നത്. എപ്പോഴും ശൂന്യതയിൽത്തന്നെ ഇരിക്കാൻ നമുക്കു പറ്റുമോ?

എനിക്ക് വളരെ ഭാരക്കുറവാണ്. ബയോഡേറ്റ കണ്ടല്ലോ. മിക്കവാറും ലോഹങ്ങൾക്കും ഇല്ലാത്ത ഒരുഗുണം എനിക്കുണ്ട്. ശൂന്യത്തിൽ 800$^{O}$Cൽ ഞാൻ ഉൽപതിക്കും (Sublime) ഉത്പതനം നിങ്ങൾക്കറിയാമല്ലോ. എന്നാലും ഒരുപ്രാവശ്യം ഞാനും കൂടി പറഞ്ഞുതരാം. ഖരാവസ്ഥയിലുള്ള വസ്തു ദ്രാവകാവസ്ഥ പ്രാപിക്കാതെ നേരിട്ട് വാതകമായിത്തീരുന്ന പ്രതിഭാസമാണ് ഉത്പതനം (Sublimation). ദാ ചുരുക്കം ചില പദാർഥങ്ങൾക്കും അയൊഡിനെന്ന അലോഹത്തിന്നും ഈ പ്രത്യേകതയുണ്ട്. പദാർഥങ്ങളുടെ പേര് പറയാം. കർപ്പൂരം, പാറ്റാഗുളിക, നവസാരം–മറക്കണ്ട.

ഇനിയും രാസഗുണങ്ങളിലേക്കു കടക്കട്ടെ.

ചൂടാകുമ്പോൾ ഞാൻ കത്തും. വായുവിലെ ഓക്സിജനുമായി ഞാൻ ചേർന്ന് കാത്സ്യം ഓക്സൈഡുണ്ടാക്കും. അതേസമയം തന്നെ, വളരെ നിഷ്ക്രിയനായ നൈട്രജനുമായിച്ചേർന്ന് കാത്സ്യം നൈട്രേഡും ഉണ്ടാക്കും.

ഓക്സിജനെ കൂടാതെ ഹൈഡ്രജൻ, സൾഫർ, കാർബൺ, ഹാലൊജനുകൾ, ഫോസ്ഫറസ് തുടങ്ങിയ അലോഹസഹോദരന്മാരും എന്നോടു ചേരുന്നതിന് തത്പരരാണ്.

തണുത്ത ജലത്തെപ്പോലും വിഘടിപ്പിച്ച് അതിലുള്ള ഹൈഡ്രജനെ സ്വതന്ത്രമാക്കാൻ എനിക്കു കഴിയും.

അതുപോലെ ആസിഡുകളിലുള്ള ഹൈഡ്രജനെയും ഞാൻ സ്വതന്ത്രമാക്കും.

എന്നെക്കൊണ്ട് ധാരാളം ഉപയോഗങ്ങൾ നിങ്ങൾക്കുണ്ട്. നിങ്ങളിൽ ചിലരെങ്കിലും കാൽസ്യം സാൻഡോസ് എന്ന ഗുളിക കഴിച്ചുകാണും എന്താ കാരണം?

മറ്റു ലോഹങ്ങളുടെ നിർമാണസമയത്ത് അവയോടു കലർന്നിരിക്കുന്ന നൈട്രജൻ, ഓക്സിജൻ, സൾഫർ തുടങ്ങിയവയുടെ അവസാന കണികവരെയും നീക്കം ചെയ്യാൻ ഞാൻ വേണം.

തോറിയം, ബെറിലിയം, ക്രോമിയം തുടങ്ങിയവയുടെ ഓക്സൈഡുകളുടെ റെഡ്യൂസിങ് ഏജന്റായിട്ടും എന്നെ ഉപയോഗിക്കുന്നു.

ഒരു നിർജലീകാരകം (Dehydrating Agent) ആയും ഉപയോഗിക്കുന്നു. ഉദാ: ആൽക്കഹോളിൽ നിന്നും ജലം നീക്കം ചെയ്യുന്നതിന്.

വളരെയധികം യൗഗികങ്ങളുള്ള ഒരു ലോഹമാണു ഞാൻ. കുറച്ചു പേരുടെ പേരും ഉപയോഗങ്ങളും മാത്രം പറയാം.

എന്റെ സാന്നിധ്യമുള്ള ഗ്രൂപ്പുകളിൽ ഏറ്റവും സുലഭമായി പ്രകൃതിതിയിൽ കാണുന്നതും ഉപയോഗിക്കപ്പെടുന്നതുമായ സംയുക്തമാണ് ചുണ്ണാമ്പുകല്ല്. മാർബിൾ, ചോക്ക് ഷെല്ലുകൾ (ലൈംസ്റ്റോൺ) ഇവയെല്ലാം ചുണ്ണാമ്പുകല്ലിന്റെ പലരൂപങ്ങളാണ്. ഇവരെല്ലാം ചുണ്ണാമ്പുകല്ലിന്റെ പലരൂപങ്ങളാണ്. ഇവരെയെല്ലാം രാസവിദ്വാന്മാർ വിളിക്കുന്നത് കാൽസ്യം കാർബണേറ്റ് ($CaCO_3$) എന്നാണ്. എന്നെക്കൂടാതെ ഈ കൂട്ടുകെട്ടിൽ കാർബണും ഓക്സിജനുമാണ് പങ്കാളികൾ.

കെട്ടിടനിർമാണത്തിന് നിങ്ങൾക്ക് മണിമന്ദിരങ്ങൾ പണിയാനുള്ള സിമന്റ് നിർമിക്കണമെങ്കിൽ ഇവൻ വേണം. ലൈംസ്റ്റോണെന്ന ഇവന്റെ കൂടെ കളിമണ്ണും വേണം. ഇവർ രണ്ടുപേരാണ് സിമന്റ് നിർമാണത്തിന് ആവശ്യമായ അസംസ്കൃതവസ്തുക്കൾ.

മാർബിൾ എന്നു കേൾക്കുമ്പോൾ എല്ലാവരുടേയും കണ്ണിനൊരു തിളക്കമാണ്. കാര്യമെന്താ പല വർണങ്ങളിൽ ഇവനെ കിട്ടും. വെള്ള, പിങ്ക്, ഗ്രേ, കറുപ്പ്, ഒന്നിൽ കൂടുതൽ നിറങ്ങൾ കലർന്നിട്ടുള്ള സുന്ദരിപ്പച്ച, മങ്ങിയ പച്ച, ഇരുണ്ട പച്ച, മഞ്ഞകലർന്ന പച്ച ഇങ്ങനെ എത്ര എത്ര നിറങ്ങൾ.

കാൽസ്യം ഓക്സൈഡ് (CaO) എന്ന നീറ്റുകക്കയെപ്പറ്റി കേൾക്കാത്തവരുണ്ടോ. ലൈം പ്ലാസ്റ്റർ, മോർട്ടാർ ഇവയൊക്കെ കുറച്ചുകാലം മുൻപു വരെ ഉപയോഗിച്ചിരുന്നു. ഇപ്പോൾ എല്ലാം പെയിന്റുകളായില്ലേ? പെയിന്റുകൾ വേഷം മാറിയ ഞാനടങ്ങുന്ന സംയുക്തങ്ങൾ തന്നെയാണ്.

കാൽസ്യം സൾഫേറ്റ് ($CaSO_4.2H_2O$) എന്ന ജിപ്സം. എത്ര മനോഹരമാണ് ഈ പേര്! ഇതിൽ ഞാനും സൾഫറും ഓക്സിജനും രണ്ടു തന്മാത്ര ജലവും ഉണ്ട്.

ജിപ്സത്തെ ചൂടാക്കി പകുതി ജലം കളഞ്ഞുകിട്ടുന്നതാണ് പ്ലാസ്റ്റർ ഓഫ് പാരിസ്. ഇതുണ്ടാക്കിയത് ആദ്യമായി പാരിസിലാണ്. ഇതിലും ഞാനുണ്ട്. ($CaSO_4.1/2H_2O$) എന്റെ ഈ ഗ്രൂപ്പില്ലാത്ത ആശുപത്രിയുണ്ടോ?

ഏറ്റവും ശക്തിമാനായ മറ്റൊരു ഗ്രൂപ്പാണു കാൽസ്യം ഫോസ്ഫേറ്റ് $Ca_3(PO_4)_2$ ഇതിൽ ഞാൻ, ഫോസ്ഫറസ്, ഓക്സിജൻ. നിങ്ങളുടെയൊക്കെ എല്ലിന്റെയും പല്ലിന്റെയും ബലത്തിനും ഉറപ്പിനും ആരാണ് കാരണക്കാരൻ? ഞാനില്ലായിരുന്നെങ്കിൽ തളർവാതം പിടിച്ച് എഴുന്നേറ്റു നടക്കാൻ വയ്യാതെ നിങ്ങളൊക്കെ ഇഴയുമായിരുന്നു. ഞാൻ നിങ്ങളെ കൊച്ചാക്കുകയല്ല. എന്നെയും എന്റെ കൂട്ടുകാരെയും മറക്കരുതെന്നു മാത്രം.

ബ്ലീച്ചിങ് പൗഡർ! ആരാണിവന്റെ പിന്നിൽ? എഴുതിയാലും എഴുതിയാലും തീരാത്തത്ര സംയുക്തങ്ങളും അവയ്ക്കെല്ലാം ഉപയോഗങ്ങളും ഉണ്ട്. ഇപ്പോൾ മനസിലായോ ഞാൻ ആത്മപ്രശംസയല്ല നടത്തുന്നതെന്ന്.

കുറച്ചുകാര്യങ്ങൾകൂടി പറയാതിരിക്കാൻ പറ്റുന്നില്ല.

കാൽസ്യം സയനമൈഡ് അഥവാ നൈട്രോളിൻ $CaCN_3$

ഈ കൂട്ടുകെട്ടിനെ നിങ്ങൾ വളമായിട്ട് ഉപയോഗിക്കുന്നു. ഇവൻ മണ്ണിൽ ചെന്നാൽ വിഘടിച്ച് യൂറിയയായിത്തീരും. ഈ യൂറിയ വീണ്ടും വിഘടിച്ച് നൈട്രേറ്റായി മാറും. അമോണിയാ വാതകം രക്ഷപ്പെടും. ഈ നൈട്രേറ്റാണ് ചെടികൾ വലിച്ചെടുക്കുന്നത്.

കാൽസ്യം ഫോസ്ഫേറ്റുകൾ-ഇവരെയും വളമായിട്ട് ഉപയോഗിക്കുന്നു.

കാൽസ്യം ഫ്ളൂറൈഡിനെ കേട്ടിട്ടില്ലേ? പിന്നെ കാൽസ്യം ക്ലോറൈഡ്, കാൽസ്യം കാർബൈഡ് (റ്റാറ്റായുടെയും ബിർലായുടെയും പ്രശസ്ത കമ്പനികൾ രണ്ടാം ലോകമഹായുദ്ധ സമയത്ത് സ്ഥാപിച്ച കാർബൈഡ് കമ്പനികളാണ്) കാൽസ്യം ക്ലോറൈഡ് കമ്പനികളും പ്രശസ്തമാണ്.

കാൽസ്യം ഗ്ലൂക്കൊണേറ്റ്, കാൽസ്യം ലാക്റ്റേറ്റ് ഇവരെല്ലാം വാണിജ്യപരമായി പ്രശസ്തരാണ്. ഇനിയുമുണ്ട് എഴുതാൻ.

എന്റെ സാന്നിധ്യം അറിയുന്നതിനുള്ള ജ്വാലാ പരീക്ഷണത്തിൽ ഇഷ്ടികച്ചുമപ്പുണ്ടെങ്കിൽ തീർച്ചയായും എന്റെ സാന്നിധ്യമുണ്ട്. എന്റെ ആത്മകഥ വളരെ ദീർഘിച്ചുപോയതിൽ എനിക്ക് കുണ്ഠിതമില്ല. ഞാനല്ലാതെ മറ്റാരുണ്ട് എന്നെക്കുറിച്ച് പറയാൻ

എന്നെന്നും നിങ്ങളുടെ സ്വന്തം കാൽസ്യം.

# 10

# സ്ട്രോൺഷ്യം - Strontium (Sr)

**സ്ട്രോ**ൺഷ്യം എന്നു പേരുള്ള ഞാൻ ആവർത്തനപ്പട്ടികയിൽ മുപ്പെത്തെട്ടാമനാണെങ്കിലും എന്നെ നിങ്ങൾക്കാർക്കും അത്ര പരിചയമില്ല. എനിക്കും സ്വതന്ത്രാവസ്ഥയില്ല. സെലസ്റ്റീൻ (Celestine $SrSO_4$) സ്ട്രോൺഷ്യാനൈറ്റ് (Strontianite $SrCO_3$) എന്നീ പേരുകളിലുള്ള യൗഗികങ്ങളിൽ മാത്രമേ പ്രകൃത്യാ എനിക്കു സാന്നിധ്യമുള്ളൂ. ഇന്ത്യയിൽ കുറഞ്ഞതോതിൽ സെലസ്റ്റീൻ ഉണ്ട്.

ഹംഫ്രി ഡേവി തന്നെയാണ് എന്റെയും പരിത്രാണകൻ അതായത് വീണ്ടെടുപ്പുകാരൻ. പിന്നീട് ബുൺസൺ ഗുഡ്‌വിൻ തുടങ്ങിയവരും സ്ട്രോൺഷ്യം ക്ലോറൈഡിനെ വൈദ്യുതവിശ്ലേഷണം ചെയ്ത് എന്നെ സ്വതന്ത്രനാക്കിയിട്ടുണ്ട്.

ഞാനും ഒരു മൂലകം, പ്രത്യേകിച്ച് ലോഹമായതുകൊണ്ട് എന്റെ ബയോഡേറ്റ കുറിക്കാനുള്ള അവകാശമുണ്ട്.

| സ്ട്രോൺഷ്യം ബയോഡേറ്റ | |
|---|---|
| A | B |
| പേര് | സ്ട്രോൺഷ്യം (Strontium) |
| പ്രതീകം (Symbol) | Sr |
| മൂലകപദാർഥം | ലോഹം (Metal) |
| അറ്റോമിക സംഖ്യ (Atomic No) | 38 |
| ഇലക്ട്രോൺ വിന്യാസം | 2,8,18,8,2 |
| അറ്റോമികഭാരം (Atomic Wt) | 87.63 |

| | |
|---|---|
| ഭൗതികാവസ്ഥ (Physical State) | ഖരം (Solid) |
| ഗ്രൂപ്പ് | II A |
| പിരീഡ് | 5 |
| ദ്രവണാങ്കം (Melting Point) | $771^{O}C$ |
| ക്വഥനാങ്കം (തിളനില) (Boiling Point) | $1630^{O}C$ |
| സംയോജകത (Valency) | 2 |
| ഓക്സീകരണാവസ്ഥ (Oxidation State) | +2 |
| വിശിഷ്ടതാപം (Specific Heat) | 0.0684 |
| ആപേക്ഷിക സാന്ദ്രത (RelativeDensity) | 2.54 |

ഞാൻ ലോഹമാണെങ്കിലും മൃദുവാണ്. നിറം വെള്ളിപോലെ വെളുപ്പ്. എന്നെ അടിച്ചു പരത്താനും കമ്പിയാക്കാനും കഴിയും.

രാസഗുണങ്ങളിൽ എനിക്ക് കാൽസ്യത്തോട് വളരെ സാദൃശ്യമുണ്ട്. അതൊക്കെ വിട്ടുകളയാം. അല്ലേ?

എന്റെ സംയുക്തങ്ങളിൽ ഏറ്റവും പ്രധാനപ്പെട്ടതാണ് 'സ്ട്രോൺഷ്യാ', എന്ന സ്ട്രോൺഷ്യം ഓക്സൈഡ് (SrO)

ഞാൻ പ്രശസ്തനല്ലെന്നാണല്ലോ എല്ലാവരുടേയും ധാരണ. പക്ഷേ എന്റെ സഹായമില്ലാതെ നിങ്ങൾക്കാർക്കും ഒരുതരി പഞ്ചസാര പോലും ലഭിക്കയില്ല. പഞ്ചസാര നിർമാണത്തിന് എന്റെ ഓക്സൈഡ് രൂപത്തിന്റെ സാന്നിധ്യത്തിൽ മാത്രമെ മൊളാസസിൽ നിന്നും പഞ്ചസാര വേർതിരിച്ചെടുക്കാനാവൂ. പഞ്ചസാര ലയിച്ചിരിക്കുന്ന ദ്രാവകപദാർഥമാണ് മൊളാസസ്. ഇപ്പോൾ മനസിലായോ ഈ ലോകത്തിൽ ആരും തന്നെ വേണ്ടാത്തവരല്ലെന്ന്.

മറ്റൊരു സംയുക്തമാണ് എന്റെ നൈട്രേറ്റ്. എന്റെ ഓക്സൈഡോ, ഹൈഡ്രോക്സൈഡോ, കാർബണേറ്റോ നേർപ്പിച്ച നൈട്രിക്കാസിഡിൽ ലയിപ്പിച്ചാണ് ഈ വിദ്വാനെ സൃഷ്ടിക്കുന്നത്; അല്ല നിർമിക്കുന്നത്. ഇവൻ ഭയങ്കരനാണ്. കരിമരുന്നു പ്രയോഗ (Pyrotechnics)ത്തിൽ ഇവനുണ്ടെങ്കിൽ ജ്വാല നല്ല അരുണാഭമായിരിക്കും. അമിട്ടിൽ ചെമന്ന തീപ്പൊരികളുണ്ടാക്കുവാനും രാത്രികാലങ്ങളിൽ ചെവന്ന അടയാളവെളിച്ചങ്ങളുണ്ടാക്കുവാനുമുള്ള ഘടകവസ്തുവായും ഇവനെ ഉപയോഗിക്കും.

പ്രകൃത്യാലുള്ള സെലസ്റ്റീനിനെയും സ്ട്രോൺഷ്യാനൈട്രേറ്റിനെയും കൃത്രിമമായും ഉണ്ടാക്കുന്നുണ്ട്. ഇവരിൽ നിന്നും എന്റെ മറ്റുജന്യ പദാർഥങ്ങൾ ഉണ്ടാക്കാം.

നിർത്തട്ടെ

അപ്രശസ്തനായ സ്ട്രോൺഷ്യം

# 11

# ബേറിയം - Barium (Ba)

**ബേ**റിയം എന്നു പേരുള്ള ഞാനും സ്വതന്ത്രാവസ്ഥയിൽ സ്ഥിതി ചെയ്യുന്നില്ല. കാരണം എന്റെ ക്രിയാശീലതയും അലോഹങ്ങളുടെ തള്ളിക്കയറ്റവും. അതിനാൽത്തന്നെ ഒരുപക്ഷേ നിങ്ങളെന്നെ കണ്ടിട്ടുണ്ടാവില്ല. സ്വർണം, വെള്ളി, ചെമ്പ്, ഇരുമ്പ് ഇവരുടെയൊന്നും പാരമ്പര്യം ഞാൻ അവകാശപ്പെടുന്നില്ല. വൈദ്യുതി കണ്ടുപിടിക്കപ്പെട്ടശേഷം മാത്രമാണ് എന്നെപ്പോലുള്ള ലോഹങ്ങൾ നിങ്ങൾക്ക് പരിചിതമായത്. എങ്കിലും ഈ ഗ്രഹത്തിന്റെ നിലനിൽപ്പിന് ഞാനും എന്റെ സംയുക്തങ്ങളും ഞങ്ങളുടേതായ സംഭാവന നൽകിയിട്ടുണ്ട്.

ഭൂമിയുടെ പുറന്തോടിൽ ഒരു ദശലക്ഷത്തിൽ വെറും .39 ഭാഗം മാത്രമാണ് എന്റെ സാന്നിധ്യം. ലഭ്യതയിൽ പതിനാലാം സ്ഥാനക്കാരനും. എങ്കിലും ഒരു പരിധിവരെ ഞാൻ പ്രശസ്തനാണ്.

ഭൂമിയിൽ എന്റെ സാന്നിധ്യം ബറൈറ്റ്സ് ($BaSO_4$) വിറൈറ്റ് $BaCO_3$ എന്നീ രൂപങ്ങളിലാണ്.

1908ൽ ഹംഫ്രീ ഡേവിയുടെ രീതി അനുസരിച്ച് ബേറിയം ക്ലോറൈഡ് ($BaCl_2$) വൈദ്യുതവിശ്ലേഷണം ചെയ്താണ് ആദ്യമായി എന്നെ നിർമിച്ചത്.

എന്നെ സ്വതന്ത്രമായി വിട്ടാൽ ഞാൻ ഓക്സിജനുമായി ചേർന്ന് തീ ഉണ്ടാക്കും. ഇക്കാരണത്താൽത്തന്നെയാണ് എന്നെ സ്വതന്ത്രാവസ്ഥയിൽ കാണാത്തത്.

എന്നെ ഏറ്റവും കൂടുതൽ ഉൽപ്പാദിപ്പിക്കുന്ന രാജ്യം ചൈനയാണ്. രണ്ടാം സ്ഥാനം പഴയ സോവിയറ്റ് യൂണിയനാണ്. പിന്നെ മെക്സിക്കോ, ടർക്കി, യു എസ് എന്നിവയാണ്. ഇങ്ങനെയൊക്കെയാണെങ്കിലും ഭൂമിയിൽ ഞാനെല്ലായിടത്തുമുണ്ട്.

| ബേറിയം ബയോഡേറ്റ | |
|---|---|
| A | B |
| പേര് | ബേറിയം (Barium) |
| പ്രതീകം (Symbol) | Ba |
| മൂലകപദാർഥം | ലോഹം (Metal) |
| അറ്റോമിക സംഖ്യ (Atomic No) | 56 |
| ഇലക്ട്രോൺ വിന്യാസം | 2,8,18,18,8,2 |
| അറ്റോമികഭാരം (Atomic Wt) | 137.37 |
| ഭൗതികാവസ്ഥ (Physical State) | ഖരം (Solid) |
| ഗ്രൂപ്പ് | IIA |
| പിരീഡ് | 6 |
| ദ്രവണാങ്കം (Melting Point) | $727^{0}C$ |
| ക്വഥനാങ്കം (തിളനില) (Boiling Point) | $1850^{0}C$ |
| സംയോജകത (Valency) | 2 |
| ഓക്സീകരണാവസ്ഥ (Oxidation State) | +2 |
| വിശിഷ്ടതാപം (Specific Heat) | 0.068 |
| അപേക്ഷിക സാന്ദ്രത (Relative Density) | 3.75 |

എന്റെ നിറം വെള്ളിപോലെ വെളുപ്പാണ് അടിച്ചുപരത്താൻ കഴിയും.

മിക്കവാറും രാസഗുണങ്ങളിൽ കാൽസ്യവും സ്ട്രോൺഷ്യവുമായി എനിക്ക് വളരെ സാമ്യമുണ്ട്. നേരത്തെ പറഞ്ഞതുപോലെ ഞാൻ പൊടി രൂപത്തിലായാൽ വായുവിൽ തനിയെ കത്തി എന്റെ ഓക്സൈഡായ ബറൈറ്റ (BaO) ഉണ്ടാകും.

ൃഞാൻ വെള്ളവുമായി പ്രവർത്തിച്ച് ഹൈഡ്രജനെ സ്വതന്ത്രമാക്കുന്നതോടൊപ്പം ബേറിയം ഹൈഡ്രോക്സൈഡായി $Ba(OH)_2$ മാറുകയും ചെയ്യും.

ഞാനുണ്ടാക്കുന്ന സംയുക്തങ്ങളിൽ ഏറ്റവും പ്രധാനപ്പെട്ടത് ബേറിയം സൾഫേറ്റ് $BaSO_4$ ആണ്. ഇയാൾക്ക് ബറൈറ്റസ് എന്നും പേരുണ്ട്. ഇവൻ ഒരു തമിഴ്നാട്ടുകാരനാണെന്നു പറയാം. കോട്ടപ്പള്ളി, കടപ്പാ

എന്നിവിടങ്ങളിലും ഉത്തരേന്ത്യയിലും ഇവന്റെ വൻനിക്ഷേപങ്ങളുണ്ട്.

കോൾടാർ ചായങ്ങൾ, ഇനാമൽ പെയിന്റുകൾ തുടങ്ങിയവയുണ്ടാക്കുന്നതിനും ഇയാളെ ഉപയോഗിക്കുന്നു. കൂടാതെ തുകൽ നിർമാണം, റബർ, പോട്ടറി (മൺപാത്രനിർമാണം) കരിമരുന്നുപ്രയോഗം തുടങ്ങിയവയിൽ ഏറ്റവും വലിയ സ്ഥാനമാണുള്ളത്.

നല്ല നേർമ്മയായി പൊടിച്ച ബേറിയം സൾഫേറ്റ് 'ബ്ലാങ്ക് ഫിക്സെ' (Blank Fixe) എന്ന വർണവസ്തു നിർമിക്കാനാവശ്യമാണ്. ലിത്തോപോൺ എന്ന വർണവസ്തുവും ഇവന്റെ സംഭാവനയാണ്. ലിതോപോൺ, വൈറ്റ് ലെഡിനു പകരമായും ഉപയോഗിക്കുന്നു.

'ബേറിയം എനിമ' എന്നു കേട്ടിട്ടുണ്ടോ? അതിനുവേണ്ടതും എന്റെ ഈ ബേറിയം സൾഫേറ്റാണ്. ഇങ്ങനെ എണ്ണിയാൽ തീരാത്തത്ര ഉപയോഗങ്ങൾ എന്റെ ചാർച്ചക്കാർക്കുണ്ട്.

ബേറിയം നൈട്രേറ്റ് കരിമരുന്നിലും, സിഗ്നലിങ്ങിലും ഗ്രീൻ ഫയർ ഉണ്ടാക്കുന്നതിനും ഉപയോഗിക്കുന്നും ബേറിയം ഓക്സൈഡ് നല്ലൊരു ശോഷകാരക(drying agent)മായും, ബ്രിൻസ് പ്രക്രിയ മൂലം ഓക്സിജൻ നിർമിക്കുന്നതിനും ഉപയോഗിക്കുന്നു.

ബേറിയം കാർബണേറ്റാണ് പല ലവണങ്ങളും നിർമിക്കാനുള്ള തുടക്കക്കാരൻ. വ്യവസായിക പ്രാധാന്യമുള്ള ഹൈഡ്രജൻ പെറോക്സൈഡെന്ന ബ്ലീച്ചിങ് ഏജന്റിനെ നിർമിക്കാനുള്ള ബേറിയം പെറോക്സൈഡിനെ ബേറിയം കാർബണേറ്റിൽ നിന്നുമാണ് ജനിപ്പിക്കുന്നത്.

എന്റെ ലവണങ്ങളുടെ ആധിക്യം നിങ്ങളെ നീരസപ്പെടുത്തിയില്ലെന്നു വിശ്വസിക്കട്ടെ.

സസ്നേഹം
നിങ്ങളുടെ ബേറിയം

# 12

# റേഡിയം - Radium (Ra)

റേഡിയം എന്നു പേരുള്ള ഞാൻ പ്രകൃതിയിൽ എല്ലായിടത്തും അൽപ്പമാത്രയായിട്ടാണ് സ്ഥിതി ചെയ്യുന്നത്. 'ബൊഹീമിയൻ പിച്ച് ബ്ലെൻഡ്' എന്ന ധാതുവിൽ നിന്നുമാണ് ആദ്യമായി ക്യൂറി ദമ്പതിമാർ 1898ൽ എന്നെ ലോകത്തിനു കാട്ടിക്കൊടുത്തത്. എന്നെ കണ്ടുപിടിക്കാൻ ക്യൂറി ദമ്പതിമാർ ചെലവഴിച്ച സഹനവർഷങ്ങളുടെ പരീക്ഷണഗവേഷണങ്ങൾ മറ്റൊരുത്തരും നടത്തിയിട്ടില്ലെന്നാണ് എനിക്കു തോന്നുന്നത്. യുറേനിയത്തിന്റെ അയിരായ പിച്ച്ബ്ലെൻഡിൽ നിന്നും അദ്ദേഹത്തെ വേർപെടുത്തിയശേഷം കിട്ടുന്ന അവശിഷ്ടത്തെ, ക്യൂറിമാരുടെ ശ്രദ്ധ പതിയുംമുൻപ് കളയുകയായിരുന്നു പതിവ്. എന്നാൽ ക്യൂറിമാരുടെ സൂക്ഷ്മദൃഷ്ടി അതിൽ ഞാനുണ്ടെന്ന് കണ്ടെത്തി. അവശിഷ്ടമായഒരു ടൺ പിച്ച്ബ്ലൻഡിൽ നിന്നും ഏകദേശം ഇരുപതുകിലോ പദാർഥം വേർതിരിച്ചു. ഈ പദാർഥത്തെ അനേകപ്രാവശ്യം നടത്തിയ പരലാക്കൽ പ്രക്രിയകൾക്കൊടുവിൽ അവർക്ക് കിട്ടിയത് 0.37 ഗ്രാം എന്നെയായിരുന്നു! എന്നെ കൂടാതെ 0.00004 ഗ്രാം പൊളോണിയവും, പിന്നെ അൽപ്പം ആക്റ്റീനിയവും. പൊളോണിയത്തിന് ആ പേരുവന്നത് മാഡംക്യൂറിയുടെ മാതൃരാജ്യ വാത്സല്യം കൊണ്ടായിരുന്നു. പോളണ്ട് ആ മഹതിയുടെ മാതൃരാജ്യവും.

ഞാൻ അതിപ്രശസ്തനെന്നും മറ്റും എല്ലാവരും പുകഴ്ത്തുന്നു. എന്റെ ദുർലഭത ആയിരിക്കാം ഒരു കാരണം. പിന്നെ എന്നെ കണ്ടുപിടിച്ച മഹതി രണ്ടുപ്രാവശ്യം നോബൽ സമ്മാനാർഹയായി എന്നുള്ളത്. മറ്റൊന്ന്, എനിക്ക് ആൽഫാ ബീറ്റാ, ഗാമാ എന്നീ ഊർജവികിരണങ്ങൾ ഉൽസർജിക്കാനുള്ള കഴിവ്, അതായത് റേഡിയോ ആക്റ്റീവത (Radio Activity) ഉണ്ടെന്നുള്ളത്. ഒരു കാര്യം ഞാനെപ്പോഴും ഓർക്കാറുണ്ട്-

വളരെ സാത്വികരായ എന്റെ സഹോദരങ്ങൾക്കിടയിൽ ഞാനെങ്ങനെ വന്നുപെട്ടു? ഓ അവർക്കും എനിക്കും ബാഹ്യതമഷെല്ലിൽ 2 ഇലക്ട്രോണുകളാണുള്ളതെന്ന കാര്യം ഞാൻ മറന്നു. ഇനിയും എന്റെ ബയോഡേറ്റയിലേക്കു കടക്കട്ടെ

| റേഡിയം ബയോഡേറ്റ | |
|---|---|
| A | B |
| പേര് | റേഡിയം (Radium) |
| പ്രതീകം (Symbol) | Ra |
| മൂലകപദാർഥം | ലോഹം (Metal) |
| അറ്റോമിക സംഖ്യ (Atomic No) | 88 |
| ഇലക്ട്രോൺ വിന്യാസം | 2,8,18,32,18,8,2 |
| അറ്റോമികഭാരം (Atomic Wt) | 226 |
| ഭൗതികാവസ്ഥ (Physical State) | ഖരം (Solid) |
| ഗ്രൂപ്പ് | IIA |
| പിരീഡ് | 7 |
| ദ്രവണാങ്കം (Melting Point) | $700^0$C |
| ക്വഥനാങ്കം (തിളനില) (Boiling Point) | $1850^0$C |
| സംയോജകത (Valency) | 2 |
| ഓക്സീകരണാവസ്ഥ (Oxidation State) | +2 |
| വിശിഷ്ടതാപം (Specific Heat) | 0.0225 |
| ആപേക്ഷിക സാന്ദ്രത (Relative Density) | 6.0 |

എന്നെ മാഡം ക്യൂറി തന്നെയാണ് റേഡിയം ക്ലോറൈഡിനെ വേദ്യുതവിശ്ലേഷണം ചെയ്ത് നിർമിച്ചത്.

ഞാൻ ഒരുവെളുത്ത ലോഹമാണ്.

എന്നെ വായുവിൽ ഇരിക്കാൻ സമ്മതിച്ചാൽ എന്റെ ശരീരത്തിൽ നൈട്രൈഡുണ്ടാക്കുന്നതിനാൽ കറുക്കും.

ഞാനും ജലവുമായി പ്രവർത്തിച്ച് എന്റെ ഹൈഡ്രോക്സൈഡുണ്ടാകും.

–250ഡിഗ്രി സെൽഷ്യസിനും 2000 ഡിഗ്രിസെൽഷ്യസിനുമിടയിൽ

എന്റെ ശരീരം ആൽഫാ, ബീറ്റാ, ഗാമാ, കിരണങ്ങളെ ഉത്സർജിച്ചുകൊണ്ടിരിക്കും. ഫോട്ടോഗ്രാഫിക് പ്ലേറ്റുകളിൽ ഈ വികിരണങ്ങൾക്ക് വ്യത്യാസങ്ങളുണ്ടാക്കാൻ കഴിയും. എന്റെ ലവണങ്ങൾ ജ്വാലയ്ക്ക് കാരമൈൻ നിറം നൽകും

കുറച്ചുകാലം മുൻപുവരെ ക്യാൻസർ (അർബുദം) എന്ന മഹാവ്യാധധിക്കുള്ള റേഡിയോ തെറാപ്പി (Radiam Therapy) ഏറ്റവും വിദഗ്ധവും ഫലപ്രദവുമായ ചികിത്സാരീതിയായിരുന്നു. ഇപ്പോൾ മറ്റു ചില ചികിത്സാരീതികൾ തുടങ്ങിയിട്ടുണ്ട്. ഉദാഹരണമാണ് $^{60}Co$ (Cobalt Sixty) യും X-ray ഉം. ഇക്കാര്യം ഞാൻ തന്നെ പറയുന്നതല്ലേ ശരി?

ഞാനുണ്ടാക്കുന്ന കുറച്ചു സംയുക്തങ്ങളെക്കൂടി പരിചയപ്പെടുത്തിയിട്ട് എന്റെ കഥ അവസാനിപ്പിക്കാം.

റേഡിയം ബ്രോമൈഡ് ($RaBr_2$,$2H_2O$)
റേഡിയം സൾഫേറ്റ് $Ra\ SO_4$
റേഡിയം കാർബണേറ്റ് $Ra\ CO_3$
റേഡിയം നൈട്രൈഡ് $Ra_3N_2$
റേഡിയം നൈട്രേറ്റ് $Ra\ (NO_3)_2$

ഞാനും ബേറിയവും ഞങ്ങളുടെ ഗുണങ്ങൾ ഒന്നാകയാൽ സംയുക്തങ്ങളും കൂട്ടുകെട്ടുകളും ഉണ്ടാക്കുന്നത് ഒരുപോലെയാണ്. ബേറിയത്തെപ്പോലെ എനിക്കും ഓക്സലൈറ്റ്, ഫോസ്ഫേറ്റ്, ഫെറോസയനൈഡ് പിന്നെ മറ്റനേകം കൂട്ടുകക്ഷികളും ഉണ്ടെന്നു പറയുന്നതിൽ സന്തോഷമുണ്ട്.

എന്റെ ശക്തിയെപ്പറ്റി അൽപ്പം കൂടി പറയട്ടെ. ചില പേനകളുടെ നിബ് ഘടികാരം ഇങ്ങനെ ഇരുട്ടത്തും പ്രകാശിക്കുന്ന പല ഉപകരണങ്ങളിലും എന്റെ വികിരണോർജം മാത്രം സന്നിവേശിപ്പിച്ചിരിക്കുന്നതുകൊണ്ടാണ് അങ്ങനെ സംഭവിക്കുന്നത്. 'നഞ്ചെന്തിന് നാന്നാഴി?' എന്ന ചൊല്ല് എന്റെ കാര്യത്തിൽ അന്വർഥമാണ്.

എന്നെ കണ്ടുപിടിച്ചതിനും പൊളോണിയം കണ്ടുപിടിച്ചതിനുമാണ് മാഡം ക്യൂറിക്ക് നോബൽ സമ്മാനം രണ്ടുപ്രാവശ്യം കിട്ടിയത്. പിയറി ക്യൂറിയും അതിനർഹനായിരുന്നെങ്കിലും ഒരു വാഹന അപകടം അദ്ദേഹത്തെ അതിനനുവദിച്ചില്ല.

ഇന്നും എന്റെ നെഞ്ച് ഉരുകുകയാണ്. കാരണം മാഡം ക്യൂറിയെ മരണത്തിലേക്ക് തള്ളിവിട്ടത് എന്റെ ഊർജരൂപങ്ങളായിരുന്നല്ലോ. എന്നോർത്ത് ഞ്ആ "ഗുണികളൂഴിയിൽ നീണ്ടുവാഴാ"

നിർത്തട്ടെ.

മാഡംക്യൂറിയുടെ മാനസപുത്രൻ റേഡിയം.

# 13

# അലുമിനിയം Aluminium (Al)

**എ**ന്റെ കുടുംബത്തിന്റെ ഒരു രേഖാ ചിത്രത്തോടുകൂടി ഞാൻ കഥ പറയാം.

എ ഉപഗ്രൂപ്പ്

Sc —— Y — La and rare earths

Group III B —— Al

Ga —— In — Tl

ബി ഉപഗ്രൂപ്പ്

രേഖാചിത്രം നിങ്ങൾക്കു മനസിലായിക്കാണും. മൂന്നാം ഗ്രൂപ്പിനും രണ്ടു ഉപഗ്രൂപ്പുകൾ എയും ബിയും. ഒന്നും രണ്ടും ഗ്രൂപ്പുകളിലെ എ ഉപഗ്രൂപ്പിലായിരുന്നു സാധാരണ ലോഹങ്ങളുടെ സ്ഥാനം. എന്നാൽ മൂന്നാം ഗ്രൂപ്പിൽ ബി ഉപഗ്രൂപ്പിലാണ് ഞങ്ങൾ സാധാരണ ലോഹങ്ങളെ വിന്യസിച്ചിരിക്കുന്നത്. ഞാനുൾപ്പെടുന്ന മൂന്നാം ഗ്രൂപ്പ് ഉപഗ്രൂപ്പ് ബിയുടെ പേര് 'ബോറോൺ കുടുംബ'മെന്നാണ് ആദ്യത്തെ അംഗമായ ബോറോൺ (B) സത്യം പറഞ്ഞാൽ ലോഹമല്ല. എങ്കിലും സാങ്കേതികമായ ചില കാരണങ്ങളാലും അയാളുടെ ബാഹ്യഷെല്ലിലും മൂന്നു ഇലക്ട്രോണുകൾ ഉള്ളതുകൊണ്ടുമാണ് ഈ മാന്യദേഹത്തിന് ഈ ഗ്രൂപ്പിൽ സ്ഥാനം കൊടുത്തിരിക്കുന്നത്. ബോറോൺ കഴിഞ്ഞാണ് എന്റെ സ്ഥാനം. എന്നെകൂടാതെ ബി ഉപഗ്രൂപ്പിൽ ഗാലിയം (Ga) ഇൻഡിയം (In) താലിയം (Tl) ഇങ്ങനെ ഞങ്ങൾ നാലുപേരാണ്. എ ഉപഗ്രൂപ്പിൽ സ്കാൻഡിയം (Sc) യിട്രിയം (Y) ലന്താനം (La) പിന്നെ റെയർ എർത്തുകളും (അപൂർവ മൂലകങ്ങൾ) അവർ ഞങ്ങൾക്കൊപ്പം ആത്മകഥ പറയാത്തതിന്റെ കാരണം അറിയാമല്ലോ.

എന്റെ കഥ നിങ്ങൾ തീർച്ചയായും കേൾക്കണം. കാരണം മുത്തശ്ശിക്കഥകളിൽപോലും ഞാനൊരു കഥാപാത്രമായിരുന്നില്ല. ലോകാരംഭം

മുതൽ ഞാൻ നിങ്ങളോടൊപ്പമുണ്ടായിരുന്നു. പക്ഷേ എന്നെ ആരും തിരിച്ചറിഞ്ഞിരുന്നില്ല. ത്രേതായുഗത്തിൽ ശ്രീരാമഭഗവാൻ അവതരിച്ചതുകൊണ്ട് അഹല്യക്ക് ശാപമോക്ഷം കിട്ടി. വോളർ (Wholer) എന്ന ശാസ്ത്രജ്ഞൻ എന്നെ കണ്ടെത്തിയതുകൊണ്ട് എനിക്കും അതിനുള്ള ഭാഗ്യം കിട്ടി. എനിക്ക് അദ്ദേഹത്തോട് നന്ദിയുണ്ട്. എങ്കിലും കൂടുതൽ ഞാൻ കടപ്പെട്ടിരിക്കുന്നത് ഫ്രഞ്ച് ശാസ്ത്രജ്ഞനായിരുന്ന ചാൾസ് മാർട്ടിൻ ഹാളിനോടും അമേരിക്കൻ ശാസ്ത്രജ്ഞനായിരുന്ന പോൾ ഹെറോൾട്ടിനോടുമാണ്.

അവരുടേത് ഒരു മഹായജ്ഞമായിരുന്നു. ഇന്നത്തെപോലെ യാത്രാസൗകര്യങ്ങളോ വാർത്താവിനിമയോപാധികളോ ഒന്നുമില്ലാതിരുന്ന കാലത്ത് കൃത്യമായിപ്പറഞ്ഞാൽ 1860കളിൽ ഒരു നിമിത്തമെന്നോണം ഭൂഗോളത്തിന്റെ രണ്ടുവൻകരകളിലുള്ള രണ്ടുപേർ ഒരേസമയം ഒരു ഉൾവിളി എന്നവണ്ണം എന്നെപ്പറ്റി മനസിലാക്കുകയും ഒരേതരം പരീക്ഷണ നിരീക്ഷണങ്ങൾ വഴി പുറംലോകത്തിന് ഞാനെന്ന അത്ഭുതശിശുവിനെ കാണിച്ചുകൊടുക്കുകയും ചെയ്തു. അങ്ങനെ അലുമിനിയം എന്ന ഞാൻ പിറന്നു. മനുഷ്യന്റെ ശാസ്ത്രപുരോഗതിയിൽ അനൽപ്പമായ പങ്കുവഹിച്ചുകൊണ്ട് ഞാൻ ജീവിക്കുന്നു.

എല്ലാത്തരം മണൽ ചേർന്ന പാറകളിലും (ഉദാ: ഫെൽസ്പാർ, ടോർമലിൻ) കളിമണ്ണിലും സ്ലേറ്റിലും കൂടാതെ ധാരാളം ധാതുക്കളിലും (ഉദാ: ബോക്സൈറ്റ്, കൊറണ്ടം) രത്നക്കല്ലുകളിലും (വജ്രമൊഴികെ - അവൻ കരിക്കുട്ടനാണ്) എന്റെ സാന്നിധ്യമുണ്ട്. കളിമണ്ണിലാണ് എന്റെ ഏറെ വാസവും. മൺപാത്രങ്ങളുടെ ഗുണങ്ങൾക്കടിസ്ഥാനം എന്റെ സാന്നിധ്യമാണ്.

ഭൂവൽക്കത്തിന്റെ ഭാരത്തിൽ എന്റേതു 83000 ആണ്. ലഭ്യതയിൽ മൂന്നാംസ്ഥാനവും. ഇങ്ങനെ ഭൂവൽക്കത്തിൽ ഒന്നാംസ്ഥാനത്തുള്ള ലോഹമെന്ന ഖ്യാതിയുള്ള എന്നെയാണ് നിങ്ങളറിയാതിരുന്നത്. എന്റെ ബയോഡേറ്റ എഴുതിയതിനുശേഷം ബാക്കി കഥപറയാം.

| അലുമിനിയം ബയോഡേറ്റ | |
|---|---|
| A | B |
| പേര് | അലുമിനിയം (Aluminium) |
| പ്രതീകം (Symbol) | Al |
| മൂലകപദാർഥം | ലോഹം (Metal) |
| അറ്റോമിക സംഖ്യ (Atomic No) | 13 |
| ഇലക്ട്രോൺ വിന്യാസം | 2,8,3 |
| അറ്റോമികഭാരം (Atomic Wt) | 26.982 |

| | |
|---|---|
| ഭൗതികാവസ്ഥ (Physical State) | ഖരം (Solid) |
| ഗ്രൂപ്പ് | III B |
| പിരീഡ് | 3 |
| ദ്രവണാങ്കം (Melting Point) | 660$^{O}$C |
| ക്വഥനാങ്കം (തിളനില) (Boiling Point) | 2467$^{O}$C |
| സംയോജകത (Valency) | 3 |
| ഓക്സീകരണാവസ്ഥ (Oxidation State) | +3 |
| വിശിഷ്ടതാപം (Specific Heat) | 0.219 |
| ആപേക്ഷിക സാന്ദ്രത (Relative Density) | 2.70 |

ഞാനുണ്ടായ സമയം എനിക്ക് വലിയ വിലയായിരുന്നു. രാജാക്കന്മാരുടേയും പ്രഭുക്കന്മാരുടേയും തീൻമേശകളിൽ സ്വർണപ്പാത്രങ്ങളെയും വെള്ളിപ്പാത്രങ്ങളെയും നിഷ്പ്രഭമാക്കിക്കൊണ്ട് ഞാൻ വിരാജിച്ചു. വിവാഹം, ബർത്ഡേ തുടങ്ങിയ വേളകളിൽ സമ്മാനമായി ആൾക്കാർ നൽകിയിരുന്നത് എന്നെയായിരുന്നു. എന്നുപറഞ്ഞാൽ ആത്മപ്രശംസയല്ല അടുക്കളപ്പാത്രങ്ങൾ മുതൽ വിമാനങ്ങളുടെ ചട്ടക്കൂടുകൾ ഉണ്ടാക്കുന്നതിനുവരെ ഞാനും ഞാൻ ചേർന്ന ലോഹസങ്കരങ്ങളും ഉപയോഗിക്കപ്പെടുന്നു. എന്നാലും ഇക്കാലത്തു ചില പുതുപ്പണക്കാർക്ക് എന്നോട് വലിയ അലർജിയാണ്, പുച്ഛമാണ്. അവരൊക്കെ എന്നെക്കൊണ്ട് ഉണ്ടാക്കിയ പാത്രങ്ങളും മറ്റും അടുക്കളയിൽ നിന്നും വലിച്ചെറിഞ്ഞില്ലേ? നൂറുകൂട്ടം കുറ്റങ്ങളാണവർ എനിക്കെതിരായി നിരത്തുന്നത് എങ്കിലും പാവപ്പെട്ടവന്റെ കണ്ണിലുണ്ണിയാണ് ഞാൻ ഇന്നും. നിങ്ങളുടെ തലച്ചോറിൽ എന്റെ ചില സംയുക്തങ്ങൾ പ്രവർത്തിച്ച് ചില രോഗങ്ങളുണ്ടാക്കുമെന്ന് അടുത്തകാലത്ത് പത്രങ്ങളിൽ വായിച്ചു. അടുക്കളപ്പാത്രങ്ങളിലുള്ള ഞാൻ പുളിപോലുള്ള പദാർഥങ്ങളുമായി പ്രവർത്തിച്ച് തലച്ചോറിന് ദോഷകരമായ വിഷങ്ങളുണ്ടാകുമെന്ന്. ഈ വാർത്ത വീട്ടമ്മമാർ തള്ളിക്കളയരുത്

നിങ്ങളണിയുന്ന മിക്കവാറും രത്നക്കല്ലുകളിൽ (സ്വാഭാവികമായതും കൃത്രിമമായതും) ഞാനുണ്ട്. സ്വർണത്തോടാണല്ലോ എല്ലാവർക്കും കമ്പം. ആ മഞ്ഞപ്പട്ടു പുതച്ചവനെ എന്തിനു കൊള്ളാം. നിശ്ചലപരബ്രഹ്മം പോലെ ഖജനാവിലിരിക്കാം. സ്ത്രീകൾക്കിടയിൽ ഹുങ്കു വളർത്താം. "കനകം മൂലം കാമിനിമൂലം കലഹം ബഹുവിധമുലകിൽ" എന്നാണല്ലോ ചൊല്ല്. പിന്നെ ചെമ്പ് എന്ന് വിളിക്കപ്പെടുന്ന ആ വമ്പൻ ഭൂമിയിൽ തീർന്നുകൊണ്ടിരിക്കുകയാണ്. നിങ്ങൾ കണ്ടുപിടിച്ച ആദ്യ

ലോഹമെന്ന ബഹുമതി അവനുണ്ട് കേട്ടോ. അവന്റെ സ്ഥാനമാണ് ഇന്നെനിക്ക്. പിന്നെ വെള്ളി എന്ന മഹാനുണ്ടല്ലോ. വെള്ളി വെള്ളിതന്നല്ലേ? എന്നപ്പോലെ കുടിലുതൊട്ട് കൊട്ടാരം വരെ എല്ലാവരെയും തുല്യരായി കണ്ട് ഞാൻ മാത്രമാണ് സഹവസിക്കുന്നത്.

ഞാനെന്തൊക്കെയോ പറഞ്ഞുപോയി മനസത്രയ്ക്ക് വിക്ഷുബ്ധമാണ്. കുറച്ചു ആളുകൾ മാത്രമല്ലെ എന്നെ പുച്ഛിക്കുന്നത്.

ബോക്സൈറ്റെന്ന ധാതുവാണ് ($Al_2O_3.2H_2O$) എന്റെ അയിര്. ബോക്സൈറ്റിൽ നിന്നും അതിലെ ജലാംശം മാറ്റി ശുദ്ധമാക്കിയ അലുമിന (അലുമിനിയം ഓക്സൈഡ് $Al_2O_3$)യാക്കി അതിനെ വൈദ്യുതവിശ്ലേഷണം ചെയ്താണ് എന്നെ വൻതോതിൽ നിർമിക്കുന്നത്. (Hall's പ്രക്രിയ)

എന്റെ ഭൗതികഗുണങ്ങൾ പറയട്ടെ. നീലകലർന്ന വെള്ളനിറമാണെനിക്ക്. ശോഭയേറിയ ലോഹദ്യുതിയുണ്ട്. പക്ഷേ നിങ്ങളുടെയെല്ലാം പ്രാണവായു എന്നു പറയുന്ന 'ഓക്സിജൻ ഉണ്ടല്ലോ. അവൻ എന്റെ ശരീരത്തിനുമേൽ പറ്റിക്കൂടും. അങ്ങനെ എന്റെ ശരീരത്തിനു പുറമെ മറ്റൊരു പുതിയ സന്തതി, അലുമിനിയം ഓക്സൈഡ് ഉണ്ടാകും. അവനെന്നെ ആകെയങ്ങു പൊതിഞ്ഞു കളയും. പിന്നെ എനിക്കു നല്ല ശക്തിയും ബലവുമാണ്. ഒരു കണക്കിന് എന്റെ വ്യക്തിത്വം അൽപ്പം മങ്ങുമെങ്കിലും ലോഹനാശനം എന്ന മഹാവിപത്തിൽനിന്നും സംരക്ഷിക്കുന്നത് ഈ പുറം കുപ്പായക്കാരനാണ്.

എന്നെ അടിച്ചുപരത്താനും കമ്പിയാക്കാനും കഴിയും. ഞാൻ നല്ല താപ–വൈദ്യുത വാഹിയാണ്.

എന്റെ രാസപ്രവർത്തനങ്ങൾ പറഞ്ഞാലും പറഞ്ഞാലും തീരില്ല.

എന്റെ മനസലിവു കാണണമെങ്കിൽ ഒരു പരീക്ഷണം ചെയ്തു നോക്കൂ. ലബോറട്ടറി സാധനങ്ങൾ വിൽക്കുന്ന കടയിൽ നിന്നും അൽപ്പം മെർക്കുറിയോ, മെർക്കുറിക്ക് ക്ലോറൈഡോ, മെർക്കുറിക് നൈട്രേറ്റോ വാങ്ങൂ. രസവും അതിന്റെ സംയുക്തങ്ങളും അപകടകാരികളാണ്. സൂക്ഷിച്ചു കൈകാര്യം ചെയ്യണം. എന്റെ ശരീരം ഒന്നു മിനുസപ്പെടുത്തിയിട്ട് മേൽപ്പറഞ്ഞതിലെതെങ്കിലും കൊണ്ട് എന്നെ ലേപനം ചെയ്യൂ. എന്നിട്ട് "പച്ച" വെള്ളത്തിൽ എന്നെ ഒന്നു കുളിപ്പിച്ചു നോക്കൂ. ആശ്ചര്യം! അല്ലേ ഞാനാ പച്ചവെള്ളത്തിലലിഞ്ഞുപോകുന്നതു കാണുമ്പോൾ നിങ്ങൾ സങ്കടപ്പെടേണ്ട. എന്റെ ഒരു സ്വഭാവമാണിത്. ഈ പരീക്ഷണത്തിന്റെ ഗുട്ടൻസ് നിങ്ങൾക്ക് മനസിലായോ? എന്റെ മീതെയുള്ള ഓക്സൈഡ് ആവരണം കളഞ്ഞാൽ ഞാൻ പച്ചവെള്ളവുമായിപ്പോലും പ്രവർത്തിച്ച് ഹൈഡ്രജനും എന്റെ ഹൈഡ്രോക്സൈഡും ഉണ്ടാകും. ഈ ഓക്സൈഡ് പുതപ്പാണ് എന്നെ നിങ്ങൾ അടുക്കളപ്പാത്രങ്ങളുമായി ഉപയോഗിക്കുന്നതിന് പ്രാപ്തരാക്കുന്നത്.

റെയിൽ പാളങ്ങളിൽ വിടവുണ്ടാക്കുക, പാലങ്ങളുടെ ഗാർഡറുകൾ തുരുമ്പെടുക്കുക. അപ്പോഴൊക്കെ നിങ്ങൾ ചെയ്യുന്നതെന്താണ്? എന്റെ

പൊടിയും ഇരുമ്പിന്റെ ഓക്സൈഡും കലർന്ന മിശ്രിതം വിടവിൽ വച്ച് കത്തിക്കുമ്പോൾ 2500ഡിഗ്രി സെൽഷ്യസിൽ അയൺ ഉരുകി വിള്ളലിലിറങ്ങി അതടയും. ഞാൻ അയണിന്റെ കൂടെയുണ്ടായിരുന്ന ഓക്സിജനെ തട്ടിയെടുക്കും. വേണമെങ്കിൽ ഈ പ്രവർത്തനത്തിന്റെ രാസസമീകരണം എഴുതാം.

$$Fe_2O_3 + 2Al \longrightarrow Al_2O_3 + 2\,Fe$$

ഞാൻ കൂട്ടുള്ള ലോഹസങ്കരങ്ങളുടെ പേരുമാത്രം പറയാം. എന്റെ കഥ നീണ്ടുപോകുന്നു. അലുമിനിയം ബ്രോൺസ്, മാഗ്നേലിയം, നിക്കലോയി, ഡ്യൂറാലുമിൻ തുടങ്ങിയവർ വളരെ പ്രസിദ്ധരാണ്.

എന്റെ പ്രധാനപ്പെട്ട ഒന്നുരണ്ടു കൂട്ടുകക്ഷികളെ പരിചയപ്പെടുത്താം.

ബോക്സൈറ്റിലും കൊറണ്ടത്തിലും എല്ലാം എന്റെ ഓക്സൈഡു രൂപമാണ്. പ്രകൃത്യാലുള്ള അലുമിനയാണ് കൊറണ്ടം. ഇവന് വജ്രത്തിന്റത്രയും കാഠിന്യമുണ്ട്. അലുമിനയുടെ തന്നെ, അത്ര ശുദ്ധമല്ലാത്ത രൂപമാണ് എമറി. കാഠിന്യം ഉള്ളതിനാൽ ഗ്രൈൻഡിങ്ങിനും പോളിഷിങ്ങിനും ഇയാളെ ഉപയോഗിക്കുന്നു. അലുമിനയുടെ കൂടെ സിലിക്കയും ബെറിലിയവും ചേർന്ന് ഉണ്ടാകുന്ന ചില രത്നക്കല്ലുകൾ നോക്കുക. കൂടെ പലതരം ലോഹഓക്സൈഡുകളും

| | | |
|---|---|---|
| അക്വാമറൈൻ | – | പച്ച, നീല കലർന്ന പച്ച |
| ഗാർനൈറ്റ് | – | വിവിധ നിറങ്ങളിലുണ്ട്. |
| റൂബി | – | കാരമൈൻ, നീല |
| റ്റോപാസ് | – | സ്റ്റ്രോമഞ്ഞ |
| ടോർമലിൻ | – | പിങ്ക് |
| ജേഡ് | – | വെള്ള, പച്ച |

കൃത്രിമ രത്നക്കല്ലുകളിലും എന്റെ അലുമിനാ തന്നെയാണ് മുഖ്യഘടകം. ഇനിയും രത്നക്കല്ലുകളുണ്ട്. ഞാൻ ഇവരെപ്പറ്റിപ്പറയുന്നത്, ആരും എളിയവരല്ല എന്നു സ്ഥാപിക്കാനാണ്.

എന്റെ ആലങ്ങൾ പ്രസിദ്ധമാണല്ലോ. എന്റെ സൾഫേറ്റിനൊപ്പം മറ്റൊരു ലോഹസൾഫേറ്റും 24 തന്മാത്ര ജലവും ചേർന്നതാണ് ആലം. സാധാരണ ആലം എന്നത് പൊട്ടാഷ് ആലം ആണ്. സോഡിയം ആലം, അമോണിയം ആലം. സിൽവർ ആലം. പൊട്ടാഷ് ആലത്തിന്റെ മാത്രം രാസസൂത്രം എഴുതാം. $K_2SO_4.Al_2(SO_4)_3 24H_2O$. എന്റെ സൾഫേറ്റിനു പകരം ക്രോമിയം അയൺ ഇവയുടെ സൾഫേറ്റു വന്നാൽ അവയുടെ പേര് യഥാക്രമം ക്രോം ആലം, ഫെറിക് ആലം എന്നിങ്ങനെയാണ്. ആലങ്ങളുടെ ഒരു ലിസ്റ്റ് തയാറാക്കി അവയുടെ രാസസൂത്രങ്ങൾ എഴുതാൻ കുട്ടികൾക്ക് താൽപ്പര്യമുണ്ടാകും.

ഇനിയും ദീർഘിപ്പിക്കുന്നില്ല. എന്റെ കഥ അൽപ്പം നീണ്ടുപോയി. എന്നിട്ടും ഒത്തിരി ഒത്തിരികാര്യങ്ങൾ എഴുതാനുണ്ട്.

സസ്നേഹം

എന്നെന്നും നിങ്ങളുടെ പ്രിയ അലുമിനിയം

# 14

# ഗാലിയം - Gallium (Ga)

**എ**ന്റെ പേര് ഗാലിയം. കുടുംബചരിത്രം ആവർത്തിക്കുന്നില്ല.

ഭൂവൽക്കത്തിൽ ഭാരത്തിന്റെ അടിസ്ഥാനത്തിൽ 19-ഉം ലഭ്യതയിൽ 33-ാം സ്ഥാനവുമാണ് എന്റേത്. അലുമിനിയം സഹോദരന്റെ അയിരായ ബോക്സൈറ്റിലും സിങ്ക്, ജർമേനിയം തുടങ്ങിയവരുടെ അയിരുകളിലും എന്റെ സാന്നിധ്യമുണ്ട്.

ആദ്യം ബയോഡേറ്റ കുറിക്കട്ടെ

| ഗാലിയം ബയോഡേറ്റ | |
|---|---|
| A | B |
| പേര് | ഗാലിയം (Galium) |
| പ്രതീകം (Symbol) | Ga |
| മൂലകപദാർഥം | ലോഹം (Metal) |
| അറ്റോമിക സംഖ്യ (Atomic No) | 31 |
| ഇലക്ട്രോൺ വിന്യാസം | 2,8,18,3 |
| അറ്റോമികഭാരം (Atomic Wt) | 70.1 |
| ഭൗതികാവസ്ഥ (Physical State) | ദ്രാവകം |
| ഗ്രൂപ്പ് | III B |
| പിരീഡ് | 4 |
| ദ്രവണാങ്കം (Melting Point) | $30^{O}C$ |
| ക്വഥനാങ്കം (തിളനില) (Boiling Point) | $1600^{O}C$ |

| | |
|---|---|
| സംയോജകത (Valency) | 3 |
| ഓക്സീകരണാവസ്ഥ (Oxidation State) | +3 |
| വിശിഷ്ടതാപം (Specific Heat) | 0.031 |
| ആപേക്ഷിക സാന്ദ്രത (RelativeDensity) | 5.9 |

എന്റെ സാന്നിധ്യം സൾഫൈഡുരൂപത്തിലാണ്. വിശാലമായ ഉപയോഗമൊന്നുമില്ലെങ്കിലും ഈ ഐ റ്റി യുഗത്തിൽ ട്രാൻസിസ്റ്ററുകൾ ഉണ്ടാക്കാനുള്ള ക്രിസ്റ്റലുകളിൽ എന്നെ ഡോപ്പ് ചെയ്യണം. അർധചാലകങ്ങ(Semiconductors)ളുടെ നിർമാണത്തിൽ എന്റെ ശുദ്ധരൂപം തന്നെ ആവശ്യമാണ്. പ്രകാശത്തെ ഉൽസർജിക്കുന്ന ഡയോഡുകളും മറ്റും ഉണ്ടാക്കാൻ എന്റെ ആഴ്സനൈഡ്, ജർമേനിയം എന്ന ഉപലോഹസഹോദരനുമായി യോജിപ്പിച്ചാണ് കമ്പ്യൂട്ടറുകളിലെ മെമ്മറിചിപ്പുകൾ ഉണ്ടാക്കാനുള്ള ഗവേഷണങ്ങൾ നടന്നുകൊണ്ടിരിക്കയാണ്. കാരണം സിലിക്കണിനേക്കാൾ (സിലിക്കൺ അലോഹമാണ്) അഞ്ചുമുതൽ പത്തുമടങ്ങുവരെ വേഗത്തിൽ പ്രവർത്തിക്കുവാൻ എനിക്കുകഴിയും.

എന്റെ നിർമാണത്തിന് നിങ്ങൾക്ക് വലിയ ചെലവൊന്നുമില്ല. ബേയർ രീതിയിൽ ബോക്സൈറ്റിനെ ശുദ്ധീകരിക്കുന്ന ലായനിയിൽ എന്റെ സാന്നിധ്യം കൂടുതലാണ്. ഈ ലായനിയെ വൈദ്യുതവിശ്ലേഷണം ചെയ്താണ് എന്നെ നിർമിക്കുന്നത്.

എന്റെ അസാധാരണമായ ക്രിസ്റ്റൽ ഘടനയാണ് എന്റെ താഴ്ന്ന ദ്രവണാങ്കത്തിനു കാരണം ($30^0$C). അതുപോലെ എന്റെ ദ്രാവകരൂപം വികസിച്ചുകൊണ്ടാണ് ഞാൻ ഖരരൂപം പ്രാപിക്കുന്നത് അതായത് എന്റെ ഖരരൂപം ദ്രാവകരൂപത്തെക്കാൾ സാന്ദ്രതകുറഞ്ഞതാണ്. നിങ്ങളുടെ ജീവരസമായ ജലത്തിനും ഇതേ ഗുണമാണെന്നറിയാമോ?

പിന്നെ എന്റെ ദ്രാവകരൂപത്തിന് അസാധാരണമായ ക്രിസ്റ്റൽ ഘടനയില്ല. അതുകൊണ്ടാണ് എന്റെ തിളനില ഉയർന്നിരിക്കുന്നത് ($1600^0$C)

ഞാൻ വായുവിൽ വളരെ സ്ഥിരതയുള്ളവനാണ്. കാരണം എന്റെ ശരീരത്തിനു പുറമെയുണ്ടാകുന്ന നേരിയ ഓക്സൈഡ് ആവരണം തുടർന്നുള്ള ബാഹ്യഏജന്റുകളിൽ നിന്നും എന്നെ രക്ഷിക്കുന്നു. അതുപോലെ സാധാരണഗതിയിൽ ജലവുമായും എനിക്കു പ്രവർത്തനമില്ല. ഞാനും നേർത്ത ആസിഡുകളുമായി പ്രവർത്തിച്ച് ഹൈഡ്രജനെ സ്വതന്ത്രമാക്കും.

എന്റെ ഓക്സൈഡുകളും ഹൈഡ്രോക്സൈഡുകളും അംഫോട്ടറിക് ആണ്. എന്നെ ചെറുതായി ഒന്നു ചൂടാക്കിയാൽ എല്ലാ ഹാലോജനുകളുമായി പ്രവർത്തിച്ച് എന്റെ ഹാലൈഡുകൾ ഉണ്ടാകും.

ഞാനെന്റെ കഥ ഇവിടെ അവസാനിപ്പിക്കുന്നു.

ഐറ്റി യുഗത്തിന് അഭികാമ്യനായ ഗാലിയം

# 15

# ഇൻഡിയം - Indium (In)

**ഞാ**ൻ ഇൻഡിയം. ഇന്ത്യയുമായി എനിക്ക് പേരിലൽപ്പം സാമ്യമുണ്ട്. മൂന്നാം ഗ്രൂപ്പ് ബിയിലെ ലോഹങ്ങളിൽ മൂന്നാമൻ വലിയ ജനകീയനൊന്നുമല്ല.

ഗാലിയത്തെപ്പോലെ ഞാനും വായുവും ജലവുമായി പ്രവർത്തനമില്ല. കാരണം സ്വതന്ത്രാവസ്ഥയിലായാലുടൻ തന്നെ വായുവിലെ ഓക്സിജൻ എന്റെ ശരീരത്തോട് പറ്റിച്ചേർന്ന് ഒരു നേർത്ത ഒരു ഓക്സൈഡ് ആവരണം ഉണ്ടാക്കും. അതിനാലാണ് പ്രവർത്തനരഹിതമാകുന്നത്.

ഭൂമിയുടെ പുറന്തോടിൽ എന്റെ സാന്നിധ്യം വെറും 0.24 ശതമാനം മാത്രമാണ്. വളരെ കുറഞ്ഞ അളവിൽ സിങ്ക് സൾഫൈഡിന്റെയും ലെഡ് സൾഫൈഡിന്റെയും കൂടെ ഞാനുണ്ട്. നിങ്ങളുടെ അറിവിലേക്കായി ഞാനും എന്റെ ബയോഡേറ്റ കുറിക്കട്ടെ.

| ഇൻഡിയം ബയോഡേറ്റ | |
|---|---|
| A | B |
| പേര് | ഇൻഡിയം (Indium) |
| പ്രതീകം (Symbol) | In |
| മൂലകപദാർഥം | ലോഹം (Metal) |
| അറ്റോമിക സംഖ്യ (Atomic No) | 49 |
| ഇലക്ട്രോൺ വിന്യാസം | 2,8,18,18,3 |
| അറ്റോമികഭാരം (Atomic Wt) | 114.8 |

| | |
|---|---|
| ഭൗതികാവസ്ഥ (Physical State) | ഖരം (Solid) |
| ഗ്രൂപ്പ് | III B |
| പിരീഡ് | 5 |
| ദ്രവണാങ്കം (Melting Point) | $157^{O}C$ |
| ക്വഥനാങ്കം (തിളനില) (Boiling Point) | $1450^{O}C$ |
| സംയോജകത (Valency) | 3 |
| ഓക്സീകരണാവസ്ഥ (Oxidation State) | +3 |
| വിശിഷ്ടതാപം (Specific Heat) | 0.0557 |
| ആപേക്ഷിക സാന്ദ്രത (Relative Density) | 7.42 |

എന്റെ അപ്രശസ്തിക്കു കാരണം രണ്ടാണ്. എന്റെ ഗാഢ അയിരുകൾ ഒന്നുംതന്നെയില്ല. പിന്നെ എന്നെക്കൊണ്ട് വലിയ പ്രയോജനമൊന്നുമില്ല. ലോഹമെന്നും പറഞ്ഞ് നാടകത്തിലെ ഒരു കോമാളിയെപ്പോലെ ജീവിതം തള്ളിനീക്കുന്നു.

ഒരു പ്രധാന കാര്യം പറഞ്ഞില്ലെങ്കിൽ നിങ്ങളതറിയില്ല. ഗാലിയത്തെപോലെ ഈ ഐറ്റിയുഗത്തിൽ എനിക്കും സ്ഥാനമുണ്ട്. p-n-p ട്രാൻസിസ്റ്ററുകൾ ഉണ്ടാക്കാനുള്ള ക്രിസ്റ്റലുകളിൽ ഇൻഡിയം എന്ന എന്നെയാണ് ഡോപ്പ് ചെയ്തിരിക്കുന്നത്. പിന്നെ തെർമോസ്റ്റോറുകളായി എന്റെ യൗഗികചാർച്ചക്കാരായ ഇൻഡിയം ആഴ്സനൈഡും (InAs) ഇൻഡിയം ആന്റിമണിയും (InSb) ഉണ്ട്. ഒന്നുകൂടി പറയട്ടെ. താഴ്ന്ന ദ്രവണാങ്കമുള്ള സോൾഡറിലും (Sn+Pb) മറ്റുലോഹസങ്കരങ്ങളിലും എന്റെ സാന്നിധ്യം ആവശ്യമാണ്.

എന്റെ നിറം വെള്ളിപോലെ വെളുപ്പ്. പിന്നെ ഞാൻ മൃദുവുമാണ്. സിങ്കിന്റെയും ലഡിന്റെയും അയിരുകളിൽ വളരെകുറച്ചു മാത്രം സാന്നിധ്യമുള്ള എന്നെയും നിങ്ങൾ വീണ്ടെടുത്ത് ലോഹമെന്ന ബഹുമതി എനിക്കു നൽകിയതിന് എന്റെ നിസീമമായ നന്ദി രേഖപ്പെടുത്തുന്നു.

സസ്നേഹം

നിങ്ങളുടെ എളിയ ഇൻഡിയം

# 16

# താലിയം - Thallium (Tl)

**ആ**യിരത്തിയെണ്ണൂറ്റി അറുപത്തിഒന്നിൽ സൾഫ്യൂറിക്കാസിഡിന്റെ പരീക്ഷണങ്ങൾക്കിടയിൽ ക്രൂക്ക് എന്നെ കണ്ടുപിടിച്ചെങ്കിലും 1862-ൽ ലാമിയാണ് എന്റെ അയിരുകളായ ലൊറാൻഡൈറ്റ്, ക്രൂക്കൈസൈറ്റ് തുടങ്ങിയവയിൽ നിന്നും താലിയം എന്ന എന്നെ സ്വതന്ത്രനാക്കിയത്.

ഭൂവൽക്കത്തിന്റെ ഭാരത്തിൽ എന്റെ സ്ഥാനം വെറും 0.5 ശതമാനം മാത്രമാണ്. ബോറോൺ കുടുംബത്തിലെ അവസാന അംഗമായ എന്റെ ബയോഡേറ്റ വായിക്കുന്നതിനു മുൻപ് എന്നെ ഇപ്പോൾ നിർമിക്കുന്നതിന്റെ കഠിനവഴികൾ വായിക്കണം.

പിറൈറ്റിസ് അല്ലെങ്കിൽ ഫ്ളൂഡസ്റ്റി (Flue Dust)നെ അക്വാറീജിയയിൽ ലയിപ്പിച്ച്, ഹൈഡ്രജൻ സൾഫൈഡ് അമോണിയം ഹൈഡ്രോക്സൈഡ് തുടങ്ങിയവയുമായി പ്രവർത്തിപ്പിക്കുമ്പോൾ മൂന്നാം ഗ്രൂപ്പുവരെയുള്ള ലോഹസഹോദരങ്ങൾ പൊങ്ങിവരും. അവരെ അരിച്ചുമാറ്റിയ ദ്രാവകത്തിൽ പൊട്ടാസ്യം അയൊഡൈഡ് ചേർക്കുമ്പോൾ എന്റെ അയൊഡൈഡ് താലസ് അയൊഡൈഡ് പൊങ്ങിവരും. മഞ്ഞനിറമുള്ള ആ യൗഗികത്തിൽ നിന്നുമാണ് താലിയം എന്ന എന്നെ വേർതിരിക്കുന്നത്.

| താലിയം ബയോഡേറ്റ | |
|---|---|
| A | B |
| പേര് | താലിയം (Thallium) |
| പ്രതീകം (Symbol) | Tl |
| മൂലകപദാർഥം | ലോഹം (Metal) |
| അറ്റോമിക സംഖ്യ (Atomic No) | 81 |

| | |
|---|---|
| ഇലക്ട്രോൺ വിന്യാസം | 2,8,18,32,18,3 |
| അറ്റോമികഭാരം (Atomic Wt) | 204.66 |
| ഭൗതികാവസ്ഥ (Physical State) | ഖരം (Solid) |
| ഗ്രൂപ്പ് | III B |
| പിരീഡ് | 6 |
| ദ്രവണാങ്കം (Melting Point) | $303^{O}C$ |
| ക്വഥനാങ്കം (തിളനില) (Boiling Point) | $1457^{O}C$ |
| സംയോജകത (Valency) | 3 |
| ഓക്സീകരണാവസ്ഥ (Oxidation State) | +3 |
| വിശിഷ്ടതാപം (Specific Heat) | 0.031 |
| ആപേക്ഷിക സാന്ദ്രത (Relative Density) | 11.85 |

ഞാനും വെള്ളിപോലെ വെളുപ്പാണ്. മൃദുവാണ് എന്നെ നന്നായി അടിച്ചുപരത്താമെങ്കിലും വൈദ്യുതവാഹിയല്ല. പിന്നെ രൂപാന്തരത്വ (Allotropy)വും പ്രദർശിപ്പിക്കുന്ന ഒരു ലോഹമാണ്. (രൂപാന്തരത്വം അലോഹങ്ങളുടെ സ്വഭാവമാണ്)

വായുവിലെ ഓക്സിജനുമായിചേർന്ന് ഒരു നേരിയ ഓക്സൈഡ് ആവരണം ഉണ്ടാക്കാൻ എനിക്കും കഴിയും. അതിനാൽ പിന്നെ ഞാൻ സുരക്ഷിതനാണ്.

ഞാൻ നേർത്ത സൾഫ്യൂറിക്കാസിഡിലും നൈട്രിക്ക് ആസിഡിലും പ്രവർത്തിക്കും. പക്ഷേ ഹൈഡ്രോക്ലോറിക്കാസിഡിനോട് ചേർച്ചയില്ല.

ഒരു ലോഹമായ ഞാൻ വിഷവുമാണ്. അതിനാലാണ് കരണ്ടുതിന്നുന്ന ജന്തുക്കളെ നശിപ്പിക്കാൻ നിങ്ങൾ എന്റെ ലവണങ്ങളെ ഉപയോഗിക്കുന്നത്.

എന്റെ യൗഗികങ്ങളെ പരിചയപ്പെടുത്താം. താലസ് സൾഫേറ്റ് ഒരു ഉന്മൂലനാശകാരിയാണ്. താലസ് കാർബണേറ്റ് ഓപ്റ്റിക്കൽ ഗ്ലാസുണ്ടാക്കാൻ ആവശ്യമാണ്. താലസ് ക്ലോറൈഡ്, താലസ് അയൊഡൈഡ്, താലസ് ഹൈഡ്രോക്സൈഡ് ഇവരെല്ലാം തന്നെ വാണിജ്യഉൽപ്പന്നങ്ങളാണ്.

എന്റെ മറ്റൊരു രൂപമാണ് താലിക് സൾഫേറ്റ്. താലിക് ക്ലോറൈഡ്, താലിക് ഹൈഡ്രോക്സൈഡ്, താലിക് അയൊഡൈഡ് തുടങ്ങിയവരും വിഷകാരികളാണ്.

ഒരു രഹസ്യം കൂടി പറയാം. എന്റെ താലസ് ലവണങ്ങളുടെ ചെറിയ അംശംപോലം തലമുടിയെ നന്നായി കറുപ്പിക്കും. കൂടിയ ഡോസ് മുടി കൊഴിച്ചിലും മരണവും ഉണ്ടാക്കും. കാരണം നിങ്ങളുടെ ശരീരത്തിലുള്ള എൻസൈം സിസ്റ്റത്തെ അത് തകിടം മറിക്കും. അതുകൊണ്ട് 'കറുപ്പിക്കൽ' പരസ്യങ്ങളിൽ മയങ്ങാതിരിക്കുക.

എന്റെ ക്ലോറൈഡ് (താലിയം ക്ലോറൈഡ്) പ്രകാശത്തിൽ കുറുക്കും, സിൽവർ ക്ലോറൈഡിനെപ്പോലെ.

എന്റെ എല്ലാ സഹയാത്രികരും നിങ്ങളുടെ സമ്പദ്ഘടനയെ വർധിപ്പിക്കുന്നവരാണ്. ഞാൻ ആത്മകഥ അവസാനിപ്പിക്കുകയാണ്. എന്റെയും സഹോദരങ്ങളുടേയും ആത്മകഥകൾ വായിച്ച് ഞങ്ങളെ നെഞ്ചോടു ചേർത്തതിന് വളരെ വളരെ നന്ദി.

സസ്നേഹം ഐറ്റിയുടെ ഒരു സഹായി

താലിയം

# 17

# വെളുത്തീയം - Stannum (Sn)

**ആ**വർത്തനപട്ടികയിലെ നാലാം ഗ്രൂപ്പുകാരനാണു ഞാൻ. വിശദമായിപ്പറഞ്ഞാൽ 4–ാം ഗ്രൂപ്പ് ഉപഗ്രൂപ്പ് ബിയിൽ ആണ് ഞാൻ സ്ഥാനം പിടിച്ചിരിക്കുന്നത്. എന്റെ പേര് വെളുത്തീയം. ഇംഗ്ലീഷ് നാമം 'ടിൻ' എന്നാൽ ശാസ്ത്രലോകത്ത് ഞാൻ 'സ്റ്റാനം' ആണ്. ഇത് ഗ്രീക്കു പേരാണ്.

ആത്മകഥ പറയുന്നതിന് പ്രാരംഭമായി എന്റെ ഗ്രൂപ്പിന്റെ സവിശേഷതകൾ സൂചിപ്പിക്കാം. എന്റെ കുടുംബത്തിൽ ഞങ്ങൾ ആകെ പത്തു പേർ. അതിൽ കാർബൺ ആണ് ഒന്നാമൻ. ഇവനും ഇവന്റെ തൊട്ടുതാഴെയുള്ള സിലിക്കണും അലോഹങ്ങളാണ്. എങ്കിലും ഒന്നാമൻ കാർബൺ (കരി) ആയതുകൊണ്ട് 'കാർബൺ കുടുംബം' എന്നാണറിയപ്പെടുന്നത്. മൂന്നാമനായ ജെർമേനിയം ഉപലോഹം (Metaloid) ആണ്. ഞങ്ങളുടേത് ലോഹങ്ങൾക്കും അലോഹങ്ങൾക്കും ഇടയ്ക്കുള്ള ഗ്രൂപ്പായതുകൊണ്ട് ഇതിലെ എല്ലാ മൂലകങ്ങളും ലോഹഗുണങ്ങളും അലോഹഗുണങ്ങളും പ്രദർശിപ്പിക്കും. ഇക്കാര്യത്തിൽ കേമൻ ജെർമേനിയം ആണ്. അതുകൊണ്ടാണ് അവൻ ശരിക്കും ഉപലോഹം (metaloid) ആയത്. ബി ഉപഗ്രൂപ്പിൽ നാലാമനാണ് വെളുത്തീയമെന്ന ഞാൻ. എനിക്കു താഴെ കറുത്തീയം. ഞങ്ങൾ രണ്ടുപേരും ആദികാലം മുതൽ നിങ്ങൾക്കറിയാവുന്നവരാണ്. ബാക്കിയുള്ളവരെല്ലാം പുതുമുഖങ്ങൾ (ജർമേനിയം ഉൾപ്പെടെ) ആണെങ്കിലും കാര്യത്തിൽ വമ്പന്മാരാണ്. ഈ വലിയ ഗ്രൂപ്പിലെ എന്റെ സഹോദരന്മാരെ, അവരുടെ പ്രതീകങ്ങളുൾപ്പെടെ ഞാൻ പരിചയപ്പെടുത്താം. 'B' ഉപഗ്രൂപ്പിൽ ശരിക്കുള്ള ലോഹങ്ങളായി ഞാനും കറുത്തീയവും മാത്രമാണ് ഉള്ളത്.

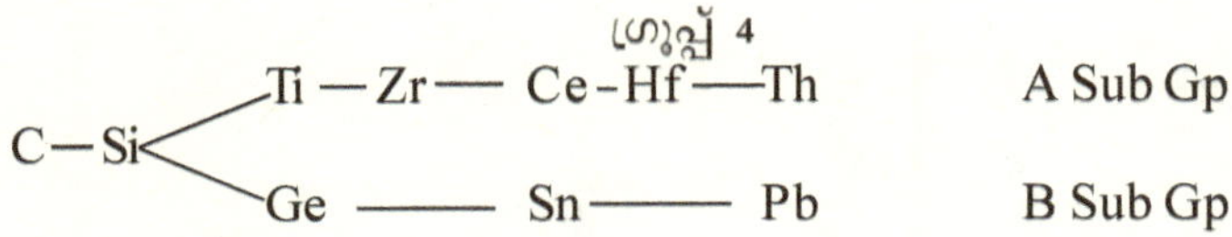


എന്റെ സഹോദരങ്ങളുടെ പേരുകൾ മനസിലാക്കിയാലും

| | |
|---|---|
| കാർബൺ | C |
| സിലിക്കൺ | Si |
| ടൈറ്റേനിയം | Ti |
| സിർക്കോണിയം | Zr |
| സീറിയം | Ce |
| ഹാനിയം | Hf |
| തോറിയം | Th |
| ജെർമേനിയം | Ge |
| സ്റ്റാനം (വെളുത്തീയം) | Sn |
| പ്ലംബം (കറുത്തീയം) | Pb |

ഇനിയും ആത്മകഥ തുടരട്ടെ. ഭൂവൽക്കത്തിന്റെ ഭാരം അടിസ്ഥാനമാക്കിയാൽ ഞാൻ 2.1 ശതമാനവും ലഭ്യതയിൽ 49-ാം സ്ഥാനക്കാരനുമാണ്.

എന്റെ മുഖ്യ അയിര് കാസിറ്ററൈറ്റ് ആണ്. ഇയാളെ 'ടിൻ സ്റ്റോൺ' എന്നു വിളിക്കുന്നു. ഇതിൽ ഞാനും ഓക്സിജനുമാണ് സഹയാത്രികർ. അതായത് $SnO_2$ എന്ന് രാസസൂത്രം. ചെമ്പ്, ഇരുമ്പ്, സിങ്ക് എന്നിവരുടെ കൂടെയും ചിലപ്പോൾ നിങ്ങൾക്ക് എന്നെ കാണാം. തെക്കുകിഴക്കൻ ഏഷ്യയിലാണ് എന്റെ അയിര് ധാരാളമുള്ളത്.

ഞാൻ വെളുത്ത് തിളക്കമുള്ള ലോഹമാണ്. എന്നെ നിങ്ങൾക്ക് അടിച്ചുപരത്താനും കമ്പിയാക്കാനും കഴിയും. എന്നാൽ 200 ഡിഗ്രി സെൽഷ്യസിനുമുകളിൽ ചൂടാക്കിയിട്ട് ചുറ്റികകൊണ്ടടിച്ചാൽ ഞാൻ ഒരു കിലുകിലു ശബ്ദത്തോടെ പൊട്ടിപ്പോകും. ആ പ്രത്യേക ശബ്ദത്തിന് 'ടിന്നിന്റെ കരച്ചിൽ' എന്നാണ് നിങ്ങൾ പറയുന്നത്. ഇതൊരു പരിഹാസമോ അനുകമ്പയോ? ഏതായാലും നിങ്ങൾ മനുഷ്യരെപ്പോലെ പെട്ടെന്ന് ഒന്നുകൊണ്ടും ഞാൻ പ്രകോപിതനാകയില്ല.

| വെളുത്തീയം ബയോഡേറ്റ | |
|---|---|
| A | B |
| പേര് | സ്റ്റാനം |
| പ്രതീകം (Symbol) | Sn |
| മൂലകപദാർഥം | ലോഹം (Metal) |

| | |
|---|---|
| അറ്റോമിക സംഖ്യ (Atomic No) | 50 |
| ഇലക്ട്രോൺ വിന്യാസം | 2,8,18,18,4 |
| അറ്റോമികഭാരം (Atomic Wt) | 118.70 |
| ഭൗതികാവസ്ഥ (Physical State) | ഖരം (Solid) |
| ഗ്രൂപ്പ് | IV B |
| പിരീഡ് | 5 |
| ദ്രവണാങ്കം (Melting Point) | 232$^{O}$C |
| ക്വഥനാങ്കം (തിളനില) (Boiling Point) | 2623$^{O}$C |
| സംയോജകത (Valency) | 4 |
| ഓക്സീകരണാവസ്ഥ (Oxidation State) | +2, +4 |
| വിശിഷ്ടതാപം (Specific Heat) | 0.0531 |
| ആപേക്ഷിക സാന്ദ്രത (Relative Density) | 7.27 |

ജലാംശമുള്ള വായുവിൽ, സാധാരണ ഊഷ്മാവിൽ എനിക്ക് കാര്യമായ മാറ്റമൊന്നും സംഭവിക്കയില്ല. എന്നാൽ ചൂടാക്കിയാൽ ഞാൻ തിളക്കത്തോടെ കത്തി ഓക്സൈഡായി മാറും. സാധാരണയായി ഓർഗ്യാനിക് ആസിഡു (ഉദാ. വിനീഗർ)കളുമായി പ്രവർത്തിക്കാത്തതിനാൽ അടുക്കളപ്പാത്രങ്ങൾ (ഓട്, പിച്ചള) എന്നെ ഉപയോഗിച്ചു പൂശാറുണ്ട്.

എന്നാൽ ഹൈഡ്രോക്ലോറിക് ആസിഡ്, സൾഫ്യൂറിക് ആസിഡ്, നൈട്രിക് ആസിഡ് തുടങ്ങിയ ഇനോർഗ്യാനിക് ആസിഡുകളുമായി പ്രവർത്തിച്ച് എന്റെ ക്ലോറൈഡ്, സൾഫേറ്റ്, നൈട്രേറ്റ് എന്നീ ലവണങ്ങളെ ഉണ്ടാക്കും.

ഇനിയും എന്റെ ഉപയോഗങ്ങൾ പറയാം. നിങ്ങൾക്ക് എന്നെക്കൊണ്ടുള്ള ഏറ്റവും വലിയ ഉപയോഗം ഇരുമ്പ് തുരുമ്പാക്കാതിരിക്കാൻ അവന്റെ മീതെ ഒരാവരണം ഉണ്ടാക്കുന്നതിനാണ്. ഇപ്രകാരമുള്ള ഇരുമ്പുഷീറ്റുകളെ ടിൻ ഷീറ്റുകൾ എന്നാണ് വിളിക്കുന്നത്. ടിൻഷീറ്റുകൾ എല്ലാവിധത്തിലുമുള്ള കണ്ടെയ്നറുകളും മണ്ണെണ്ണ സംഭരണികളും ഉണ്ടാക്കാൻ ഉപയോഗിക്കുന്നു.

അടുക്കളപ്പാത്രങ്ങളുടെ അതായത് ഓട് പിച്ചള, ചെമ്പ് മുതലായവ കൊണ്ടുണ്ടാക്കിയ പാത്രങ്ങളുടെ ഉൾവശത്ത് 'ക്ലാവ്' എന്ന പച്ചപ്പട്ടുകാരൻ ഉണ്ടാകാതിരിക്കാൻ എന്നെ പുശുന്നു. ക്ലാവിന്റെ ഇംഗ്ലീഷ് പേരറിയണ്ടേ? 'വെർഡിഗ്രിസ്' ചെമ്പ് അവന്റെ ആത്മകഥയിലും എഴുതിയിട്ടുണ്ടാവും.

സിഗററ്റ് പൊതിയുന്നത് ടിൻ ഫോയിലുകൾ ഉപയോഗിച്ചാണ്

ഞാനംഗമായിട്ടുള്ള സങ്കരന്മാരുടെ വിപുലമായ ഒരു പരമ്പര തന്നെയുണ്ട്. സോൾഡറിൽ ഞാനും കറുത്തീയവുമാണ്. ഫ്യൂസ് വയറിലും ഞങ്ങൾ രണ്ടാളുമാണുള്ളത്. പിന്നെ ഓട് (Bronze). ഗൺ മെറ്റൽ, വൈറ്റ് മെറ്റൽ തുടങ്ങിയ സഹജീവികൾ മറ്റുദാഹരണങ്ങളാണ്.

എന്റെ സംയുക്തങ്ങൾ രണ്ടു പേരുകളിലറിയപ്പെടുന്നു. സ്റ്റാനസ്സും സ്റ്റാനിക്കും.

സ്റ്റാനസ് ഓക്സൈഡ് നല്ലൊരു നിരോക്സീകാരകമാണ്. ഈ കൂട്ടുകക്ഷിയുടെ രാസസൂത്രം $SnO$. സ്റ്റാനിക് ഓക്സൈഡ് ($SnO_2$) ഗ്ലാസ് നിർമാണത്തിലും മൺപാത്രനിർമാണത്തിലും പോളിഷിങ് പൗഡറായി ഉപയോഗിക്കുന്നു.

ഞാൻ ലോഹമാണെങ്കിലും അലോഹഗുണങ്ങളും. എന്നിൽ സമ്മേളിച്ചിട്ടുണ്ട്. (നിങ്ങൾ മനുഷ്യരിലും രജസഗുണങ്ങളും തമോഗുണങ്ങളും ഇല്ലേ? അതുപോലെ) അതുകൊണ്ടാണ് ഞാൻ ആസിഡുകളുണ്ടാക്കുന്നത്. അവരെ പൊതുവെ സ്റ്റാനിക് ആസിഡുകൾ എന്നാണ് പറയുന്നത്.

സ്റ്റാനേറ്റുകളിൽ സോഡിയം സ്റ്റാനേറ്റ് കാലിക്കോ പ്രിന്റിങ്ങിന് ആവശ്യമാണ്.

ഹാലൊജനുകളുമായി ഞാൻ ചേർന്ന് എന്റെ ഹാലൈഡുകൾ ഉണ്ടാക്കാൻ കഴിയും. ഉദാഹരണം പറയാം. സ്റ്റാനിക് ക്ലോറൈഡ്, സ്റ്റാനിക് ബ്രോമൈഡ്, സ്റ്റാനിക് അയൊഡൈഡ്.

സൾഫറുമായി ചേർന്നുണ്ടാക്കുന്ന എന്റെ സൽഫൈഡ് രൂപിക്ക് 'മൊസേക് ഗോൾഡ്' എന്നാണ് വിളിപ്പേര്. വ്യാവസായികമായി ഉണ്ടാകുന്ന ഈ വസ്തു തടി ഉപകരണങ്ങളിൽ പതിപ്പിക്കാൻ ഉപയോഗിക്കുന്നു.

നിങ്ങൾക്ക് എന്റെ ആത്മകഥ പിടിച്ചില്ലെന്നുണ്ടോ? ധാരാളം പറയാനുണ്ടെങ്കിലും നിർത്തുകയാണ്. പണ്ടത്തെ കുട്ടികൾക്ക് എന്നോട് വലിയ അടുപ്പമായിരുന്നു. കാരണം അടുക്കളപ്പാത്രങ്ങൾക്ക് ക്ലാവു പിടിക്കാതിരിക്കാൻ "ഈയം പൂശാനുണ്ടോ?" എന്ന് ഉച്ചത്തിൽ പറഞ്ഞുകൊണ്ട് വീട്ടുമുറ്റത്തുവരുന്ന ആൾക്കാരുണ്ടായിരുന്നു. ഇവരിൽ വിരുതന്മാരായിട്ടുള്ളവർ കറുത്തീയം. പൂശിക്കൊടുക്കും. കറുത്തീയം വിഷം ആണ്. അവനെ ഞാൻ ആക്ഷേപിക്കുകയാണെന്ന് വിചാരിക്കല്ലെ. സത്യം പറഞ്ഞെന്നെയുള്ളൂ. അവനതു തുറന്നു സമ്മതിക്കുന്നതിനും മടിയുള്ളവനല്ല.

ഇക്കാലത്ത് ഈയം പൂശാനുള്ള വിളി കേൾക്കാനേയില്ല. അടുക്കളപ്പാത്രങ്ങളുടെ രൂപവും ഭാവവുമാകെ കാലത്തെപ്പോലെ തന്നെ മാറിമറിഞ്ഞിരിക്കുകയല്ലേ?

വായിക്കണേ, ഈ എളിയവന്റെ ആത്മകഥയും.

നിങ്ങളുടെ സ്വന്തം വെളുത്തീയം

# 18

# കറുത്തീയം - Plumbum (Pb)

കറുത്തീയം എന്ന് മലയാളത്തിൽ പേരുള്ള ഞാൻ ഇംഗ്ലീഷ് ഭാഷയിൽ ലെഡ് - Lead ആണ്. രസതന്ത്രഭാഷയിൽ 'പ്ലംബം'. അതിനാലാണ് എന്റെ പ്രതീകം 'Pb' ആയത്.

വളരെപ്പണ്ടുമുതലേ ഞാനും വെളുത്തീയവും നിങ്ങൾക്ക് സുപരിചിതരാണ്. കുടുംബ പശ്ചാത്തലമൊക്കെ വെളുത്തീയം പറഞ്ഞതിനാൽ ആവർത്തിക്കുന്നില്ല.

ഭൂവൽക്കത്തിന്റെ ഭാരത്തിന് ഞാനും പങ്കാളിയാണ്. പതിമൂന്നു ശതമാനം അതിനാൽ എന്റെ ലഭ്യതയും കൂടും. 36-ാം സ്ഥാനം.

എന്റെ പ്രധാനപ്പെട്ട അയിര് ഗലേന ലെഡ് സൾഫൈഡ് - PbS. ഞാനും സ്വതന്ത്രനല്ലെന്നറിയാമല്ലോ. തിളക്കവും ഭാരക്കൂടുതലുമുള്ള ഈ സഹയാത്രികൻ കറുപ്പാണ്. റഷ്യ, ആസ്ട്രേലിയ, അമേരിക്ക, കാനഡ, പെറു, മെക്സിക്കോ, ചൈന തുടങ്ങി ഉത്തരേന്ത്യയിലും എന്റെ ഈ കൂട്ടുകക്ഷിയുണ്ട്.

ബയോഡേറ്റയിൽക്കൂടി കുറെ കാര്യങ്ങൾ പറയാം.

| കറുത്തീയം ബയോഡേറ്റ | |
|---|---|
| A | B |
| പേര് | പ്ലംബം (കറുത്തീയം) |
| പ്രതീകം (Symbol) | Pb |
| മൂലകപദാർഥം | ലോഹം (Metal) |
| അറ്റോമിക സംഖ്യ (Atomic No) | 82 |

| | |
|---|---|
| ഇലക്ട്രോൺ വിന്യാസം | 2,8,18,32,18,4 |
| അറ്റോമികഭാരം (Atomic Wt) | 207.21 |
| ഭൗതികാവസ്ഥ (Physical State) | ഖരം (Solid) |
| ഗ്രൂപ്പ് | IV B |
| പിരീഡ് | 6 |
| ദ്രവണാങ്കം (Melting Point) | $327^{O}C$ |
| ക്വഥനാങ്കം (തിളനില) (Boiling Point) | $1751^{O}C$ |
| സംയോജകത (Valency) | 4 |
| ഓക്സീകരണാവസ്ഥ (Oxidation State) | +2, +4 |
| വിശിഷ്ടതാപം (Specific Heat) | 0.031 |
| ആപേക്ഷിക സാന്ദ്രത (Relative Density) | 11.34 |

എന്റെ കായം മൃദുവാണ്. ഒരു പ്രത്യേക തിളക്കമുള്ള കറുപ്പാണ് എനിക്ക് പേപ്പറിൽ (പാട്) അടയാളം ഉണ്ടാക്കാൻ കഴിയും. എന്നെ അടിച്ചു പരത്താമെങ്കിലും കമ്പിയാക്കാൻ എളുപ്പമല്ല. എന്റെ മൃദുത്വവും താഴ്ന്ന ദ്രവണാങ്കവും കാരണം എന്നെ പ്രിന്റിങ് ടൈപ്പുകൾക്ക് ഉപയോഗിക്കുന്നു.

സാധാരണ ജലാംശമില്ലാത്ത വായുവിൽ എനിക്ക് ഒരു മാറ്റവും സംഭവിക്കില്ല. എന്നാൽ ഈർപ്പമുള്ള വായുവിൽ പ്രവർത്തിച്ച് ഹൈഡ്രോക്സൈഡിന്റെ ഒരു നേർത്ത സ്തരമുണ്ടാകും. അവസാനം ഇത് കാർബണേറ്റാകും. പിന്നീട് വായുവിന്റെ ആക്രമണത്തിൽ നിന്നും ഈ കാർബണേറ്റ് പുതപ്പ് എന്നെ സംരക്ഷിച്ചുകൊള്ളും.

'പ്ലംബോ സോൾവൻസി' എന്താണെന്നു നിങ്ങൾക്കറിയാമോ?' എനിക്ക് അപകീർത്തികരമാണെങ്കിലും നിങ്ങളുടെ അറിവിലേക്കായി പറയാം. തന്നെയുമല്ല ആത്മകഥയുമാണല്ലോ.

വായുവില്ലാത്ത ശുദ്ധജലവുമായി എനിക്ക് ഒരു ബന്ധവുമില്ല. സാധാരണജലത്തിലെല്ലാം വായുവുണ്ട്. അങ്ങനെയുള്ള വെള്ളത്തിൽ ഞാൻ സാവധാനം അലിഞ്ഞു ചേരും. വെള്ളത്തിന്റെ ഈ ലായകപ്രവർത്തനത്തിനാണ് പ്ലംബോ സോൾവൻസി എന്നു പറയുന്നത്. ഞാനും എന്റെ സഹയാത്രികരും (സംയുക്തങ്ങൾ) എല്ലാം വിഷകരന്മാരാണ്. ഇപ്പോൾ മനസിലായോ പ്ലംബോ സോൾവൻസിയുടെ പ്രാധാന്യം? അതുകൊണ്ട്

ദയവുചെയ്ത് ആഹാരത്തിനും കുടിക്കാനും ഒക്കെയുള്ള വെള്ളം എന്റെ കണ്ടെയ്നറുകളിലൊന്നും സൂക്ഷിക്കാതിരിക്കുക.

ഓർഗ്യാനിക് ആസിഡുകൾ (ഉദാ: വിനാഗിരി, തൈര്, പുളി) എന്നെ ലയിപ്പിക്കും. അതുകൊണ്ട് അടുക്കളപ്പാത്രങ്ങൾ ഉണ്ടാക്കാനും എന്നെ ഉപയോഗിക്കരുത്.

എന്റെ ഉപയോഗങ്ങൾ അനവധിയാണ്.

1. കേബിൾ കവറിങ്ങുകളുണ്ടാക്കാൻ
2. ലെഡ് അക്യൂമുലേറ്റേഴ്സ്
3. വാഹനങ്ങളിലെ ബാറ്ററി നിർമിക്കാൻ
4. ഈയ ഉണ്ടകൾ (Lead Shots) ഉണ്ടാക്കാൻ
5. സൾഫ്യൂറിക് ആസിഡ് നിർമാണത്തിനുള്ള ലെഡ് ചേംബറുകൾ നിർമിക്കാൻ
6. ലെഡ് പിഗ്മെന്റുകളായ റെഡ് ലെഡ്, വൈറ്റ് ലെഡ്, ക്രോം എല്ലോ, ക്രോം റെഡ് തുടങ്ങിയവ ഉണ്ടാക്കാൻ
7. എന്റെ സംയുക്തങ്ങളുണ്ടാക്കാൻ
8. ഞാനുള്ള കൂട്ടുലോഹങ്ങൾക്ക്

ഇങ്ങനെ പോകുന്നു എന്റെ ഉപയോഗങ്ങളുടെ പട്ടിക. ഞാനടങ്ങിയിട്ടില്ലാത്ത പെയിന്റുകൾ വിരളമാണ്.

നിങ്ങൾക്കെന്റെ ആത്മകഥ അത്ര രുചിച്ചില്ലെന്നു തോന്നുന്നു. ഒരു ചെറിയ പരീക്ഷണം പറയാം. കേട്ടോളൂ.

ഒരു ബീക്കറിൽ എന്റെ അസറ്റേറ്റി(ലെഡ് അസറ്റേറ്റ്)ന്റെ ഒരു നേർത്തലായനിയിൽ ഒരു സിങ്ക് ദണ്ഡ് കെട്ടിത്തൂക്കി നിർത്തുക. എന്റെ അസറ്റേറ്റിൽ നിന്നും ഞാൻ വേർപെട്ട് ശരിക്കും ലോഹാവസ്ഥയിലുള്ള ക്രിസ്റ്റലുകളായി സിങ്കിൽ പറ്റിപ്പിടിക്കും. ഈ ക്രിസ്റ്റൽ രൂപത്തിന് 'ലെഡ്ട്രീ' എന്നാണ് പറയുന്നത്. മലയാളത്തിൽ നിങ്ങളെന്തു പേരു വിളിക്കും തീർച്ചയായും നിങ്ങൾ ഈ പരീക്ഷണം ചെയ്തുനോക്കണം.

നിർത്തട്ടെ, എന്റെ കഥ.

വിഷമയനായ പ്ളംബം

# 19

# ബിസ്മത് - Bismuth (Bi)

**ആ**വർത്തനപ്പട്ടികയിലെ അഞ്ച് എ ഗ്രൂപ്പിലെ ഒരേയൊരു ലോഹമാണ് ബിസ്മത്ത് (കിസ്മത് അല്ല കേട്ടോ) എന്ന ഞാൻ. എന്റെ കുടുംബനാമം നൈട്രജൻ കുടുംബം എന്നാണ്. നൈട്രജൻ, ഫോസ്ഫറസ് എന്ന രണ്ടു അലോഹകുട്ടികളും, ആഴ്സെനിക്, ആന്റിമണി എന്ന രണ്ടു ഉപലോഹവീരന്മാരും പിന്നെ ഞാനും ചേർന്ന അഞ്ചുപേരാണ് ഞങ്ങൾ.

കറുത്തീയം, വെള്ളി, കോബാൾട്ട് എന്നീ ലോഹസഹോദരന്മാരുടെ അയിരുകളിൽ എന്റെ സ്വതന്ത്രസാന്നിധ്യമുണ്ട്. എനിക്ക് അയിരുകൾ വളരെ കുറവാണ്. എങ്കിലും മുഖ്യമായിട്ട് ഞാൻ എന്റെ ഓക്സൈഡ് അയിരായ ബിസ്മത്ത് ഒക്കറിൽ (Bismuth Ochre) ആണ് ഇരിപ്പിടം. സൾഫൈഡ് അയിരായ ബിസ്മത്തിനൈറ്റ് (Bismathinite) കാർബണേറ്റ് അയിരായ ബിസ്മതൈറ്റി (Bismathite)ലും എന്നെ കാണാം.

മുഖ്യമായിട്ടും ഞാൻ വേർതിരിക്കപ്പെടുന്നത് ബിസ്മത്ത് ഒക്കറിൽ $Bi_2O_3$ നിന്നുമാണ്. ചിലപ്പോൾ കാർബണേറ്റ് അയിരായ $(BiO)_2CO_3$ നിന്നും എന്നെ മാറ്റിയെടുക്കാറുണ്ട്.

ഭൂവൽക്കത്തിൽ എന്റെ സാന്നിധ്യം വെറും 0.008 ശതമാനം മാത്രമാണ്. അതുകൊണ്ടുതന്നെ ലഭ്യതയിൽ ഏഴുപത്തൊന്നാം സ്ഥാനക്കാരനും. ഞാൻ സുലഭമല്ലെങ്കിലും അറിയപ്പെടുന്നവനാണ് ഞാൻ മാത്രമല്ല ഉപലോഹങ്ങളായ ആഴ്സെനിക്കും ആന്റിമണിയും പ്രശസ്തരാണ്.

| ബിസ്മത് ബയോഡേറ്റ | |
|---|---|
| A | B |
| പേര് | ബിസ്മത് (Bismath) |

| | |
|---|---|
| പ്രതീകം (Symbol) | Bi |
| മൂലകപദാർഥം | ലോഹം (Metal) |
| അറ്റോമിക സംഖ്യ (Atomic No) | 83 |
| ഇലക്ട്രോൺ വിന്യാസം | 2,8,18,32,18,5 |
| അറ്റോമികഭാരം (Atomic Wt) | 209.0 |
| ഭൗതികാവസ്ഥ (Physical State) | ഖരം (Solid) |
| ഗ്രൂപ്പ് | V A |
| പിരീഡ് | 6 |
| ദ്രവണാങ്കം (Melting Point) | 271°C |
| ക്വഥനാങ്കം (തിളനില) (Boiling Point) | 1564°C |
| സംയോജകത (Valency) | 5 |
| ഓക്സീകരണാവസ്ഥ (Oxidation State) | +3, +5 |
| വിശിഷ്ടതാപം (Specific Heat) | 0.029 |
| ആപേക്ഷിക സാന്ദ്രത (Relative Density) | 9.81 |

എന്റെ നിറം ചെമപ്പുകലർന്ന വെളുപ്പാണ്. നല്ല തിളക്കമുള്ള ശരീരമാണെങ്കിലും ഞാൻ എളുപ്പം പൊട്ടിപ്പോകും. ചൂടും, വൈദ്യുതിയും അത്ര എളുപ്പത്തിൽ കടന്നുപോകാൻ ലോഹമാണെങ്കിലും ഞാൻ സമ്മതിക്കില്ല.

തുടർച്ചയായി എന്നെ ചൂടാക്കിക്കൊണ്ടിരുന്നാൽ ഞാൻ ഓക്സിജനുമായി ചേർന്ന് എന്റെ ഓക്സൈഡായി മാറിക്കളയും.

ഹാലൊജനുകൾ, സൾഫർ, നൈട്രജൻ, ഫോസ്ഫറസ് തുടങ്ങിയവരുമായും ഞാൻ വളരെ അടുപ്പത്തിലാണ്.

എന്റെ ഉപയോഗങ്ങൾ കൂടുതലായും ദ്രവണാങ്കം വളരെ താഴ്ന്ന സങ്കരന്മാരെ സൃഷ്ടിക്കുന്നതിനാണ്.

വുഡ്സ് മെറ്റൽ മെറ്റലല്ല–സങ്കരനാണ് ഈ സങ്കരനിൽ ഞാനും ടിന്നും, കാഡ്മിയവും ലെഡുമാണുള്ളത്. ഇയാളുടെ ദ്രവണാങ്കം വെറും 71 ഡിഗ്രി സെൽഷ്യസ് ആണ്.

ലിപ്പോവിറ്റ്സ് അലോയ്‌യുടെ ദ്രവണാങ്കം 60–65°C ആണ്. ഇതിലും ഞങ്ങൾ നാലുപേരാണുള്ളത്. വുഡ്സ്മെറ്റലിൽ ഉള്ളതിനെക്കാൾ

ഞങ്ങൾ നാലുപേരുടേയും അളവ് Lipowitz Alloy-ൽ വ്യത്യാസമുള്ള തിനാലാണ്. ഇവന്റെ ദ്രവണാങ്കം കുറയാൻ കാരണം.

ബോസ്മെറ്റൽ എന്ന സങ്കരനിൽ ഞാനും വെളുത്തീയവും കറു ത്തീയവും മാത്രമാണുള്ളത്. ദ്രവണാങ്കം 93.75$^{0}$C

ഈ സങ്കരന്മാരുടെ ഉപയോഗങ്ങളിലൊന്നു പറയാം. ഓട്ടോമാറ്റിക് ഫയർ സ്പ്രിങ്ക്ളർ സിസ്റ്റങ്ങളിൽ താഴ്ന്ന ദ്രവണ പ്ലഗ് ആയി ഉപയോഗി ക്കുന്നു.കൂടാതെ ബാറ്ററികൾ, ബെയറിങ്ങുകൾ, സോൾഡർ, പടക്കോ പ്പുകൾ തുടങ്ങിയവയുടെ നിർമാണത്തിനും ഇവനെ ഉപയോഗിക്കുന്നു.

ഞാൻ ചേർന്ന യൗഗികങ്ങളിൽ വിവിധങ്ങളായ ഓക്സൈഡുകൾ –മോണക്സൈഡ്, ഡയോക്സൈഡ്, ട്രയോക്സൈഡ്, പെന്റോക്സൈ ഡ് തുടങ്ങിയവർ ശക്തരായ ഓക്സിഡൈസിങ് ഏജന്റുമാരാണ്.

ബിസ്മത്തേറ്റുകൾ എന്നൊരു കൂട്ടരുണ്ട്. എന്റെ പെന്റോക് സൈഡിന്റെ ($Bi_2O_5$) ലവണങ്ങളാണിവർ. ഒന്നുരണ്ടു ബിസ്മത്തേറ്റു കളെ പരിചയപ്പെടുത്താം. പൊട്ടാസ്യം ബിസ്മത്തേറ്റ് – $KBiO_3$, സോഡിയം ബിസ്മത്തേറ്റ് – $NaBiO_3$.

ബിസ്മത്തേറ്റുകളും ശക്തരായ ഓക്സീകാരകങ്ങളാണ്. ഉദാ: കൂടു തൽ ഇരുമ്പിന്റെ സാന്നിധ്യത്തിൽ മാൻഗനീസിന്റെ അളവ് എത്രത്തോളം ഉണ്ടെന്നു നിർണയിക്കുന്നതിന്.

എന്റെ ഹാലൈഡുകളായ ബിസ്മത് ട്രൈ ഫ്ളൂറൈഡ് – $BiF_3$, ട്രൈ ക്ലോറൈഡ് $BiCl_3$, ട്രൈബ്രോമൈഡ് $BiBr_3$, ട്രൈ അയോഡൈഡ് $BiI_3$ തുടങ്ങിയവരെല്ലാം പ്രശസ്തരും അതേസമയം സേവനതൽപ്പരരു മാണ്.

എന്റെ സൾഫൈഡ്, സൾഫേറ്റ്, നൈട്രൈഡ്, നൈട്രേറ്റ്, ഫോസ്ഫേറ്റ്, കാർബണേറ്റ് തുടങ്ങിയവരുടെ ഒരു നീണ്ട നിര വേറെയു മുണ്ട്.

എന്റെ ഒരുപ്രത്യേകതയാണ് റാഡിക്കൽ രൂപീകരണം. ഏകസം യോജകതയുള്ള ഇവന്റെ പേര് ബിസ്മത്തൈൽ. 'BiO' എന്ന എന്റെ മോണോക്സൈഡാണ് ഇതിനു കാരണക്കാരൻ.

ഇതിനൊന്നു രണ്ടുദാഹരണങ്ങൾ കൂടി തരാം.

| Normal Salt | | Basic Salt (ബേസിക് സോൾട്ട്) | |
|---|---|---|---|
| $BiCl_3$ | - | BiOCl | ബിസ്മത്തൈൽ ക്ലോറൈഡ് |
| $Bi(NO_3)_3$ | - | $(BiO)NO_3$ | ബിസ്മത്തൈൽ നൈട്രേറ്റ് |
| $Bi_2(CO_3)_3$ | - | $(BiO)_2CO_3$ | ബിസ്മത്തൈൽ കാർബണേറ്റ് |

എന്റെ ആത്മകഥയ്ക്ക് ഒരിടം കിട്ടിയതിൽ ഞാൻ ധന്യമാണ്

നിങ്ങളുടെ സ്വന്തം ബിസ്മത്

# 20

# ചെമ്പ് – Cuprum (Cu)

**അ**ലുമിനിയം എന്ന പുതുപ്പിറവി അയാളുടെ ആത്മകഥയിൽ, ചെമ്പെന്ന വമ്പൻ ഭൂമുഖത്തുനിന്നും തീർന്നുകൊണ്ടിരിക്കുകയാണെന്നും തൽസ്ഥാനമാണ് അവനിപ്പോൾ വഹിക്കുന്നതെന്നും പറഞ്ഞത് ഞാൻ വായിച്ചു. പുതുപണക്കാരെപ്പോലെ അവനും പുരപ്പുറം മിനുക്കുകയാണ്. എന്റെ സഹോദരാ, നമ്മളെല്ലാം മണ്ണിൽ നിന്നു വന്നവരാണ്. അവിടേക്കു തന്നെ ഇന്നല്ലെങ്കിൽ നാളെ ഓരോരുത്തരായി വിലയം പ്രാപിച്ചേ തീരൂ, അതാണ് ഭൗതിക വസ്തുക്കളുടെ പ്രത്യേകത ഈ പ്രതിഭാസമാണ് 'പരിവൃത്തി'. അങ്ങനെ ഞാനും എന്റെ ഊഴമെത്തുമ്പോൾ മണ്ണിൽ പുനർജനിക്കുകയും അന്നത്തെ മനുഷ്യർക്ക് ഉപകാരിയാകുകയും ചെയ്യും. ഇത് പ്രകൃതിയുടെ അലംഘനീയ നിയമമാണ്. നമ്മളിലാരും തന്നെ നശിക്കുന്നില്ല. നമ്മളെ സ്വന്തം ഭാവനയ്ക്കനുസരിച്ച് തൻക്കാര്യത്തിനു വേണ്ടി ഉപയോഗിക്കുന്ന ഈ മനുഷ്യരുണ്ടല്ലോ; അവരും ഇതിനൊരപവാദമല്ല.

ജീവചരിത്രം അൽപ്പം വിപുലമാക്കാൻ ഞാനാഗ്രഹിക്കുന്നു. എനിക്കു വേണ്ടി പറയാൻ മറ്റാരുണ്ട്.

മുഖവുരയിൽ നിന്ന് നിങ്ങൾക്കെന്റെ പേര് പിടികിട്ടിക്കാണും. എങ്കിലും ഒരിക്കൽകൂടി പറയാം. മലയാളത്തിൽ ചെമ്പ് ഇംഗ്ലീഷിൽ കോപ്പർ എന്നൊക്കെ വിളിക്കപ്പെടുന്ന ഞാൻ, ശാസ്ത്രനാമങ്ങളുടെ ഭണ്ഡാരമായ ഗ്രീക്ക് ഭാഷയിൽ കുപ്രം ആണ്. അതിനാലാണ് 'Cu' എന്റെ പ്രതീകമായത്.

ആവർത്തനപ്പട്ടികയിലെ I-B ഗ്രൂപ്പ് എന്റെ പേരിലാണ്–കോപ്പർ കുടുംബം–എന്റെ താഴെയുള്ളവരായ വെള്ളിയും സ്വർണവും രാജലോഹങ്ങൾ എന്നാണറിയപ്പെടുന്നത്. ആദ്യം പ്രത്യക്ഷപ്പെട്ട ലോഹമെന്ന

ഖ്യാതി എനിക്കുണ്ടെങ്കിലും നിങ്ങൾ മനുഷ്യർക്ക് എനിക്ക് ശേഷമുള്ള വരോടാണു കമ്പം. പക്ഷേ എന്റെ സാന്നിധ്യം അവരിൽ പ്രത്യേകിച്ചും സ്വർണത്തിനില്ലെങ്കിൽ ആ മഞ്ഞപ്പകിട്ടുകാരന് ബലവും ഉറപ്പും ഒന്നും ഉണ്ടാവില്ല

ഭൂവൽക്കത്തിന്റെ ഭാരത്തിന്റെ അടിസ്ഥാനത്തിൽ എന്റേത് 69 ശത മാനമാണ്. ഞാൻ സ്വതന്ത്രാവസ്ഥയിലും സംയുക്താവസ്ഥയിലും സ്ഥിതിചെയ്യുന്നുണ്ട് എന്റെ പ്രധാനപ്പെട്ട അയിരുകൾ മാലക്കൈറ്റ്, കോപ്പർ ഗ്ലാൻസ്, കോപ്പർ പിറൈറ്റിസ് എന്നിവരാണ്.

നിങ്ങൾക്കെന്നെ കൂടുതൽ എളുപ്പത്തിൽ മനസിലാക്കാൻ എന്റെ ബയോഡേറ്റ പറഞ്ഞിട്ട് ആത്മകഥതുടരാം.

| ചെമ്പ് ബയോഡേറ്റ | |
|---|---|
| A | B |
| പേര് | കോപ്പർ (കുപ്രം) |
| പ്രതീകം (Symbol) | Cu |
| മൂലകപദാർഥം | സംക്രമണ ലോഹം |
| അറ്റോമിക സംഖ്യ (Atomic No) | 29 |
| ഇലക്ട്രോൺ വിന്യാസം | 2,8,18,1 |
| അറ്റോമികഭാരം (Atomic Wt) | 63.54 |
| ഭൗതികാവസ്ഥ (Physical State) | ഖരം (Solid) |
| ഗ്രൂപ്പ് | I B |
| പിരീഡ് | 4 |
| ദ്രവണാങ്കം (Melting Point) | 1083$^{O}$C |
| ക്വഥനാങ്കം (തിളനില) (Boiling Point) | 2570$^{O}$C |
| സംയോജകത (Valency) | 1, 2 |
| ഓക്സീകരണാവസ്ഥ (Oxidation State) | +1 +2 |
| വിശിഷ്ടതാപം (Specific Heat) | 0.096 |
| ആപേക്ഷിക സാന്ദ്രത (Relative Density) | 8.95 |

ഞാനൊരു സംക്രമണമൂലകമാണ്. ലോഹമാണ്. അതുകൊണ്ട് എനിക്ക് സ്ഥിരസംയോജകതയില്ല. അസ്ഥിര സംയോജകത (Variable

Valency)യാണുള്ളത്. എന്റെ സംയോജകത '1' ഉള്ള ലവണങ്ങൾ 'കുപ്രസ്' എന്നും '2' ഉള്ള ലവണങ്ങൾ 'കുപ്രിക്' എന്നുമാണറിയപ്പെടുന്നത്. അവരുടെയൊക്കെ വിശദാംശങ്ങളിലേക്ക് കടന്നാൽ നിങ്ങൾക്ക് എന്നോട് മടുപ്പുതോന്നും.

എന്റെ (ശരീരത്തിനടുത്ത) ഭൗതികഗുണങ്ങൾ പറയാം. ശുദ്ധമായ അവസ്ഥയിൽ എന്റെ നിറം തിളക്കമുള്ള ഇളംചെമപ്പാണ്. എന്റെ വിദ്യുത് ചാലകത പ്രശംസനീയമാണ്. എന്റെ രാസഗുണങ്ങൾ കാണുക.

ഈർപ്പമുള്ള വായുവിലിരുന്നാൽ എന്റെ ദേഹത്ത് മനോഹരമായ പച്ചനിറമുണ്ടാകും. ഈ പുറംകുപ്പായത്തെ 'ക്ലാവ്' (Virdigris) എന്നാണ് നിങ്ങൾ വിളിക്കുന്നത്. ഈ മനോഹാരിതകൊണ്ടാണ് ഗോപുരങ്ങളുടെ താഴികക്കുടങ്ങൾ എന്നെ ഉപയോഗിച്ച് ഉണ്ടാക്കിയിരുന്നത്.

എന്റെ ശരീരം ചെമപ്പാകുന്നതുവരെ ചൂടാക്കിയാൽ ഓക്സിജനുമായി ചേർന്ന് എന്റെ ഓക്സൈഡുണ്ടാക്കും.

ഞാൻ ലോഹമാണെങ്കിലും വിദ്യുത്ധനതയിൽ ഹൈഡ്രജന് (അലോഹം) താഴെയാണ്.

രാജലോഹങ്ങളായ വെള്ളി, സ്വർണം, പ്ലാറ്റിനം എന്നിവയെ അവരുടെ ലവണലായനികളിൽ നിന്നും ആദേശം ചെയ്യാൻ എനിക്കു കഴിയും.

ഈ വസ്തുത തെളിയിക്കാൻ ഞാനൊരു ചെറിയ പരീക്ഷണം പറഞ്ഞുതരാം. ചെയ്തു നോക്കണേ. ആത്മകഥയിൽ ഇതൊക്കെപ്പറയുന്നതിന് പ്രസക്തിയുണ്ടോയെന്ന് ഒരുപക്ഷേ നിങ്ങൾ ചിന്തിച്ചേക്കാം. പ്രസക്തിയുണ്ട്.

ലാബറട്ടറി സാധനങ്ങൾ വിൽക്കുന്ന കടയിൽ നിന്നും കുറച്ച് (10 ഗ്രാം) സിൽവർ നൈട്രേറ്റ് വാങ്ങി വെള്ളത്തിൽ ലയിപ്പിച്ച് ഒരു നീണ്ട ജാറിൽ മുക്കാൽ ഭാഗത്തോളം എടുക്കുക. അതിൽ എന്റെ ഒരു വയർ ഇറക്കിവയ്ക്കണം. (വയർ ചുരുളാക്കുകയോ ശാഖകളാക്കുകയോ ചെയ്യാം) കുറച്ചുസമയം കഴിഞ്ഞുനോക്കിയാൽ ഞാൻ മനോഹരമായ വെള്ളിമരം (സിൽവർട്രീ) ആയി മാറിയിരിക്കുന്നത് നിങ്ങൾക്ക് കാണാം.

എന്റെ കൂടെ കൂടാൻ മറ്റുമൂലകങ്ങൾക്ക് വളരെ താൽപ്പര്യമാണ്. ഞാനൊരു സംക്രമണമൂലകമായതുകൊണ്ട് എന്റെ സംയോജകത സ്ഥിരമല്ല. അസ്ഥിരസംയോജകതയെപ്പറ്റി ഞാനൊന്നു സൂചിപ്പിക്കാം. എന്റെ ആറ്റത്തിന്റെ ബാഹ്യഷെല്ലിൽ 1 ഇലക്ട്രോൺ മാത്രമാണുള്ളതെന്ന് ബയോഡേറ്റ തെളിയിക്കുന്നു. അതുകൊണ്ടാണല്ലോ ഞാൻ ഒന്നാംഗ്രൂപ്പുകാരനായത്. ചിലരുമായി കൂടുമ്പോൾ ഈ 1 ഇലക്ട്രോൺ മാത്രം വിട്ടുകൊടുത്താൽ മതിയാകും. ഹാലൊജനുകൾ എന്ന ജനുസിൽപ്പെട്ട മൂലകങ്ങൾ (ഫ്ളൂറിൻ, ക്ലോറിൻ, ബ്രോമിൻ, അയൊഡിൻ, അസ്റ്ററ്റൈൽ) 1 ഇലക്ട്രോൺ കൊണ്ട് തൃപ്തിപ്പെട്ടുകൊള്ളും. എങ്കിലും അവരിൽ നിന്നും രണ്ട് ആറ്റങ്ങൾ വന്നാൽ എന്റെ രണ്ടാറ്റങ്ങൾ ഓരോ ഇലക്ട്രോൺ വീതം കൊടുക്കും. സംയോജകത അപ്പോഴും 1 തന്നെ. എന്നാൽ ഓക്സിജൻ, സൾഫർ എന്നിവർക്ക് ഒരാറ്റത്തിനു തന്നെ 2 ഇലക്ട്രോ

ണുകൾ വേണം. അപ്പോൾ എന്റെ രണ്ടാറ്റങ്ങൾ ഓരോ ഇലക്ട്രോൺ കൊടുക്കും. അല്ലെങ്കിൽ എന്റെ ഒരാറ്റം തന്നെ ബാഹ്യഷെല്ലിലെ 1 ഇലക്ട്രോണിനു പുറമെ ബാഹ്യഷെല്ലിനു തൊട്ടുള്ളിലുള്ള ഷെല്ലി (പെനൾട്ടിമേറ്റ് ഷെൽ)ൽ നിന്നും ഒരിലക്ട്രോണിനെ കൂടി വിട്ടുകൊടുക്കാൻ ഞാൻ നിർബന്ധിതനാകും. അപ്പോൾ എന്റെ സംയോജകത '2' അസ്ഥിരസംയോജകത എന്തെന്നു വ്യക്തമായല്ലോ?

എന്റെ കാര്യം മാത്രം എടുത്താൽ എന്റെ ഒരു ആറ്റം 1 ഇലക്ട്രോൺ മാത്രം വിട്ടുകൊടുത്ത് സംയുക്തങ്ങളുണ്ടാകുമ്പോൾ തിരിച്ചറിയാൻ വേണ്ടി കുപ്രസ് എന്ന പദം സംയുക്തത്തിന്റെ ഇടതുവശത്തു ചേർക്കും '2' ഇലക്ട്രോണുകൾ എന്റെ ഒരാറ്റം തന്നെ കൊടുക്കുകയാണെങ്കിൽ അങ്ങനെയുണ്ടാകുന്ന പുതിയ താരത്തിന് (യൗഗികം) 'കുപ്രിക്' എന്നും വിളിക്കും.

നിങ്ങളുടെ എളുപ്പത്തിനായി 'കുപ്രസ്' 'കുപ്രിക്' രണ്ടു കോളങ്ങളിലായി എഴുതാം.

| കുപ്രസ് | കുപ്രിക് |
|---|---|
| 1. ഓക്സൈഡുകൾ<br>കുപ്രസ് ഓക്സൈഡ് $Cu_2O$<br>നിറം – ചെമപ്പ്<br>ഗ്ലാസ് നിർമാണത്തിനും<br>മൺപാത്രനിർമാണത്തിനും<br>ഉപയോഗിക്കുന്നു | 1. ഓക്സൈഡുകൾ<br>കുപ്രിക് ഓക്സൈഡ് $CuO$<br>നിറം – കറുപ്പ്<br>പരീക്ഷണശാലകളിലും<br>ഗ്ലാസ് നിർമാണത്തിനും<br>ഉപയോഗിക്കുന്നു |
| 2. ഹാലൈഡുകൾ<br>(ഹാലൊജൻ സംയുക്തങ്ങൾ)<br>കുപ്രസ് ഫ്ളൂറൈഡ് $CuF$<br>നിറം – റൂബിറെഡ്<br>കുപ്രസ് ക്ലോറൈഡ് $Cu_2Cl_2$<br>നിറം – മഞ്ഞുപോലെ വെളുപ്പ്<br>കുപ്രസ് ബ്രോമഡ് $CuBr$<br>തവിട്ടുനിറം–പരലുകൾ<br>കുപ്രസ് അയൊഡൈഡ് $Cu_2I_2$<br>നിറം വെളുപ്പ് | 2. ഹാലൈഡുകൾ<br><br>കുപ്രിക് ഫ്ളൂറൈഡ് $CuF_2$<br>(നിറം നീല)<br>കുപ്രിക് ക്ലോറൈഡ് $CuCl_2$<br>നിറം പച്ചകലർന്ന നീല<br>കുപ്രിക് ബ്രോമൈഡ് $CuBr_2$<br>ഇരുണ്ട പരലുകൾ<br>കുപ്രിക് അയൊഡൈഡ് $CuI_2$<br>സ്ഥിരമല്ല. വിഘടിച്ച് കുപ്രസ് രൂപമാകും |
| 3. സൾഫൈഡുകൾ<br>കുപ്രസ് സൾഫൈഡ് $Cu_2S$<br>കറുപ്പുകലർന്ന ചാരനിറം | 3 സൾഫൈഡ്<br>കുപ്രിക്സൾഫൈഡ് $CuS$<br>കറുപ്പുനിറം |
| 4. സൾഫേറ്റ്<br>കുപ്രസ് സൾഫേറ്റ് $Cu_2SO_4$ | 4. സൾഫേറ്റ്<br>കുപ്രിക് സൾഫേറ്റ് (തുരിശ്) |

| | |
|---|---|
| ചാരനിറം കലർന്ന വെളുപ്പുനിറം | $CuSO_45H_2O$ നീലപരലുകൾ ബോർഡോ മിശ്രിതം നിർമിക്കാൻ ഉപയോഗിക്കുന്നു |

മേൽപ്പറഞ്ഞവ കൂടാതെ സയനൈഡുകൾ, തയോസയനേറ്റുകൾ, സൾഫൈറ്റുകൾ, നൈട്രൈഡുകൾ, നൈട്രേറ്റുകൾ അസറ്റേറ്റുകൾ, കാർബണേറ്റുകൾ. പിന്നെ സങ്കീർണഘടനയുള്ള കുപ്രമീൻ സോൾട്ടുകൾ ഇങ്ങനെ നിരവധിയായ കൂട്ടുകക്ഷികൾ എനിക്കുണ്ട്. നിങ്ങളുടെ സമ്പദ്ഘടനയെ ഇവരെല്ലാവരും തന്നെ വളരെയധികം സ്വാധീനിക്കുന്നുണ്ട്.

ഞാൻ ചേർന്ന കൂട്ടുലോഹങ്ങളുടെ കാര്യം കൂടി പറഞ്ഞ് എന്റെ കഥ അവസാനിപ്പിക്കാം.

എന്റെ ഏറ്റവും പ്രധാനപ്പെട്ട സങ്കരന്മാർ ഓടും (Bronze) പിച്ചള (Braz)യുമാണ്

1. ഓട് (ബ്രോൺസ്) ന് ഗൺമെറ്റൽ എന്നും പറയും. ഇതിൽ ഞാൻ 75–90% വെളുത്തീയം 25–10%

2. പിച്ചള (ബ്രാസ്) ഇതിൽ ഞാൻ 60–80% Zinc 40–20%

അലൂമിനിയം ബ്രോൺസ് എന്ന സങ്കരനിൽ എന്നോടൊപ്പം അലുമിനിയം ആണ്.

ജർമൻ സിൽവറിൽ ഞാൻ, സിങ്ക്, നിക്കൽ

മോണൽ മെറ്റലിൽ ഞാൻ, നിക്കൽ, അയൺ, മാൻഗനീസ്.

കൂടാതെ ഡെൽറ്റാ മെറ്റൽ, ഫോസ്ഫർ ബ്രോൺസ്, സ്പെക്കുലം മെറ്റൽ, ബെൽമെറ്റൽ, കോപ്പർ–ബെറിലിയം അലോയ്സ്, കോൺസ്റ്റന്റൻ, കോയ്നേജ് അലോയ്സ് ഇങ്ങനെ പല ഘടനകളിലുള്ള ഞാൻ ചേർന്ന സങ്കരങ്ങളുടെ ഒരു വിപുലമായ ശ്രേണിയുണ്ട്. ഇവയിലെല്ലാം തന്നെ എന്റെ അനുപാതമാണ് കൂടുതലുള്ളത്.

നിങ്ങളുടെ ശരീരധർമപ്രവർത്തനങ്ങൾക്ക് എന്റെ സാന്നിധ്യം വളരെ ആവശ്യമാണ്. ഒരു മുതിർന്ന മനുഷ്യനിൽ 100 mg ഞാൻ വേണം. ഇരുമ്പ്, സിങ്ക് ഇവർ കഴിഞ്ഞാൽ ഒരു സംക്രമണമൂലകമെന്ന നിലയിൽ മനുഷ്യശരീരത്തിൽ എനിക്ക് മൂന്നാം സ്ഥാനമാണുള്ളത്. ഏകദേശം 4–5 mg എന്നെ പ്രതിദിനം നിങ്ങൾക്കാവശ്യമാണ്. ഇരുമ്പ് സംഭരിക്കുന്നതിന് മനുഷ്യശരീരത്തിൽ ഞാൻ വേണം. എന്റെ അഭാവത്തിൽ നിങ്ങൾക്ക് വിളർച്ച (anaemia) ഉണ്ടാകും. എന്റെ അളവുകൂടിയാൽ വിഷകരമാണെന്ന കാര്യവും മറക്കണ്ട.

ഇനിയും ദീർഘിപ്പിക്കുന്നില്ല. അധികമായാൽ അമൃതും വിഷമെന്നാണല്ലോ ചൊല്ല്. എല്ലാ ലോഹസഹോദരങ്ങൾക്കും മുന്നേ നിങ്ങളെ സേവിച്ച എന്റെ ആത്മകഥയെങ്കിലും വായിച്ച് എന്നോടൽപ്പം സ്നേഹം കാണിക്കണമെന്ന് അപേക്ഷിച്ചുകൊണ്ട്,

നിങ്ങളുടെ ചെമ്പ്.

# 21

# വെള്ളി – Argentum (Ag)

**എ**ന്റെ പേര് വെള്ളി. ചെമ്പ്, അയാളുടെ ആത്മകഥയിൽ കുടുംബ ത്തെപ്പറ്റി പറഞ്ഞിരുന്നു. ഞാൻ രണ്ടാമനാണ്. സ്വർണം എനിക്കുശേഷ മാണ് വരുന്നത്.

'അർജന്റം' (Argentum) എന്ന് ശാസ്ത്രനാമമുള്ള എന്നെ കേരളീ യർ വിളിക്കുന്നത് വെള്ളി എന്നാണ്. എന്റെ ശരീരത്തിന് തിളങ്ങുന്ന വെള്ളനിറമുള്ളതുകൊണ്ടാകാം ഇങ്ങനെ ഒരു പേരിടാൻ കാരണം. എന്നോടുള്ള ബഹുമാനാർഥം ഒരു രാജ്യത്തിന് എന്റെ പേരിനോട് സാമ്യ മുള്ള പേരാണ് നൽകിയിരിക്കുന്നത്. അർജന്റീന. രാജലോഹങ്ങൾ (Royal Metals) എന്ന സ്ഥാനപ്പേരുള്ളവരാണ് ഞാനും സ്വർണവും. പക്ഷേ ചെമ്പിന് ആ പദവി കൊടുത്തിട്ടില്ല. പകരം 'നിക്കൽ' കുടുംബത്തിലെ പ്ലാറ്റിനത്തിനാണ് അതിനുള്ള ഭാഗ്യം ഉണ്ടായത്. ഈ അടുത്തകാലം മുതൽ അവന്റെ സ്ഥാനമാനങ്ങൾ വർധിച്ചിരിക്കുകയാണ്. കാരണം മനുഷ്യ സമൂഹത്തിലെ സ്ത്രീ പ്രജകൾ പ്ലാറ്റിനം ആഭരണങ്ങളോട് കൂടു തൽ കമ്പം കാണിക്കുന്നതുതന്നെ. കഴിഞ്ഞ അരനൂറ്റാണ്ടുകാലം വരെ സാധാരണക്കാരുടെ ആഭരണങ്ങൾ എന്നെ ഉപയോഗിച്ചാണ് ഉണ്ടാക്കി യിരുന്നത്. സമ്പന്നരുടെ അടുക്കളപ്പാത്രങ്ങളും ഉണ്ടാക്കാൻ എന്നെയാണ് തെരഞ്ഞെടുത്തിരുന്നത്. സമൂഹത്തിലെ ഉന്നതനെ മറ്റുള്ളവർ പറയു ന്നത് "വായിൽ വെള്ളിക്കരണ്ടിയുമായി" ജനിച്ചവരെന്നാണ്. ഈ ചൊല്ല് എന്റെ ഔന്നത്യത്തെ വിളംബരം ചെയ്തിരുന്നു.

പറഞ്ഞുപറഞ്ഞ് കാടുകയറിയതറിഞ്ഞില്ല. ഒരു ആത്മകഥയാകു മ്പോൾ ജനനദിവസം വർഷം, സ്ഥലനാമം, രാജ്യം എല്ലാം വേണം. അത് എനിക്കെന്നല്ല, ഒരു മൂലകത്തിനും സാധ്യമല്ല. 'ലോകമേ തറവാട്' എന്നു പറയുന്നതാണു ശരി. കാരണം എന്റെ ജനനം ഭൂമിയുടെ ഉൽപ്പത്തിസമ

യത്താണ്. ഭൂമിയിൽ മിക്കവാറും സ്ഥലങ്ങളിൽ കൂടിയും കുറഞ്ഞും എന്റെ സാന്നിധ്യമുണ്ട്. അതിനാൽ ഞാനൊരു ലോകപൗരനാണ്.

ഇവിടെ ഇന്ത്യയിൽ ഞാനടങ്ങിയ അയിരുകൾ തീരെയില്ല. എന്നാൽ മൈസൂറിലെ കോളാർ ഖനികളിലും തമിഴ്നാട്ടിലെ അനന്തപ്പൂർ ഖനികളിലും സ്വർണത്തോടൊപ്പം ചെറിയ അളവിൽ ഞാനുണ്ട്.

ഇന്ത്യാക്കാർക്ക് ശരിക്കും ഞാനൊരു വിദേശിയാണ്. തൊണ്ണൂറ്റി ഒൻപതു ശതമാനവും മ്യാൻമാറിൽ (ബർമ) നിന്നുമാണ് ഇവിടെ ഇറക്കുമതി ചെയ്യുന്നത്.

പിന്നെ ഭൂവൽക്കത്തിൽ എന്റെ ഭാരം എത്രയെന്നറിയണ്ടേ? 0.08 ശതമാനം മാത്രം!

നിങ്ങൾക്കുവേണ്ടി എന്റെ ബയോഡേറ്റ.

| വെള്ളി (silver) ബയോഡേറ്റ | |
|---|---|
| A | B |
| പേര് | ആർജെന്റം (വെള്ളി) Argantum |
| പ്രതീകം (Symbol) | Ag |
| മൂലകപദാർഥം | സംക്രമണലോഹം |
| അറ്റോമിക സംഖ്യ (Atomic No) | 47 |
| ഇലക്ട്രോൺ വിന്യാസം | 2,8,18,18,1 |
| അറ്റോമികഭാരം (Atomic Wt) | 107.88 |
| ഭൗതികാവസ്ഥ (Physical State) | ഖരം (Solid) |
| ഗ്രൂപ്പ് | I B |
| പിരീഡ് | 5 |
| ദ്രവണാങ്കം (Melting Point) | $960^{O}C$ |
| ക്വഥനാങ്കം (തിളനില) (Boiling Point) | $1965^{O}C$ |
| സംയോജകത (Valency) | 1 |
| ഓക്സീകരണാവസ്ഥ (Oxidation State) | +1, +2 |
| വിശിഷ്ടതാപം (Specific Heat) | 0.056 |
| ആപേക്ഷിക സാന്ദ്രത (Relative Density) | 10.5 |

ഞാൻ സ്വതന്ത്രാവസ്ഥയിലും സംയുക്തങ്ങളായും ഭൂമിയിൽ കാണുന്നുണ്ട്. എന്റെ പ്രധാന അയിരുകൾ ആർജെന്റൈറ്റ് (argentite) അഥവാ സിൽവർ ഗ്ലാൻസ്, പൈറാർജിറൈറ്റ് അഥവാ റൂബിസിൽവർ, ഹോൺ സിൽവർ എന്നിവരാണ്.

എന്നെ നല്ലവണ്ണം അടിച്ചുപരത്തുകയും കമ്പിയാക്കുകയും ചെയ്യാം. നിറം ബയോഡാറ്റയിൽ പറഞ്ഞിട്ടുണ്ട്. ഞാൻ ഏറ്റവും നല്ലൊരു താപ വൈദ്യുതവാഹിയാണ്.

എന്റെ ബാഷ്പം ഇളംനീലനിറമാണ്. എന്റെ ഉരുകിയ ദ്രാവകത്തിൽ ഇരുപതിരട്ടി ഓക്സിജനെ ലയിപ്പിക്കാൻ എനിക്കു കഴിയും. എന്നാൽ ഞാൻ ഖനീഭവിക്കുമ്പോൾ ഓക്സിജൻ നുരഞ്ഞുപൊങ്ങി പുറത്തുപോകുമ്പോൾ ഉപരിതലത്തിലുണ്ടാകുന്ന പ്രത്യേകതയ്ക്ക് 'സ്പിറ്റിങ് ഓഫ് സിൽവർ' എന്നുപറയും.

ഹൈഡ്രജൻ സൾഫൈഡ്, സൾഫർ തുടങ്ങിയവരൊന്നും വായുവിലില്ലെങ്കിൽ ഞാൻ ഒരിക്കലും കറുക്കുകയില്ല.

ഞാൻ രാജലോഹമായതുകൊണ്ട് മറ്റു മൂലകങ്ങളുമായി ചേർന്ന് അധികം കൂട്ടുകക്ഷികളെ രൂപീകരിക്കുകയില്ല. അതിനാലാണ് സ്വതന്ത്രാവസ്ഥയിൽ നിങ്ങൾക്കെന്നെ കാണുവാൻ കഴിയുന്നത്.

സൾഫറുമായി ഞാൻ കൂടും. അങ്ങനെ സിൽവർ ഗ്ലാൻസ് എന്ന സംയുക്തം ഉണ്ടാകും. ഇവന്റെ നിറം കറുപ്പാണ്. മനുഷ്യർ ധരിക്കുന്ന വെള്ളിയാഭരണങ്ങളുടെ പുറം കറുത്തിരിക്കാൻ കാരണം ഈ സിൽവർ ഗ്ലാൻസ് ആണ്. വിയർപ്പിലുള്ള സൾഫറുമായി ഞാൻ ചേർന്നാണ് ഇതുണ്ടാവുന്നത്.

മറ്റൊരുദാഹരണം കൂടി പറയാം. എന്റെ ഒരു സ്പൂൺ ഉപയോഗിച്ച് മുട്ടയുടെ മഞ്ഞക്കരു ഇളക്കി നോക്കൂ. അത് കറുക്കുന്നു. മഞ്ഞക്കരുവിലുള്ള സൾഫറാണ് ഇതിനു കാരണം.

ഞാനും കോപ്പറും സൾഫറുമായി ചേർന്നാൽ പൈറാർജിറൈറ്റ് ഉണ്ടാകും. ക്ലോറിനുമായി ഞാൻ ചേരുമ്പോൾ ഹോൺ സിൽവർ (Horn Silver) ഉണ്ടാകും.

മനുഷ്യനിർമിതങ്ങളായ എന്റെ ധാരാളം സംയുക്തങ്ങളുണ്ട്. എന്റെ പ്രധാനപ്പെട്ട ഒരു സംയുക്തമാണ് സിൽവർ നൈട്രേറ്റ്. പരീക്ഷണശാലകളിൽ ഈ പാർട്ടി അവശ്യമാണ്.

സിൽവർ മിറേഴ്സ് (മുഖം നോക്കുന്ന കണ്ണാടി) ഉണ്ടാക്കാൻ തുടങ്ങിയത് 1840 മുതലാണ്. ഗ്ലാസിനു പുറമെ എന്റെ ഒരു ലേപനം പുരട്ടിയാൽ വെള്ളിക്കണ്ണാടി കിട്ടും. 1840 വരെ കണ്ണാടിയുണ്ടാക്കാൻ അമാൽഗമേഷൻ (രസം ഉപയോഗിച്ചുള്ള) രീതിയാണ് ഉപയോഗത്തിലിരുന്നിരുന്നത്.

ഫോട്ടോഗ്രാഫിയിലും എന്റെ ലവണങ്ങളാണ് ഉപയോഗിക്കുന്നത്. 1825–ലാണ് ആദ്യമായി ഫോട്ടോഗ്രാഫിയുടെ തത്വം Niepce de Saint Victor മനസിലാക്കിയത്.

ഇലക്ട്രിക്കൽ ഉപകരണങ്ങളിൽ ഞാനൊരു അവശ്യവ്യക്തിയാണ്.

എന്റെ ആത്മകഥ അവസാനിക്കുന്നു.

നിങ്ങളുടെ സ്വന്തം വെള്ളി

# 22

# സ്വർണം - Aurum (Au)

സ്വർണം എന്ന് സർവരാലും പ്രകീർത്തിക്കപ്പെടുന്ന ഞാൻ എന്റെ കുടുംബത്തിലെ മൂത്തവനാണ്. രാജലോഹങ്ങളിൽ എന്നെയാണ് എല്ലാവർക്കും ഇഷ്ടം. ഒരു രാഷ്ട്രത്തിന്റെ സമ്പദ്ഘടനയെ നിയന്ത്രിക്കുന്നത് ഞാനാണെന്നു പറഞ്ഞാൽ അതിശയിക്കേണ്ട. ലോഹങ്ങളിൽ വച്ച് ഏറ്റവും മൂല്യവും എനിക്കുതന്നെ. ഇപ്പോഴത്തെ എന്റെ മൂല്യം സർവ കാല റെക്കാർഡ് ആണ്. വെറും ഒരു ഗ്രാമിന് എന്റെ വില രണ്ടായിരം രൂപവരെ ഉയർന്നതായി പേപ്പറിൽ വായിച്ചു. ടി വിയിലും കണ്ടു. ഇനി മുതൽ പാവങ്ങൾക്ക് ഞാൻ അപ്രാപ്യനായിത്തീരും.

എന്റെ യഥാർഥനാമം ഔറം (Aurum) എന്ന ഗ്രീക്ക് പദമാണ്. ഇംഗ്ലീഷിൽ ഗോൾഡ്. നിങ്ങൾ മലയാളികളുടെ ഭാഷയിൽ ഞാൻ സ്വർണമാണ്. പഴയ കാര്യങ്ങൾ പുകഴ്ത്തിപ്പറയുന്നതിന് നിങ്ങൾ പറയുന്ന ഒരു ചൊല്ലുണ്ട്. 'ഓൾഡ് ഈസ് ഗോൾഡ്'. ഈ ചൊല്ലിൽ നിന്നും നിങ്ങൾ എന്നെ എത്രമാത്രം ആദരിക്കുന്നു എന്ന് എനിക്കറിയാം. ഇന്ത്യയിൽ പ്രത്യേകിച്ചും കേരളത്തിലെ സ്ത്രീകൾക്ക് എന്നോട് വലിയ അഭിനിവേശമാണ്. അതു ശരിയല്ല കേട്ടോ. ഈ വ്യാമോഹം എത്ര എത്ര പാവപ്പെട്ട പെൺകുട്ടികളെയാണ് 'മംഗല്യം' എന്ന പവിത്രബന്ധത്തിന് അന്യരാക്കുന്നത്. എല്ലാവർക്കും കിലോകണക്കിന് സ്വർണം വേണം. അതവിടെ നിൽക്കട്ടെ.

എന്റെ ഉദ്ഭവത്തെപ്പറ്റി പറയാം. ഞാനും ഭൂമിയോടൊപ്പം ഉണ്ടായതാണ്. എങ്കിലും ഇന്നത്തെ ശാസ്ത്രജ്ഞന്മാർ എന്റെ ഉത്ഭവത്തെപ്പറ്റി പറയുന്നതിങ്ങനെയാണ്. കാലഗണനാസാങ്കേതിക വിദ്യപ്രകാരം മൂന്നു ബില്യൺ വർഷങ്ങൾ പ്രായമുള്ള എന്റെ ജനനം ദക്ഷിണാഫ്രിക്കയിലെ വിറ്റ് വാട്ടർ സ്റ്റാൻഡിലാണെന്ന് അരിസോണ യൂണിവേഴ്സിറ്റിയുടെ

നേതൃത്വത്തിൽ അന്തർദേശീയ ഭൂഗർഭശാസ്ത്രജ്ഞന്മാർ കണ്ടുപിടിച്ചെന്നും അവിടെനിന്നും ചൂടുദ്രാവക ഉറവകൾ എന്നെ എല്ലായിടത്തേക്കും വ്യാപിപ്പിച്ചു എന്നുമാണ് പറയപ്പെടുന്നത്.

ഭൂവൽക്കത്തിൽ എന്റെ ഭാരം 0.004 ശതമാനമാണെങ്കിലും എന്റെ അസ്തിത്വത്തിനാണ് നിങ്ങൾ കൂടുതൽ മാന്യത കൽപ്പിക്കുന്നത്.

ഇവിടെ ഇന്ത്യയിൽ മൈസൂറിലെ കോളാർഖനികളിലാണ് എന്റെ സാന്നിധ്യം കൂടുതലുള്ളത്. ഇന്ത്യയുടെ ആവശ്യത്തിന്റെ തൊണ്ണൂറ്റിഒൻപതു ശതമാനവും ഇവിടെ നിന്നുമാണ് ലഭിച്ചിരുന്നത്. പുത്തൻ പണക്കാർ മാത്രമല്ല രാജ്യങ്ങളും എന്നെ വാരിക്കൂട്ടുന്നതുകൊണ്ടാണ് ഈ 'ദൗർലഭ്യം' അനുഭവപ്പെടുന്നത്. നിങ്ങൾ മനുഷ്യർ എത്ര സ്വാർഥരാണ്!

എല്ലായിടത്തും ക്വാർട്ട്സ് കല്ലുകളോട് ചേർന്ന് സ്വതന്ത്രരൂപത്തിലാണ് ഞാൻ സ്ഥിതി ചെയ്യുന്നത്. എന്റെ ഉൽപ്പാദനത്തിൽ ലോകത്തിൽ ഇന്ത്യക്ക് എട്ടാം സ്ഥാനമുണ്ടായിരുന്നു.

ക്വാർട്ട് കല്ലുകളുമായി ചേർന്നിരിക്കുന്ന എന്നെ ചില സാങ്കേതിക വിദ്യകൾ ഉപയോഗിച്ച് ഇടിച്ചുപൊടിച്ച് വേർതിരിക്കുന്നു.

ഇന്ത്യയിലെ എന്റെ സാന്നിധ്യത്തെപ്പറ്റി ഇനിയും പറയാനുണ്ട്.

നദീതടങ്ങളിലുണ്ടാകുന്ന എക്കൽമണലിൽ (alluvial sand) എന്റെ യൗഗികങ്ങളുണ്ട്. സൾഫൈഡ് ധാതുക്കളിലും ഞാനുണ്ട്. ഇത് കാണുന്നത് പ്രധാനമായിട്ടും സിക്കിമിലാണ്.

സുവർണരേഖാ നദീതടങ്ങളിലും ഛോട്ടാനാഗ്പൂരിലും മധ്യപ്രദേശിലും എല്ലാം ഞാനുണ്ട്-അലുവിയൽ ഗോൾഡ്

ഈ പ്രദേശങ്ങളിലെ ആളുകൾ എക്കൽ മണ്ണിനെ ചരിഞ്ഞ പ്രതലത്തിൽ വച്ച് കഴുകി സ്വർണത്തരികൾ ശേഖരിക്കുന്ന സമ്പ്രദായം നിലനിന്നിരുന്നു. ചരിഞ്ഞ പ്രതലത്തിൽ വച്ച് ജലമൊഴുക്കുമ്പോൾ ചെളിയും മണലും ഒഴുകിപോകുകയും കൂടിയ ഭാരമുള്ള ഞാൻ അവശേഷിക്കുകയും ചെയ്യും.

ഇനിയും എന്റെ ബയോഡേറ്റ കുറിക്കട്ടെ

| സ്വർണം (Gold) ബയോഡേറ്റ | |
|---|---|
| A | B |
| പേര് | സ്വർണം (Aurum) |
| പ്രതീകം (Symbol) | Au |
| മൂലകപദാർഥം | സംക്രമണ ലോഹം |
| അറ്റോമിക സംഖ്യ (Atomic No) | 79 |
| ഇലക്ട്രോൺ വിന്യാസം | 2,8,18,32,18,1 |
| അറ്റോമികഭാരം (Atomic Wt) | 196.967 |
| ഭൗതികാവസ്ഥ (Physical State) | ഖരം (Solid) |

| | |
|---|---|
| ഗ്രൂപ്പ് | I B |
| പിരീഡ് | 6 |
| ദ്രവണാങ്കം (Melting Point) | 1064°C |
| ക്വഥനാങ്കം (തിളനില) (Boiling Point) | 2808°C |
| സംയോജകത (Valency) | 1 |
| ഓക്സീകരണാവസ്ഥ (Oxidation State) | +1, +2 |
| വിശിഷ്ടതാപം (Specific Heat) | 0.0303 |
| ആപേക്ഷിക സാന്ദ്രത (Relative Density) | 19.32 |

എന്റെ നിറം തിളക്കമുള്ള മഞ്ഞയാണ്. ഏറ്റവും കൂടുതൽ അടിച്ചു പരത്താവുന്നതും സൂക്ഷ്മമായ കമ്പികളാക്കാവുന്നതുമാണ്. 0.00001 മില്ലി മീറ്റർ കനമുള്ള ഷീറ്റുകളാകാൻ എനിക്കു കഴിയും. ഈ കനമുള്ള 2,80,000 (രണ്ടുലക്ഷത്തി എൺപതിനായിരം) ഷീറ്റുകൾ ഒന്നിനുമീതെ മറ്റൊന്നായി അടുക്കിവച്ചാൽ ഒരു ഇഞ്ച് ഉയരം മാത്രം! ലോഹങ്ങളിൽ വച്ച് ഈ രണ്ടു ഗുണങ്ങളും കൂടുതലുള്ളത് എനിക്കാണ്. അതുകൊണ്ടാണല്ലോ എന്നെ നിങ്ങൾ ആഭരണങ്ങൾ ഉണ്ടാക്കാൻ ഉപയോഗപ്പെടുത്തുന്നത്.

എന്റെ കാഠിന്യം സിങ്കിനും വെളുത്തീയത്തിനും ഇടയ്ക്കാണ്. അതേസമയം താപത്തിന്റെ ചാലനം വെള്ളിയുടെ ചാലനത്തിന്റെ പകുതിയേയുള്ളൂ. എനിക്ക് സാന്ദ്രത കൂടുതലാണ്.

ഒരു രാസപദാർഥത്തിനും എന്നെ ഒന്നും ചെയ്യാനാകില്ല. മറ്റു മൂലകങ്ങളുമായി എനിക്കു വലിയ അടുപ്പമില്ല. അതുകൊണ്ടാണല്ലോ. എന്റെ നിറം നഷ്ടപ്പെടാത്തതും സ്വതന്ത്രമായി കഴിയാൻ സാധിക്കുന്നതും.

വീര്യം കൂടിയ സൾഫ്യൂറിക്, നൈട്രിക്, ഹൈഡ്രോക്ലോറിക് ആസിഡുകൾക്കു പോലും എന്നെ ലയിപ്പിക്കാനാവില്ല. പക്ഷേ 'അക്വാറീജിയ' എന്ന ദ്രാവകത്തിൽ മാത്രം ഞാൻ അലിയും ഹൈഡ്രോക്ലോറിക് നൈട്രിക് ആസിഡുകളുടെ മിശ്രിതം.

എന്റെ പരിശുദ്ധിയെപ്പറ്റി എല്ലാവരും വായ് നിറയെ പറയാറുണ്ട്. 'കാരറ്റ്' അടിസ്ഥാനമാക്കിയാണ് എന്റെ പരിശുദ്ധി പ്രസ്താവിക്കുന്നത്. എന്റെ ശുദ്ധരൂപത്തിന് 24 കാരറ്റ് എന്നു പറയും. സ്വർണനാണയത്തിന് 23 കാരറ്റ്. ആഭരണങ്ങളുണ്ടാക്കാൻ എന്നെ ഉപയോഗിക്കുമ്പോൾ എന്റെ പരിശുദ്ധി വെറും 18 കാരറ്റ്.

ചെമ്പിന് എന്നോട് വളരെ ചേർച്ചയാണ്. അവന്റെ സാന്നിധ്യത്തിൽ എന്റെ കാഠിന്യം വർധിക്കും. തേയ്മാനനിരക്ക് കുറയും.

എനിക്കും സഹയാത്രികരെ ഉണ്ടാക്കാൻ കഴിവുണ്ട്. 180–190$^{o}$Cൽ ഹാലൊജനുകളുടെ സാന്നിധ്യത്തിൽ ഞാൻ എന്റെ ഹാലൈഡുകളായി മാറും. ഹാലൊജനുകളുമായി ചേർന്ന് രണ്ടുതരം ലവണങ്ങൾ ഓറസ്, ഓറിക് ഹാലൈഡുകൾ ഉണ്ടാകും. ഓറസ് ലവണങ്ങളിൽ എന്റെ സംയോജകത '1' ഉം ഓറിക് ലവണങ്ങളിൽ സംയോജകത '2' ഉം ആണ്.

ഓറസ് സയനൈഡ്, തയോസൾഫേറ്റ് തുടങ്ങിയ ലവണങ്ങളെയും അനുകൂലസാഹചര്യങ്ങൾ സൃഷ്ടിച്ചാൽ എനിക്കുണ്ടാക്കുവാൻ കഴിയും.

ഇങ്ങനെ കൃത്രിമമായി ഉണ്ടാകുന്ന എന്റെ സംയുക്തങ്ങളെ നിങ്ങൾ പല ആവശ്യങ്ങൾക്കും ഉപയോഗിക്കുന്നുണ്ട്. ചെമ്പിൽ സ്വർണം പൂശുന്ന വിദ്യ നിങ്ങൾ കേട്ടിട്ടുണ്ടാകുമല്ലോ. വൈദ്യുതി ഉപയോഗിച്ചു. ചെയ്യുന്ന ഈ പ്രക്രിയയ്ക്കു വൈദ്യുതലേപനം (electroplating) എന്നു പേർ.

എന്റെ ആത്മകഥ ഇവിടെ അവസാനിക്കുന്നു.

എന്നെന്നും നിങ്ങളുടെ പ്രിയപ്പെട്ട സ്വർണം

# 23

# നാകം – Zinc (Zn)

**നാ**കം, (സ്വർഗമല്ല) തുത്തനാകം എന്നൊക്കെ മലയാളികൾ വിളിക്കുന്ന എന്റെ പേര് സിങ്ക് (Zine) എന്നാണ്. മൂലകത്തറവാടായ ആവർത്തനപ്പട്ടികയിലെ II B ഗ്രൂപ്പിലാണ് എന്റെ സ്ഥാനം. ഞാനുൾപ്പെടുന്ന ഈ ഗ്രൂപ്പ് 'സിങ്ക് കുടുംബം എന്നാണറിയപ്പെടുന്നത്. ഇതിൽ ഒന്നാമനാണു ഞാൻ. എനിക്കു താഴെ രണ്ടുപേർ കൂടിയുണ്ട്. കാഡ്മിയം (ഇവനെ നിങ്ങളാരും കേട്ടിട്ടുണ്ടാവില്ല) പിന്നെ മെർക്കുറി (രസം)

ആദിമകാലം മുതൽക്കുതന്നെ മനുഷ്യർക്ക് എന്നെ പരിചയമുണ്ടായിരുന്നു. പുരാതനപുസ്തകങ്ങളിലും ഞാൻ സ്ഥാനം പിടിച്ചിട്ടുണ്ട്. ധാരാളം പ്രയോജനങ്ങൾ ഉള്ളതാകാം കാരണം.

| സിങ്ക് ബയോഡേറ്റ | |
|---|---|
| A | B |
| പേര് | സിങ്ക് (Zinc) |
| പ്രതീകം (Symbol) | Zn |
| മൂലകപദാർഥം | ലോഹം (Metal) |
| അറ്റോമിക സംഖ്യ (Atomic No) | 30 |
| ഇലക്ട്രോൺ വിന്യാസം | 2,8,18,2 |
| അറ്റോമികഭാരം (Atomic Wt) | 65.38 |
| ഭൗതികാവസ്ഥ (Physical State) | ഖരം (Solid) |
| ഗ്രൂപ്പ് | II B |

| | |
|---|---|
| പിരീഡ് | 4 |
| ദ്രവണാങ്കം (Melting Point) | 419.4$^{O}$C |
| ക്വഥനാങ്കം (തിളനില) (Boiling Point) | 920$^{O}$C |
| സംയോജകത (Valency) | 2 |
| ഓക്സീകരണാവസ്ഥ (Oxidation State) | +2 |
| വിശിഷ്ടതാപം (Specific Heat) | 0.093 |
| ആപേക്ഷിക സാന്ദ്രത (Relative Density) | 7.14 |

ഭൂമിയുടെ പുറന്തോടിന്റെ ഭാരത്തിന്റെ 76 ശതമാനമാണ് എന്റെ ഭാരം. അതിനാൽ ലഭ്യതയിൽ 24–ാം സ്ഥാനക്കാരനും. എന്റെ ഏറ്റവും വലിയ ശേഖരം കാണുന്നത് കാനഡ, ആസ്ട്രേലിയ, ചൈന, റഷ്യ, പെറു, യു എസ് എ തുടങ്ങിയ രാജ്യങ്ങളിൽ സിങ്ക് ബ്ളെൻഡ് ZnS രൂപത്തിൽ ആണ്. കാരണം ഭൂമി രൂപം പ്രാപിച്ചപ്പോൾ ഞാൻ സൾഫൈഡായി നിക്ഷേപിക്കപ്പെടുകയായിരുന്നു. കൂടാതെ കലാമിൻ, വില്ലമൈറ്റ്, സിങ്കൈറ്റ് എന്നീ പേരുകളോടുകൂടിയ സംയുക്തങ്ങളിലും ഞാനുണ്ട്. സ്വതന്ത്രാവസ്ഥയിൽ കാണാത്തതിന്റെ കാര്യം ഞാൻ പറയേണ്ടല്ലോ.

ഓരോ രാജ്യവും ഓരോ രീതിയിലായിരുന്നു എന്നെ നിർമിച്ചിരുന്നത്. എന്റെ ഓക്സൈഡ് അയിര് ZnO, കാർബൺ സാന്നിധ്യത്തിൽ ചൂടാക്കിയായിരുന്നു എന്നെ വീണ്ടെടുത്തിരുന്നത്.

$ZnO + C \quad Zn + CO$

വൈദ്യുതിയുടെ വരവോടെ ഇപ്പോൾ വൈദ്യുതവിശ്ലേഷണം മൂലം നിർമിക്കുന്നു.

ശുദ്ധരൂപത്തിലായിരിക്കുമ്പോൾ.. എനിക്ക് നീല കലർന്ന വെളുത്ത നിറമാണ്. എന്നാൽ ഈർപ്പമുള്ള വായുവിൽ ഞാൻ മങ്ങി ചാരനിറത്തിലാകും.

രാസപരമായി ഞാൻ വളരെ ക്രിയാശീലനാണ്.

വായുവിൽ 100 ഡിഗ്രി സെൽഷ്യസിനു മീതെ ചൂടാകുമ്പോൾ നീല കലർന്ന വെളുത്ത നിറത്തിൽ കത്തി ഇടതിങ്ങിയ വെളുത്ത പുകയുണ്ടാകും. ഇത് സിങ്ക് ഓക്സൈഡാണ്. വളരെ ഭാരക്കുറവായതുകൊണ്ട് ഇവനെ 'ഫിലോസഫേഴ്സ് വുൾ' അല്ലെങ്കിൽ പോംഫോളിക്സ് (Pompholyx) എന്നാണ് വിളിക്കുന്നത്.

ഞാൻ ശുദ്ധമാണെങ്കിൽ ആസിഡുകളമായി ഒരു തണുപ്പൻ ബന്ധമേയുള്ളു. എന്നാൽ വാണിജ്യത്തിനും മറ്റും ഉപയോഗിക്കുന്ന എന്റെ സാധാരണരൂപം ആസിഡുകളുമായി ഉഗ്രമായി പ്രവർത്തിക്കും. ഹൈഡ്രജനെ സ്വതന്ത്രമാക്കും എങ്കിലും ഞാനും സൾഫ്യൂറിക്കാസിഡുമായി പ്രവർത്തിക്കുമ്പോൾ ഉണ്ടാകുന്ന ഉൽപ്പന്നങ്ങൾ ആസിഡിന്റെ ഗാഢത, ഊഷ്മാവ് എന്നീ ഘടകങ്ങൾക്കനുസരിച്ച് വ്യത്യസ്തമാണ്.

എന്റെ ഉപയോഗങ്ങൾ നിരവധിയാണ്. ശരീരത്തിലെ രാസാഗ്നികളുടെ (enzymes) കാര്യത്തിൽ എനിക്ക് പ്രധാന പങ്കുണ്ട്. ജൈവികപരമായി സംക്രമണലോഹങ്ങളിൽ എനിക്ക് രണ്ടാംസ്ഥാനമാണുള്ളത്.

ലോഹസങ്കരമായ പിച്ചള (Braz)യിൽ ഞാനും ചെമ്പുമാണ്. കൂടാതെ മണ്ട്സ് മെറ്റൽ, എയ്പ് മെറ്റൽ, ജർമൻ സിൽവർ തുടങ്ങിയ ലോഹസങ്കരന്മാരും ഞാൻ ചേർന്നതാണ്.

എന്നെ ഏറ്റവും കൂടുതൽ പ്രയോജനപ്പെടുത്തുന്നത് ഇരുമ്പാണ്. അവൻ തുരുമ്പെടുത്തു നശിച്ചുപോകുമല്ലോ. എന്നെ അവന്റെ പുറത്തു പൂശിയാൽ അവൻ തുരുമ്പിക്കയില്ല. ഇവിടെ ഞാൻ 'ആത്മബലി നടത്തി' ഇരുമ്പിനെയും തദ്വാരാ മനുഷ്യരെയും സഹായിച്ചുകൊണ്ടിരിക്കുന്നു.

എന്നെ ഉരുക്കി അതിൽ ഇരുമ്പ് മുക്കിയെടുക്കുന്ന പ്രവർത്തനമാണ് ഗാൽവനൈസിങ്. ജി ഐ (ഗാൽവനൈസ്ഡ് അയൺ) പൈപ്പുകൾ, നാകപ്പാളികൾ എന്നൊക്കെ നിങ്ങൾ കേട്ടിരിക്കുമല്ലോ. ജി ഐ പൈപ്പുകളായിരുന്നു ഈ അടുത്തകാലം വരെ ജലവിതരണത്തിന് ഉപയോഗിച്ചിരുന്നത്. എന്നാലിപ്പോൾ പി വിസി (പോളിവിനൈൽ ക്ലോറൈഡ്) എന്ന വിദ്വാൻ വന്നതോടെ എന്റെ ജോലി അക്കാര്യത്തിൽ ലഘൂകരിച്ചിട്ടുണ്ട്. പി വി സി പ്ലാസ്റ്റിക് ആയതുകൊണ്ട് തുരുമ്പിക്കയില്ല. കൊള്ളാം.

ഡ്രൈസെല്ലുകൾ (ടോർച്ച് ബാറ്ററി) ഉണ്ടാക്കുന്ന പാത്രം ഞാനാണ്. തന്നെയുമല്ല ഞാനതിലെ നെഗറ്റീവ് ഇലക്ട്രോഡുമാണ്. എല്ലാ ഗാൽവനിക് സെല്ലുകളിലും ഞാനുണ്ട്. രാസപ്രവർത്തനത്തിലൂടെ ചെറിയ അളവിൽ വൈദ്യുതി നിർമിക്കുന്ന ഉപാധികളാണ് സെല്ലുകൾ.

എന്റെ സഹയാത്രികരായ സംയുക്തങ്ങൾ എല്ലാവരും വളരെ ഉപകാരികളാണ്. എന്റെ ഓക്സൈഡ്-സിങ്ക് ഓക്സൈഡ് (ZnO) കോബാൾട്ടുമായി ചേർത്ത് 'Riman's Green' എന്ന വർണവസ്തു ഉണ്ടാക്കുന്നു.

ഡെന്റൽ ഫില്ലിങ്ങിന് (പല്ലിന്റെ സംരക്ഷണം) തടിസംരക്ഷണം, സോൾഡറിംഗ് തുടങ്ങിയവ സിങ്ക് ക്ലോറൈഡിന്റെ ഉപയോഗങ്ങളിൽ ചിലതുമാത്രമാണ്.

സിങ്ക് ഫോസ്ഫൈഡ് എലിവിഷമായി ഉപയോഗിക്കുന്നു.

എന്റെ സൾഫൈഡും (ZnS) ബേറിയം സൾഫേറ്റും ($BaSO_4$) ചേർന്നാൽ ലിതോപോൺ (Lithopone) എന്ന വെളുത്ത വർണവസ്തുവായി. സിങ്ക് സൾഫേറ്റ് ഒരു കണ്ണുലോഷനായി ഉപയോഗിക്കുന്നു.

മനുഷ്യന്റെ രാസാഗ്നികളിൽ (Enzyme) 20 എണ്ണത്തിൽ ഞാനുണ്ട്. എന്റെ സാന്നിധ്യം ഏകദേശം 2 ഗ്രാം ആണ്. ഇരുമ്പു കഴിഞ്ഞാൽ ഏറ്റവും കൂടുതലുള്ള സംക്രമണമൂലകം ഞാനാണ്. അതായത് ജീവന്റെ നിലനിൽപ്പിന് ഞാൻ അത്യാവശ്യമാണ്.

ഇപ്രകാരം എനിക്ക് വളരെയധികം സംയുക്തങ്ങളും അവർക്കെല്ലാം ഉപയോഗങ്ങളുമുണ്ട്. ദീർഘിപ്പിക്കുന്നില്ല. എന്റെ ആത്മപ്രശംസ നിങ്ങളെ അരസികരാക്കിയില്ലെന്നു വിശ്വസിക്കട്ടെ.

നിങ്ങളുടെ സിങ്ക്

# 24

# കാഡ്മിയം - Cadmium (Cd)

**ഞാ**ൻ കാഡ്മിയം. സിങ്ക് ഓക്സൈഡിൽ നിന്നും 1817-ൽ സ്ട്രോമിയർ (Stromeyer) ആണ് എന്നെ വേർതിരിച്ച് നിങ്ങൾക്കു നൽകിയത്. അങ്ങനെ ഞാനും ഒരു മോഡേൺ പിറവിയാണ്. സിങ്ക് ഓക്സൈഡിന്റെ റോമൻ പേര് 'കാഡ്മിയാ', എന്നായതുകൊണ്ട് എന്നെ ശാസ്ത്രലോകം 'കാഡ്മിയം' എന്നു വിളിച്ചു.

എന്റെ സഹോദരൻ സിങ്ക് ഞങ്ങളുടെ കുടുംബത്തെപ്പറ്റി അയാളുടെ ആത്മകഥയിൽ പറഞ്ഞിരുന്നല്ലോ. അതിനാൽ ആവർത്തനവിരസത ഒഴിവാക്കുന്നു.

പ്രകൃതിയിൽ ഞാൻ സ്വതന്ത്രനല്ല. അതുകൊണ്ടുതന്നെയാണ് നിങ്ങൾക്ക് ഞാനും അപരിചിതനായത്. സിങ്കിന്റെ സൾഫൈഡ് ധാതുവായ ഗ്രീനോക്കൈറ്റിലും (Greenockite)കാർബണേറ്റ് ധാതുവായ കലാമിനിലും മാത്രമാണ് ചെറിയ അളവിൽ ഞാൻ സ്ഥിതി ചെയ്യുന്നത്. ഇന്ത്യയിൽ കാഷ്മീർ താഴ്വരയിൽ വളരെ കുറഞ്ഞ അളവിൽ സിങ്കിന്റെ അയിരിനോടൊപ്പം എന്നെ നിങ്ങൾക്കു കാണാം.

എന്നെ മാറ്റിയെടുക്കുമ്പോൾ സിങ്കിനെക്കാളും ബാഷ്പശീലം കൂടുതലായതുകൊണ്ട് ആദ്യം ഞാനാണ് എത്തുക.

ഭൂവൽക്കത്തിൽ എന്റെ സാന്നിധ്യം വെറും 0.16% മാത്രമാണ്. അതിനാൽ ലഭ്യതയിൽ 65-ാം സ്ഥാനം.

| കാഡ്മിയം ബയോഡേറ്റ | |
|---|---|
| A | B |
| പേര് | കാഡ്മിയം |

| | |
|---|---|
| പ്രതീകം (Symbol) | Cd |
| മൂലകപദാർഥം | ലോഹം (Metal) |
| അറ്റോമിക സംഖ്യ (Atomic No) | 48 |
| ഇലക്ട്രോൺ വിന്യാസം | 2,8,18,18,2 |
| അറ്റോമികഭാരം (Atomic Wt) | 112.41 |
| ഭൗതികാവസ്ഥ (Physical State) | ഖരം (Solid) |
| ഗ്രൂപ്പ് | II B |
| പിരീഡ് | 5 |
| ദ്രവണാങ്കം (Melting Point) | $321^{O}C$ |
| ക്വഥനാങ്കം (തിളനില) (Boiling Point) | $765^{O}C$ |
| സംയോജകത (Valency) | 2 |
| ഓക്സീകരണാവസ്ഥ (Oxidation State) | +2 |
| വിശിഷ്ടതാപം (Specific Heat) | 0.053 |
| ആപേക്ഷിക സാന്ദ്രത (Relative Density) | 8.65 |

എനിക്ക് നീല കലർന്ന വെളുപ്പുനിറമാണുള്ളത്. ഞാൻ ഒരു മൃദു ലോഹമാണ്. എന്നെയും അടിച്ചു പരത്താനും കമ്പിയാക്കാനും കഴിയും.

എന്റെ രാസഗുണങ്ങൾ പറഞ്ഞാൽ ഞാനത്ര ക്രിയാശീലനൊന്നുമല്ല. എങ്കിലും ഈർപ്പമുള്ള വായുവിൽ ഞാൻ സാവധാനം ഓക്സിജനുമായി ചേർന്ന് എന്റെ ഓക്സൈഡ് CdO ഉണ്ടാക്കും. പക്ഷേ എന്നെ ചൂടാക്കിയാൽ ഞാൻ കത്തി എന്റെ ഓക്സൈഡിന്റെ തവിട്ടുനിറമുള്ള പുകയുണ്ടാകും.

ഹാലൊജനുകൾ എന്നോടു സഹകരിക്കാറുണ്ട്. എന്റെ യൗഗികങ്ങളായ കാഡ്മിയം ക്ലോറൈഡ്, കാഡ്മിയം അയൊഡൈഡ് തുടങ്ങിയവരെല്ലാം നിങ്ങളെ സേവിക്കുന്നു.

സൾഫറുമായി ചേർന്ന് എന്റെ സൾഫൈഡ് ഉണ്ടാകും. ആസിഡുകളുമായും ഞാൻ പ്രവർത്തിക്കും.

എന്റെ ഉപയോഗങ്ങളിലേക്കു കടക്കട്ടെ. എന്നെ ചെമ്പുമായി ചേർത്ത് ഇലക്ട്രിക്കൽ ഉപകരണങ്ങൾ ഉണ്ടാക്കുന്നുണ്ട്. വെള്ളിയുടെ കൂടെ ചേർത്താൽ അവനു മീതെയുണ്ടാകുന്ന പാടുകൾ ഇല്ലാതാക്കാം. അലുമിനിയത്തിന്റെ കാഠിന്യം കൂട്ടാനും ഞാൻ ഉപകരിക്കുന്നുണ്ട്.

Woods Metal എന്ന പേരുള്ള ഒരു സങ്കരൻ ഉണ്ട്. അതിൽ ബിസ്മത്ത്, കറുത്തീയം, വെളുത്തീയം എന്നിവർക്കൊപ്പം ഞാനും ഉണ്ട്. എളുപ്പം ഉരുകുന്ന വയറുകളും (ഉദാ: ഫ്യൂസ് വയർ) മറ്റും ഉണ്ടാക്കാൻ ഈ കൂട്ടുകക്ഷിയെ ഉപയോഗിക്കുന്നു. $70^0$Cൽ ഈ കൂട്ടുലോഹം ഉരുകും.

പിന്നെ മറ്റുലോഹങ്ങൾക്കൊന്നും അവകാശപ്പെടാനില്ലാത്ത ഒരു അന്തസ് എനിക്കുണ്ട്. ആധുനികശാസ്ത്രത്തിന്റെ ഒരു വൻകണ്ടുപിടുത്തമാണ് അറ്റോമിക റിയാക്ടറുകൾ. എന്താണ് ഇതിന്റെ പ്രയോജനം? നിയന്ത്രിതതോതിൽ അറ്റോമിക ഊർജം ഉൽപ്പാദിപ്പിക്കുക. ഈ അറ്റോമിക ഊർജത്തെ വൈദ്യുതോർജമാക്കി മാറ്റുക. അറ്റോമിക ഊർജം (അണുശക്തി) അനിയന്ത്രിതമായാൽ ഹിരോഷിമയും നാഗസാക്കിയും ആവർത്തിക്കപ്പെടും. ഈ വിനാശം ഒഴിവാക്കാൻ അറ്റോമിക റിയാക്ടറുകളിൽ എന്നെക്കൊണ്ടുണ്ടാക്കിയ ദണ്ഡുകൾ (കാഡ്മിയം റോഡ്സ്) അതിനുള്ളിൽ വച്ചിരുന്നാൽ മതി. ഞാനില്ലായിരുന്നെങ്കിൽ എന്തു സംഭവിക്കുമായിരുന്നു? അവതാരപുരുഷന്മാർ എപ്പോഴും ജനിക്കാറുണ്ടോ? തക്കസമയത്ത് അവർ അവതരിച്ച് തങ്ങളുടെ ദൗത്യം ചെയ്യും.

എന്റെ സംയുക്തമായ കാഡ്മിയം ഹൈഡ്രോക്സൈഡിന് വായുവിൽ നിന്നും കാർബൺ ഡയോക്സൈഡിനെ ആഗിരണം ചെയ്യാൻ കഴിവുണ്ട്.

എന്റെ സൾഫൈഡ് ഒരു വർണവസ്തുവാണ്. എന്റെ ഹാലൈഡായ കാഡ്മിയം അയൊഡൈഡ് ഫോട്ടോഗ്രാഫിയിൽ ആവശ്യമാണ്.

ഇങ്ങനെ നിരവധി കൊച്ചുകൊച്ചു സഹായങ്ങൾ നൽകാനായിരിക്കണം പ്രകൃതി എന്നെയും സൃഷ്ടിച്ചത്. ഒരു പക്ഷേ ആധുനികശാസ്ത്രം ഇത്രത്തോളം വളർന്നില്ലായിരുന്നെങ്കിൽ അണുശക്തിയന്ത്രത്തിനുള്ളിൽ എനിക്ക് നുഴഞ്ഞുകയറാൻ സാധിക്കുമായിരുന്നോ?

വൈകിയെത്തിയ പാവം കാഡ്മിയം

# 25

# രസം - Hydrargyrum (Hg)

**ഞാ**ൻ രസം. ഇംഗ്ലീഷുകാർ എന്നെ മെർക്കുറി എന്നു വിളിക്കുമ്പോൾ റോമാക്കാർക്ക് ഞാൻ ഹൈഡ്രാർജിറം ആണ്. ശാസ്ത്രജ്ഞന്മാർ സ്വീകരിച്ചിരിക്കുന്ന പേര് ഇതുതന്നെ.

ആവർത്തനപ്പട്ടികയിലെ IIബിയിലെ അവസാനത്തെ അംഗമാണു ഞാൻ. പുരാതനകാലം മുതൽക്കേ നിങ്ങൾക്ക് എന്നെ അറിയാം. ഔഷധനിർമാണക്രമങ്ങളും പ്രയോഗമുറകളും പ്രതിപാദിക്കുന്ന ഇന്ത്യൻ ഫാർമകോപ്പിയയിൽ (Indian Pharacopoea) ഞാൻ അടങ്ങിയിട്ടുള്ള ധാരാളം ഔഷധങ്ങളെപ്പറ്റി പ്രതിപാദിക്കുന്നുണ്ട്.

ഭൂവൽക്കത്തിന്റെ ഭാരത്തിന്റെ അടിസ്ഥാനത്തിൽ എന്റെ ഭാരം വെറും 0.08 ശതമാനം മാത്രമാണ്. അതിനാൽ എന്റെ ലഭ്യത 66–ാം സ്ഥാനവും.

്യഞാൻ സ്വതന്ത്രാവസ്ഥയിൽ ചെറുതുള്ളികളായി സ്ഥിതിചെയ്യുന്നുണ്ട്. അതും വളരെ ചെറിയ അളവിൽ. എന്റെ അയിരായ സിന്നബറിൽ നിന്നുമാണ് എന്നെ സ്വതന്ത്രനാക്കുന്നത്. സിന്നബർ ഞാനും സൾഫറും ചേർന്ന കൂട്ടുകെട്ടാണ്.

| മെർക്കുറി ബയോഡേറ്റ | |
|---|---|
| A | B |
| പേര് | ഹൈഡ്രാർജിറം |
| പ്രതീകം (Symbol) | Hg |
| മൂലകപദാർഥം | സംക്രമണലോഹം |
| അറ്റോമിക സംഖ്യ (Atomic No) | 80 |

| | |
|---|---|
| ഇലക്ട്രോൺ വിന്യാസം | 2,8,18,32,18,2 |
| അറ്റോമികഭാരം (Atomic Wt) | 200.06 |
| ഭൗതികാവസ്ഥ (Physical Struct) | ദ്രാവകം |
| ഗ്രൂപ്പ് | IIB |
| പിരീഡ് | 6 |
| ദ്രവണാങ്കം (Melting Point) | $-39^{O}C$ |
| ക്വഥനാങ്കം (തിളനില) (Boiling Point) | $357^{O}C$ |
| സംയോജകത (Valency) | 2 |
| ഓക്സീകരണാവസ്ഥ (Oxidation State) | +1 +2 |
| വിശിഷ്ടതാപം (Specific Heat) | 0.033 |
| സാന്ദ്രത (Density) | 13.53 |

ബയോഡേറ്റ പരിശോധിച്ചപ്പോൾ എന്റെ സാന്ദ്രതക്കൂടുതലും ദ്രവണാങ്കക്കുറവും നിങ്ങൾ ശ്രദ്ധിച്ചുകാണണം.

സാധാരണ ഊഷ്മാവിൽ ഞാൻ മാത്രമാണ് ദ്രാവകാവസ്ഥയിൽ സ്ഥിതിചെയ്യുന്ന ഒരേയൊരു ലോഹം. ഞാൻ –38.85 ഡിഗ്രി സെൽഷ്യസിൽ ഖനീഭവിച്ച് വെളുത്തുതിളങ്ങുന്ന കട്ടിയുള്ള മാസാകും. നിങ്ങൾ ഒരു കാര്യം ശ്രദ്ധിക്കണം. ഒരു ഖരപദാർഥത്തിന്റെ മെൽറ്റിങ് പോയിന്റും അതേ പദാർഥം ദ്രാവകമായാൽ തണുത്തു അത് ഖനീഭവിക്കുന്ന ഊഷ്മാവും ഒന്നുതന്നെയാണ്. ഖനീഭവിക്കുന്ന ഊഷ്മാവിന് ഖരാങ്കം (Freezing Point) എന്നാണു പറയുക.

എന്റെ ബാഷ്പം വളരെയധികം വിഷകരമാണ്. മറ്റുലോഹങ്ങളെ അപേക്ഷിച്ച് എനിക്ക് വിദ്യുത് ചാലകതയും താപചാലകതയും വളരെ കുറവാണ്.

മറ്റുലോഹങ്ങൾ എല്ലാ ആസിഡുകളുമായി പ്രവർത്തിക്കുമെങ്കിലും നേർപ്പിച്ച നൈട്രിക്കാസിഡൊഴികെ നേർപ്പിച്ച മറ്റാസിഡുകളുമായി ഞാൻ പ്രവർത്തിക്കില്ല. എന്നാൽ ഗാഢ സൾഫ്യൂറിക്കാസിഡുമായി ഞാൻ പ്രവർത്തിക്കും.

എന്റെ ഉപയോഗങ്ങളിൽ ചിലതു പറയട്ടെ. മിക്കവാറും എല്ലാത്തരം തെർമോമീറ്ററുകളിലും ബാരോമീറ്ററിലും ദ്രാവകമായി എന്നെയാണ് ഉപയോഗിക്കുന്നത്. അതിന് ചില കാരണങ്ങളുണ്ട്.

എനിക്കു സാന്ദ്രത കൂടുതലായതിനാൽ ഏറ്റവും താഴ്ന്ന ഉയരത്തിൽ നിൽക്കും.

ഞാൻ ഗ്ലാസിനെ നനയ്ക്കുകയില്ല.

താപചാലകത തീരെ കുറവായതുകൊണ്ട് പെട്ടെന്നൊന്നും ഞാൻ ചൂടാകുകയില്ല. എന്നാൽ എത്ര ചെറിയ ചൂടിലും എനിക്കു വികസിക്കുവാൻ കഴിയും.

ഞാനടങ്ങിയിട്ടുള്ള സംയുക്തങ്ങൾ ഉദാഹരണത്തിന് മെർക്കുറിക് ഓക്സൈഡ് വളരെ ശക്തമായ വിഷമാണ്.

മെർക്കുറസ് ക്ലോറൈഡ് എന്ന കലോമൽ ഒരു ഔഷധമാണ്. കലോമൽ ഇലക്ട്രോഡുകളുമുണ്ട്.

മെർക്കുറിക് സൾഫൈഡ് (HgS) എന്ന പ്രകൃത്യാലുള്ള സിന്നബറിനെ കൃത്രിമമായി ഉണ്ടാക്കുന്നുണ്ട്. Vermilion Pigment എന്ന പേരിലുള്ള സിന്ദൂരവർണമുള്ള ചായത്തിന് നല്ല വിലയാണ്.

സൾഫ്യൂറിക്കാസിഡുമായി ഞാൻ പ്രവർത്തിച്ചു കിട്ടുന്ന മെർക്കുറസ് സൾഫേറ്റ് ചൂടുവെള്ളവുമായി ചൂടാക്കിയാൽ കിട്ടുന്ന പദാർഥത്തിന്റെ പേരാണ് ടർപ്പത്ത് മിനറൽ – Turpeth mineral

മെർക്കുറിക് ഫൾമിനേറ്റ് എന്ന വിദ്വാൻ അത്യുഗ്രൻ സ്ഫോടക പദാർഥമാണ്.

എന്റെ മെർക്കുറിക് തയോസൾഫേറ്റിനെ കത്തിക്കുമ്പോൾ സർപ്പത്തിന്റെ ആകൃതിയിൽ ചാമ്പൽ ട്യൂബുകളുണ്ടാക്കുന്നതുകൊണ്ട് Pharaoh's Serpent (ഫറോവയുടെ സർപ്പം) എന്നാണ് വിളിക്കുന്നത്. ഇവിടെ ചാമ്പലായി രൂപപ്പെടുന്നത് എന്റെ ഓക്സൈഡാണ്.

എനിക്ക് രണ്ട് ഓക്സീകരണാവസ്ഥകളുണ്ട്. ഓക്സീകരണാവസ്ഥ '1' ഉള്ളത് മെർക്കുറസ്, '2' ഉള്ളത് 'മെർക്കുറിക് സംയുക്തങ്ങളുമാണെന്ന് മറക്കണ്ട.

മിക്കവാറും എല്ലാ ലോഹങ്ങളും എന്നിൽ ലയിച്ചു കിട്ടുന്ന പുതിയവരാണ് അമാൽഗങ്ങൾ (amalgams). അപ്പോൾ അമാൽഗങ്ങളെല്ലാം ലായനികളാണ്.

ഇനിയും ദീർഘിപ്പിക്കുന്നില്ല. മില്ലൺസ് ബേസ്, (Millions Base) നെസ്ലേഴ്സ് റീ ഏജന്റ് (Neslers Reagent) എന്നിവയൊക്കെ ഉണ്ടാക്കുന്നതിൽ ഞാൻ മുഖ്യ പങ്കുവഹിക്കുന്നുണ്ട്. നിങ്ങളുടെ രസതന്ത്രപഠനത്തിന് ഇവരുടെ സാന്നിധ്യവും സഹായവും വളരെ ആവശ്യമാണ്.

എന്റെ വിഷമയമായ സഹചാരികളെപ്പറ്റി ഓർമയുണ്ടാകണം. ഒരു കാര്യം കൂടി നിങ്ങളെ ഓർമിപ്പിക്കാൻ ആഗ്രഹിക്കുന്നു. എന്റെ കുടുംബത്തിലെ സിങ്ക് നിങ്ങളുടെ ഇരുപതോളം രാസാഗ്നികളിൽ ഭാഗഭാക്കാണ്. എന്നാൽ എനിക്കും കാഡ്മിയത്തിനും ആ ഭാഗ്യം ലഭിച്ചിട്ടില്ല

നിർത്തുന്നു. നിങ്ങളുടെ ഭാഗ്യഹീനനായ രസം.

# 26

# സ്ക്കാൻഡിയം - Scandium (Sc)

**ആ**വർത്തനപ്പട്ടികയിൽ മൂന്നാം ഗ്രൂപ്പിലെ ബി ഉപഗ്രൂപ്പിൽപ്പെട്ട ഒരു എളിയ ലോഹമാണു ഞാൻ.

എന്റെ പേർ സ്കാൻഡിയം. ഗ്രൂപ്പിലെ ഒന്നാമനായതുകൊണ്ട് കുടുംബനാമം എന്റെ പേരിലാണ്. സ്ക്കാൻഡിയം കുടുംബം എന്റെ സഹോദരങ്ങൾ യിട്രിയം, ലന്താനം, ആക്റ്റീനിയം അങ്ങനെ ഞങ്ങൾ നാലു പേർ

ഭൂവൽക്കത്തിന്റെ ഭാരത്തിന്റെ അടിസ്ഥാനത്തിൽ 31–ാം സ്ഥാനമാണ് എന്റേത്. എല്ലായിടങ്ങളിലും ഞാനുണ്ടെങ്കിലും അത്ര വലിയ ഡെപ്പോസിറ്റുകളൊന്നും ഇല്ല.

നിങ്ങൾ മനസിൽ സൂക്ഷിക്കേണ്ട എന്റെ ബയോഡേറ്റ കഴിഞ്ഞിട്ട് കഥ തുടരാം.

| സ്ക്കാൻഡിയം ബയോഡേറ്റ | |
|---|---|
| A | B |
| പേര് | സ്ക്കാൻഡിയം |
| പ്രതീകം (Symbol) | Sc |
| മൂലകപദാർഥം | ലോഹം (Metal) |
| അറ്റോമിക സംഖ്യ (Atomic No) | 21 |
| ഇലക്ട്രോൺ വിന്യാസം | 2,8,8,3 |
| അറ്റോമികഭാരം (Atomic Wt) | 44.96 |
| ഭൗതികാവസ്ഥ (Physical State) | ഖരം (Solid) |

| | |
|---|---|
| ഗ്രൂപ്പ് | IIIB |
| പിരീഡ് | 4 |
| ദ്രവണാങ്കം (Melting Point) | 1539$^{O}$C |
| ക്വഥനാങ്കം (തിളനില) (Boiling Point) | 2748$^{O}$C |
| സംയോജകത (Valency) | 3 |
| ഓക്സീകരണാവസ്ഥ (Oxidation State) | +3 |
| വിശിഷ്ടതാപം (Specific Heat) | 0.134 |
| ആപേക്ഷിക സാന്ദ്രത (Relative Density) | 3 |

എന്റെ ധാതുവിന്റെ പേര് തോർട്ട് വീറ്റൈറ്റ് (Thortveitite). എനിക്കായി പ്രത്യേക നിർമാണ രീതികളൊന്നും ആരും ആവിഷ്ക്കരിച്ചിട്ടില്ല. യുറേനിയം (U) മഹാശയനെ നിർമിക്കുമ്പോൾ ഒരു ഉപോൽപ്പന്നം (ബൈപ്രോഡക്റ്റ്) മാത്രമായിട്ടാണ് ഞാൻ ജനിക്കുന്നത്. പിന്നെ തോറിയം (Th) എന്ന ലോഹസഹോദരന്റെകൂടെയും എന്റെ സാന്നിധ്യമുണ്ട്. ഞാനോ എന്റെ യൗഗികങ്ങളോ നിങ്ങൾക്ക് കാര്യമായ പ്രയോജനങ്ങളൊന്നും നൽകുന്നില്ല.

ഞങ്ങളിൽ ഏറ്റവും പ്രവർത്തനശേഷി കുറഞ്ഞവനാണു ഞാൻ എന്റെ ബേസിക് ഓക്സൈഡും ഞാനും അലുമിനിയം ഹൈഡ്രോക്സൈഡിനെപ്പോലെ അംഫോട്ടറിക് ആണ്. അതിനാൽ ഞാൻ സോഡിയം ഹൈഡ്രോക്സൈഡ് എന്ന കോസ്റ്റിക് ആൽക്കലിയിൽ ലയിച്ച് ഹൈഡ്രജനെ സ്വതന്ത്രമാക്കും.

എനിക്ക് സഹയാത്രികരായി ട്രൈക്ലോറൈഡും കാർബൈഡും മാത്രമാണുള്ളത്.

എന്റെ ഗ്രൂപ്പിനെയും എന്നെയും പറ്റി പഠനങ്ങൾ നടന്നു വരികയാണ്. ഈ ആത്മകഥാസംഗ്രഹത്തിൽ ഒരിടം നേടിയതിനുകാരണം ഞാനും ലോഹമായതുകൊണ്ടാണ്. വരും നാളുകളിൽ എന്നെപ്പോലെയുള്ളവർക്കും മഹത്വം ഉണ്ടാകാതിരിക്കയില്ല. ആ പ്രത്യാശയിൽ ജീവിക്കുന്നു

അപ്രശസ്തനായ സ്കാൻഡിയം

# 27

# യിട്രിയം - Yitrium (Y)

സ്കാൻഡിയം ഗ്രൂപ്പിലെ രണ്ടാമനാണു ഞാൻ. പേര് യിട്രിയം.

ഭൂമിയുടെ പുറന്തോടിന്റെ ഭാരത്തിൽ 29-ാം സ്ഥാനമാണ് എനിക്കുള്ളത്. ഞാനും മൂന്നാമൻ ലന്താനവും ഒന്നിച്ചാണ് കാണുക. ഞങ്ങൾ കുടികൊള്ളുന്ന ധാതുക്കൾ ബാസ്റ്റനസൈറ്റ് (Bastanasite) മോണസൈറ്റ് (Monazite) തുടങ്ങിയവരിലാണ്. സ്കാൻഡിയത്തെപ്പോലെ ഞങ്ങളെയും ധാതുക്കളിൽ നിന്നും മാറ്റിയെടുക്കുക ദുഷ്കരമാണ്. സ്കാൻഡിയം ഉൾപ്പെടെ ഞങ്ങളുടെ ഓക്സൈഡുകൾ വളരെ സ്ഥിരസ്വഭാവക്കാ (Stable)രായതുകൊണ്ട് തെർമൈറ്റ് പ്രക്രിയയ്ക്കുപോലും ഞങ്ങളെ മാറ്റിയെടുക്കാനാവില്ല.

എങ്കിലും എന്നെ നിർമിക്കുന്നുണ്ട്. ബയോഡേറ്റയ്ക്കുശേഷം പറയാം.

| യിട്രിയം ബയോഡേറ്റ | |
|---|---|
| A | B |
| പേര് | യിട്രിയം (Yitrium) |
| പ്രതീകം (Symbol) | Y |
| മൂലകപദാർഥം | ലോഹം (Metal) |
| അറ്റോമിക സംഖ്യ (Atomic No) | 39 |
| ഇലക്ട്രോൺ വിന്യാസം | 2,8,18,8,3 |
| അറ്റോമികഭാരം (Atomic Wt) | 88.92 |
| ഭൗതികാവസ്ഥ (Physical State) | ഖരം (Solid) |

| | |
|---|---|
| ഗ്രൂപ്പ് | III B |
| പിരീഡ് | 5 |
| ദ്രവണാങ്കം (Melting Point) | 1530°C |
| ക്വഥനാങ്കം (തിളനില) (Boiling Point) | 3264°C |
| സംയോജകത (Valency) | 3 |
| ഓക്സീകരണാവസ്ഥ (Oxidation State) | +3 |
| വിശിഷ്ടതാപം (Specific Heat) | 0.067 |
| ആപേക്ഷികത സാന്ദ്രത (Relative Density) | 4.5 |

എന്റെ ക്ലോറൈഡ് അല്ലെങ്കിൽ ഫ്ളൂറൈഡ് 1000 ഡിഗ്രി സെൽഷ്യസ് ഊഷ്മാവിലും ആർഗോൺ വാതകത്തിന്റെ സാന്നിധ്യത്തിലും കാൽസ്യം ഉപയോഗിച്ച് നിരോക്സീകരിച്ചാണ് എന്നെ നിർമിക്കുന്നത്.

സ്കാൻഡിയത്തെക്കാൾ രാസപരമായി ഞാൻ ക്രിയാശീലനാണ്. എന്റെ ഓക്സൈഡുകളും ഹൈഡ്രോക്സൈഡുകളും ശരിക്കും ബേസികമാണ്. അതിനാൽ ഇവർ ആഡിസുകളുമായി ചേർന്ന് ലവണങ്ങളെ ഉൽപ്പാദിപ്പിക്കുന്നു.

ഹാലൊജനുകൾ, സൾഫർ, നൈട്രജൻ എന്നിവരുമായി പ്രവർത്തിച്ച് എന്റെ ഹാലൈഡുകൾ, സൾഫൈഡുകൾ നൈട്രൈഡുകൾ എന്നിവരെ സൃഷ്ടിക്കും.

എന്റെ ഉപയോഗങ്ങൾ: ടി വി ട്യൂബുകളുണ്ടാക്കാനുള്ള റെഡ് ഫോസ്ഫർ ഉണ്ടാക്കുന്നതിന്,

സങ്കീർണമായ ലവണങ്ങൾ ഉണ്ടാക്കുന്നതിന്. കൂടാതെ റഡാറുകളിൽ ഉപയോഗിക്കുന്ന കൃത്രിമ ഗാർനെറ്റുകളുണ്ടാക്കാൻ. പിന്നെ രത്നക്കല്ലുകളായും കൃത്രിമഗാർനെറ്റുകൾ ഉപയോഗിക്കുന്നു.

ആത്മകഥ ഇവിടെ അവസാനിക്കുന്നു

നിങ്ങൾക്ക് അപരിചിതനായിരുന്ന യിട്രിയം

# 28

# ലന്താനം - Lanthanum (La)

**ഞാ**ൻ ലന്താനം സ്കാൻഡിയം ഗ്രൂപ്പിലെ മൂന്നാമൻ ഭൂവൽക്കത്തിന്റെ ഭാരത്തിന്റെ അടിസ്ഥാനത്തിൽ ഞാൻ 28-ാമനാണ്. എന്റെ ബയോഡേറ്റയ്ക്കുശേഷം കഥപറയാം

| ലന്താനം ബയോഡേറ്റ | |
|---|---|
| A | B |
| പേര് | ലന്താനം (Lanthanam) |
| പ്രതീകം (Symbol) | La |
| മൂലകപദാർഥം | ലോഹം (Metal) |
| അറ്റോമിക സംഖ്യ (Atomic No) | 57 |
| ഇലക്ട്രോൺ വിന്യാസം | 2,8,18,18,8,3 |
| അറ്റോമികഭാരം (Atomic Wt) | 138.91 |
| ഭൗതികാവസ്ഥ (Physical State) | ഖരം (Solid) |
| ഗ്രൂപ്പ് | IIIB |
| പിരീഡ് | 6 |
| ദ്രവണാങ്കം (Melting Point) | 920$^{o}$C |
| ക്വഥനാങ്കം (തിളനില) (Boiling Point) | 3420$^{o}$C |
| സംയോജകത (Valency) | 3 |

| | |
|---|---|
| ഓക്സീകരണാവസ്ഥ (Oxidation State) | +3 |
| വിശിഷ്ടതാപം (Specific Heat) | 0.048 |
| ആപേക്ഷികസാന്ദ്രത (Relative Density) | 6.17 |

ബാസ്റ്റനസൈറ്റ്, മോണസൈറ്റ് തുടങ്ങിയ ധാതുക്കളിൽ സ്കാൻഡിയം, യിട്രിയം എന്നിവർക്കൊപ്പം എന്റെയും സാന്നിധ്യമുണ്ട്. ഇവരിൽ നിന്നും എന്നെയും സഹോദരങ്ങളെയും വേർതിരിച്ചെടുക്കുന്നത് ദുഷ്കരമാണ്.

ഞാനുൾപ്പെടുന്നതും എന്റെ പരമ്പര (Lanthanide Series) യിൽ പെട്ട കുറെ ലോഹങ്ങളും അയണും ചേർന്ന മിശ്രിതമായ മിഷ്മെറ്റൽ (Mischmetal) എന്ന പേരിലാണ് ഉൽപ്പാദിപ്പിക്കപ്പെടുന്നത്.

എന്നെ പ്രധാനമായും ഉപയോഗിക്കുന്നത് നിങ്ങളുടെ സ്റ്റീലിന്റെ ദൃഢതയും പ്രവർത്തനക്ഷമതയും വർധിപ്പിക്കാനാണ്.

കൂടാതെ മഗ്നീഷ്യം സങ്കരങ്ങളിലും എന്നെ ആവശ്യമാണ്. വളരെ ക്കുറഞ്ഞ അളവുകളിൽ ലൈറ്റർ ഫ്ളിന്റുകളായും (Lighter flints) ഉപയോഗിക്കുന്നു. അൾട്രൈവയലറ്റ് രശ്മികളിൽ നിന്നും കണ്ണിന്റെ സംരക്ഷണത്തിനായുള്ള ക്രൂക്ക്സ് ലെൻസുകളിൽ എന്റെ ഓക്സൈഡ് ($La_2O_3$) രൂപം വളരെ ആവശ്യമാണ്.

ഞാനുണ്ടാക്കുന്ന സംയുക്തങ്ങൾ ഓക്സൈഡ്, ഹാലൈഡുകൾ, ഹൈഡ്രോക്സൈഡ് തുടങ്ങിയ എന്റെ സഹചാരികൾ നിങ്ങൾക്ക് പ്രയോജനപ്പെടുന്നുണ്ട്.

ഓക്സൈഡ് തുടർന്നുള്ള ആക്രമണങ്ങളിൽ നിന്നും എന്നെ രക്ഷിക്കും. ഞാനും ജലവുമായി ചേർന്നുണ്ടാകുന്ന എന്റെ ഹൈഡ്രോക്സൈഡ് ബേസികമാണ്.

എന്റെ സഹോദരങ്ങളിൽ നിന്നും വ്യത്യസ്തമായി, എന്റെ സോൾട്ടുകൾക്ക് ഒരു ബയോളജിക്കൽ ട്രേസറാകാൻ കഴിയും.

എന്റെയും സഹോദരങ്ങളുടെയും കഴിവുകളെല്ലാം നിങ്ങളുടെ മോഡേൺ കെമിസ്ട്രിയിൽ സവിസ്തരം ഞങ്ങൾ പ്രതിപാദിച്ചിട്ടുണ്ട്. ആവശ്യമുള്ളവർ, മനസിലാക്കുമെങ്കിൽ അതുപയോഗിക്കാം.

ഈ ആത്മകഥാസമാഹത്തിന്റെ ആമുഖത്തിൽ എന്റെയും ആക്ടീനിയത്തിന്റെയും പരമ്പരകളിൽപ്പെട്ട ലോഹങ്ങളെപ്പറ്റി സൂചിപ്പിച്ചിരിക്കുന്നത് ശ്രദ്ധിക്കണം.

എന്റെ ആത്മകഥ ഇവിടെ അവസാനിപ്പിക്കുന്നു. പരമ്പര (Lanthanide Series)യിൽപ്പെട്ട 14 മൂലകങ്ങളെയും നിങ്ങൾക്കു ഞാൻ താഴെ പരിചയപ്പെടുത്താം.

| Elements | | Symbol | At. No |
|---|---|---|---|
| ലന്താനും | Lanthanum | La | 57 |
| സീറിയം | Cerium | Ce | 58 |
| പ്രസ്ക്കോഡിമിയം | Prascodymium | Pr | 59 |
| നിയോഡിമിയം | Neodymium | Nd | 60 |
| പ്രോമിതീയം | Promethium | Pm | 61 |
| സമേറിയം | Samarium | Sm | 62 |
| യൂറോപ്പിയം | Europium | Eu | 63 |
| ഗഡോലിനിയം | Gadolinium | Gd | 64 |
| ടേർബിയം | Terbium | Tb | 65 |
| ഡിസ്പ്രോസിയം | Dysprosium | Dy | 66 |
| ഹോൾമിയം | Holmium | Ho | 67 |
| എർബിയം | Erbium | Er | 68 |
| തുളിയം | Thulium | Tm | 69 |
| യിറ്റേർബിയം | Ytterbium | Yb | 70 |
| ലുട്ടീഷ്യം | Lutetium | Lu | 71 |

സസ്നേഹം നിങ്ങളുടെ ലന്താനം

# 29

# ആക്ടീനിയം – Actinium (Ac)

**ക്യൂ**റിദമ്പതിമാർ റേഡിയം മഹാശയനെ കണ്ടുപിടിച്ച് കൃത്യം ഒരു വർഷമായപ്പോൾ ക്യൂറി ലബോറട്ടറികളിൽ യുറേനിയം അയിരിൽ പരീക്ഷണങ്ങൾ നടത്തിക്കൊണ്ടിരുന്ന ഡിബേൺ (Debierne) ആണ് 1899ൽ ആക്ടീനിയം എന്ന എന്നെ ആകസ്മികമായി കണ്ടുപിടിച്ചത്.

സംക്രമണമൂലകമായ ഞാനും ഒരു ലോഹമാണ്. ഗ്രൂപ്പ് 3 ബിയിലെ അവസാന അംഗമാണ് ഞാൻ. എന്റെ പരമ്പരയിൽപ്പെട്ടവർ പതിനാലു പേർ കൂടിയുണ്ട്. ഞങ്ങൾ മൊത്തത്തിൽ ആക്ടറ്റിനൈഡ് സീരീസ് എന്നാണറിയപ്പെടുന്നത്.

ഭൂവൽക്കത്തിൽ എന്റെ സാന്നിധ്യം വളരെ കുറവാണ്. അതായത് ഞാനൊരു ട്രേയ്സ് എലിമെന്റ് ആണ്.

| ആക്ടീനിയം ബയോഡേറ്റ | |
|---|---|
| A | B |
| പേര് | ആക്ടീനിയം |
| പ്രതീകം (Symbol) | Ac |
| മൂലകപദാർഥം | ലോഹം (Metal) |
| അറ്റോമിക സംഖ്യ (Atomic No) | 89 |
| ഇലക്ട്രോൺ വിന്യാസം | 2,8,18,32,18,8,3 |
| അറ്റോമികഭാരം (Atomic Wt) | 227 |
| ഭൗതികാവസ്ഥ (Physical State) | ഖരം |

| | |
|---|---|
| ഗ്രൂപ്പ് | IIIB |
| പിരീഡ് | 7 |
| ദ്രവണാങ്കം (Melting Point) | 817$^{O}$C |
| ക്വഥനാങ്കം (തിളനില) (Boiling Point) | 2470$^{O}$C |
| സംയോജകത (Valency) | 3 |
| ഓക്സീകരണാവസ്ഥ (Oxidation State) | +3 |
| വിശിഷ്ടതാപം (Specific Heat) | 0.065 |
| ആപേക്ഷിക സാന്ദ്രത (Relative Density) | |

റേഡിയോ ആക്ടീവതയുള്ള ബഹുമാന്യരായ യുറേനിയം, റേഡിയം ഇവർക്ക് ജീർണനം (Decay) സംഭവിക്കുന്നതിന്റെ ഫലമായിട്ടാണ് ഇവരുടെ കൂടെ ഞാൻ കാണുന്നത്. ഞാനും റേഡിയോ ആക്ടീവതയുള്ള ഒരു വ്യക്തിയാണ്. അതിനാൽ എനിക്കും അർധജീവിതമുണ്ട്. എനിക്ക് രണ്ട് ഐസോടോപ്പുകളുണ്ട്. ആക്ടീനിയം 227ഉം ($^{227}_{89}$Ac) ആക്ടീനിയം 228 ഉം ($^{228}_{89}$Ac) ആക്ടീനിയം 227 ആണ് കൂടുതലുള്ളത്. ഇവനിൽ എന്റെ അർധജീവിതം (Half life) 21.8 വർഷങ്ങൾ. എന്നാൽ എന്റെ 228 ഐസോടോപ്പിന്റെ അർധജീവിതം വെറും ആറുമണിക്കൂറുകൾ! ഇപ്രകാരം റേഡിയോ ആക്ടീവതയുള്ളതുകൊണ്ടാണ് ഞാനൊരു ട്രേസ് എലിമന്റായത്.

എന്റെ ഗുണഗണങ്ങളൊന്നും ആരും കാര്യമായി മനസിലാക്കിയിട്ടില്ല. അതിനുള്ള സാങ്കേതികവിദ്യകൾ ഉണ്ടാകുമ്പോൾ അത് പരിഹരിച്ചേക്കാം. ഒരു കാര്യം തറപ്പിച്ചു പറയാൻ കഴിയും. അപൂർവ മൂലകങ്ങളും (rare earths) അവരുടെ സംയുക്തങ്ങളുമായി എനിക്ക് വളരെ സാദൃശ്യങ്ങളുണ്ട്. ഒരു വ്യത്യാസം മാത്രം. ഞാൻ റേഡിയോ ആക്ടീവാണ്. അവർക്ക് ആ പ്രത്യേകതയില്ല. പിന്നെ എന്റെ പരമ്പരയിൽപ്പെട്ടവരെല്ലാം തന്നെ ഉന്നതന്മാരാണ്. റേഡിയോ ആക്റ്റീവതയും ഉള്ളവരാണ്. ഇവരെ ഞാൻ താഴെ പരിചയപ്പെടുത്താം.

| Elements | | Symbol | At. No |
|---|---|---|---|
| ആക്ടീനിയം | Actinuium | Ac | 89 |
| തോറിയം | Thorium | Th | 90 |
| പ്രോട്ടോആക്ടീനിയം | Protoactinum | Po | 91 |

| | | | |
|---|---|---|---|
| യുറേനിയം | Uranium | U | 92 |
| നെപ്ടൂനിയം | Neptunium | Np | 93 |
| പ്ലൂട്ടോണിയം | Plutonium | Pu | 94 |
| അമേരിസിയം | Americium | Am | 95 |
| ക്യൂറിയം | Curium | Cm | 96 |
| ബെർക്കീലിയം | Berkelium | Bk | 97 |
| കാലിഫോർണിയം | Californium | Cf | 98 |
| ഐൻസ്റ്റീനിയം | Einsteinium | Es | 99 |
| ഫെർമിയം | Fermium | Fm | 100 |
| മെൻഡലീവിയം | Mendelevium | Md | 101 |
| നൊബിലിയം | Nobelium | No | 102 |
| ലോറൻസ്യം | Lawrencium | Lr | 103 |

എന്റെ ആത്മകഥ ഇവിടെ അവസാനിക്കുന്നു

ആക്ടീനിയം

# 30

# ടൈറ്റാനിയം - Titanium (Ti)

**അ**ടുത്ത കാലത്ത് എന്നെ ഈ കേരളമണ്ണിൽ നിന്നും കെട്ടുകെട്ടിക്കാനായി ചില കാപാലികർ കച്ചകെട്ടിയിറങ്ങിയതായി പത്രത്താളുകളിൽ കണ്ടു. ഒരുപക്ഷേ ദൈവത്തിന്റെ സ്വന്തം നാട്ടിൽ നിന്നുപോകേണ്ടിവന്നാൽ ഞാൻ അത്യധികം സ്നേഹിക്കുന്ന കേരളജനതയ്ക്ക് എന്റെ കഥകേൾക്കാനുള്ള അവസരം നഷ്ടമാകും.

പ്രിയ സഹോദരരേ, ഞാനാരെന്നറിയണ്ടേ? എന്റെ പേര് ടൈറ്റാനിയം. മറ്റു ചെല്ലപ്പേരുകളൊന്നും എനിക്കില്ല. എല്ലാ കണ്ടു പിടുത്തങ്ങളും ഓരോരോ നിമിത്തങ്ങളുടെ സംഭാവനകളാണ് എന്റെ കാര്യത്തിലും അതാണു സംഭവിച്ചത്.

1791ൽ വില്യം ഗ്രിഗോർ കാന്തികഗുണമുള്ള ഒരുതരം കറുത്തമണൽ പരിശോധിച്ചപ്പോൾ ഒരു പുതിയ മൂലകത്തിന്റെ സാന്നിധ്യത്തെപ്പറ്റി അദ്ദേഹത്തിന് ചില സൂചനകൾ ലഭിച്ചു. വേർതിരിക്കപ്പെടാത്ത ആ മൂലകത്തിന് അദ്ദേഹം മെനാക്കനൈറ്റ് (menachanite) എന്ന പേരും കൊടുത്തു. 1795ൽ ക്ലാപ്രോത്ത് (Klaproth) 'റൂടൈൽ' എന്ന ധാതുവിൽ നിന്നും ഒരു പുതിയ ഓക്സൈഡ് വേർതിരിക്കുകയും അതിലുള്ള ആ പുതിയ മൂലകത്തിന് 'ടൈറ്റാനിയം' എന്ന് നാമകരണം ചെയ്യുകയും ചെയ്തു. നിങ്ങളെപ്പോലെതന്നെ എനിക്ക് എന്റെ പേര് എന്തിഷ്ടമാണെന്നോ. എന്റെ തലതൊട്ടപ്പനെ ഞാനെന്നും നന്ദിയോടെ സ്മരിക്കുന്നുണ്ട്. യവന മിഥോളജിപ്രകാരം ഭൂമിയിലെ ആദ്യജാതരായ പുത്രന്മാരാണ് ടൈറ്റൻസ് അദ്ദേഹത്തിന്റെ ഭാവന എപ്പടി? അടിപൊളി അല്ലേ?

അതിനുശേഷം വീണ്ടും ക്ലാപ്രോത്ത് വോളസ്റ്റൺ, ബഴ്സീലിയസ് (1825), വോളർ, പെവില്ലെ (1899) തുടങ്ങിയവർ ശുദ്ധരൂപത്തിൽ എന്നെ കിട്ടാൻ കഠിനപ്രയത്നം ചെയ്തു. മോയിസാൻ 98% പരിശുദ്ധിയോടെ എന്നെ വേർതിരിച്ചു. അവസാനം 1910ൽ ഹണ്ടർ ആണ് 99.9% പരിശു

ദ്ധിയോടെ എന്നെ നിർമിക്കുന്നതിൽ വിജയശ്രീലാളിതനായത്.

ഞാൻ എന്റെ ഈ ചരിത്രം പറയുമ്പോഴും ഈ നാട്ടുകാരുടെ നന്ദികേട് ഞാനോർത്തുപോകയാണ്. എല്ലാവരാലും വെറുക്കപ്പെട്ട അതിസമർഥനായ ഒരു ദിവാൻജി ഈ കേരളത്തിന് ചെയ്ത സംഭാവനകൾ മറക്കാൻ പറ്റില്ല. അദ്ദേഹമാണ് എന്റെ നിർമാണത്തിനുള്ള ഒരു ഫാക്ടറി വേളിക്കടുത്ത കടലോരത്ത് സ്ഥാപിച്ചത്. കേരളീയർക്ക് അഭിമാനിക്കാവുന്ന ഏകഫാക്ടറിയാണ് ഇന്ന് അടച്ചുപൂട്ടൽ ഭീഷണി നേരിടുന്നത്. നിങ്ങളുടെ കുട്ടികൾ ഓരോ വർഷവും എത്രഎത്ര ബാച്ചുകളായിട്ടാണ് എന്നെയും, എന്റെ സഹാത്രികനായ ടൈറ്റേനിയം ഡൈ ഓക്സൈഡിനേയും കാണാൻ സ്കൂളുകളിൽ നിന്നും എത്തുന്നത്. ഇനിയും എനിക്കതിനു സാധിക്കാതെ വരുമോ എന്നോർക്കുമ്പോൾ ജനിക്കണ്ടായിരുന്നു എന്നു പോലും ചിന്തിച്ചുപോകുന്നു.

ആവർത്തനപ്പട്ടികയിലെ 4 ബി ഗ്രൂപ്പിൽ ഞങ്ങൾ മൂന്നുപേർ എനിക്കുതാഴെയുള്ളവർ സിർക്കോണിയവും ഹാനിയവുമാണ്. ഞാനാരംഭക്കനിയായതുകൊണ്ട് ടൈറ്റേനിയം ഗ്രൂപ്പെന്നാണ് അറിയപ്പെടുന്നത്.

ബയോഡേറ്റ എഴുതിയാൽ സംഖ്യാപരമായ കാര്യങ്ങൾ നിങ്ങളുടെ മനസിൽ നിൽക്കും.

| ടൈറ്റേനിയം ബയോഡേറ്റ | |
|---|---|
| A | B |
| പേര് | ടൈറ്റാനിയം |
| പ്രതീകം (Symbol) | Ti |
| മൂലകപദാർഥം | ലോഹം (Metal) |
| അറ്റോമിക സംഖ്യ (Atomic No) | 22 |
| ഇലക്ട്രോൺ വിന്യാസം | 2,8,8,4 |
| അറ്റോമികഭാരം (Atomic Wt) | 47.90 |
| ഭൗതികാവസ്ഥ (Physical State) | ഖരം (Solid) |
| ഗ്രൂപ്പ് | IV B |
| പിരീഡ് | 4 |
| ദ്രവണാങ്കം (Melting Point) | 1667$^{O}$C |
| ക്വഥനാങ്കം (തിളനില) (Boiling Point) | 3285$^{O}$C |
| സംയോജകത (Valency) | 4 |
| ഓക്സീകരണാവസ്ഥ (Oxidation State) | +2, +3, +4 |
| വിശിഷ്ടതാപം (Specific Heat) | 0.124 |

| | |
|---|---|
| ആപേക്ഷിക സാന്ദ്രത (Relative Density) | 4.50 |

ഭൂമിയിൽ ഏറ്റവും കൂടുതൽ സാന്നിധ്യമുള്ള ലോഹങ്ങളിൽ ഒൻപതാം സ്ഥാനമാണ് എനിക്കുള്ളത്. ഭൂമിയിലെല്ലായിടത്തും എന്റെ അസ്തിത്വമുണ്ട്.

എന്നെ അത്ഭുതലോഹം (The Wondermetal) എന്നു വിളിക്കാൻ കാരണം എന്റെ നിസ്തുലവും ഉപയോഗപ്രദവുമായ ഗുണങ്ങൾ മൂലമാണ്. ഞാൻ വളരെ കഠിനഹൃദയനാണ്. അതിനാൽ ഉരുകുന്നത് 1667 ഡിഗ്രി സെൽഷ്യസിൽ. സ്റ്റീലിനേക്കാൾ ശക്തനും എന്നാൽ ഭാരംകുറഞ്ഞവനുമാണ്. സ്റ്റീലിനേക്കാൾ എനിക്ക് നാശനപ്രതിരോധവും കൂടുതലാണ്. ഞാൻ നല്ല താപവൈദ്യുതവാഹിയാണ്.

എന്റെ കൂടെ അലുമിനിയം കൂടിച്ചേർന്നാൽ ഉണ്ടാകുന്ന സങ്കരനെ വിമാനവ്യവസായം, ജറ്റ് ഗ്യാസ് ടർബൺ എൻജിനുകൾ തുടങ്ങി ശബ്ദാതിവേഗത (Supersonic)യുള്ള കോൺകോഡ് വിമാനങ്ങൾ വരെ നിർമിക്കാനുപയോഗിക്കുന്നു. അനതിവിദൂരഭാവിയിൽ സൂപ്പർ സോണിക് ട്രാൻസ്പോർട്ട് വിമാനങ്ങൾ (SST) നിർമിക്കാൻ. എന്നെയായിരിക്കും പരിഗണിക്കുക. ശാസ്ത്രജ്ഞന്മാരുടെയിടയിൽ ഞാനത്ര പ്രിയങ്കരനായിത്തീർന്നിട്ടുണ്ട്.

ഞാൻ വായുവിൽ വളരെ സ്ഥിരതയുള്ളവനാണ്. ഞാൻ ശുദ്ധരൂപത്തിൽ ജലവുമായി പ്രവർത്തിക്കില്ല. ഞാൻ ഫ്ളൂറിൻ ക്ലോറിൻ തുടങ്ങിയവരുമായി ചേർന്ന് ടെട്രാഹാലൈഡുകളുണ്ടാക്കും. ഞാൻ നൈട്രജനും ഫോസ്ഫറസുമായും ചേർന്നുപോകും.

പൊട്ടാസ്യം പെർമാൻഗനേറ്റുമായി ഞാൻ ചേർന്നാലുണ്ടാകുന്ന മിശ്രിതം ഒരു സ്ഫോടകവസ്തുവാണ്.

ഓക്സിജനോട് എനിക്ക് വലിയ അടുപ്പമാണ്. എന്റെ മോണോക്സൈഡ് TiO, ഡയോക്സൈഡ് $TiO_2$, സെസ്കി ഓക്സൈഡ് $Ti_2O_2$തുടങ്ങിയവർ പ്രശസ്തരാണ്

ടൈറ്റാനിയം ഡയോക്സൈഡ് ($TiO_2$) എന്ന എന്റെ യൗഗികന്റെ കണ്ണഞ്ചിക്കുന്ന വെള്ളനിറം ഇവനെ വെള്ളപെയിന്റുകളുണ്ടാക്കാൻ ഉപയോഗിക്കുന്നുണ്ട്. ഏറ്റവും വെളുപ്പുനിറമുള്ളവൻ എന്ന പ്രശസ്തിയും ഇയാൾക്കുണ്ട്.

(എന്റെ സഹോദരങ്ങളായ സിർക്കോണിയവും (Zr) ഹാനിയവും (Hf) അവരുടെ ആത്മകഥയെഴുതാൻ താൽപ്പര്യപ്പെടുന്നില്ലെന്ന് അറിയിക്കാൻ എന്നെ ചുമതലപ്പെടുത്തിയിരിക്കുന്നു. ഭൂമിയുടെ ഭാരത്തിൽ പങ്കാളികളാകാൻ മാത്രം വിധിക്കപ്പെട്ട തങ്ങളുടെ ആത്മകഥയ്ക്കെന്തു പ്രസക്തി എന്നാണവർ ചോദിക്കുന്നത്)

'അത്ഭുതലോഹം' എന്ന് എന്നെ വിശേഷിപ്പിച്ച് ആദരിച്ച നിങ്ങൾക്ക് നന്ദി പറഞ്ഞുകൊണ്ട് എന്റെ ആത്മകഥയ്ക്ക് വിരാമമിടുന്നു.

നിങ്ങളുടെ സ്വന്തം
ടൈറ്റാനിയം

# 31

# വനേഡിയം - Vanadium (V)

**ആ**വർത്തനപ്പട്ടികയിലെ VB ഗ്രൂപ്പിലെ ഒന്നാമത്തെ അംഗമാണ് ഞാൻ. എനിക്കു താഴെ നിയോബിയം (Nb) ടന്റാലം (Ta). എന്റെ പേര് വനേഡിയം അതിനാൽ ഞങ്ങളുടെ ഗ്രൂപ്പിന് വനേഡിയം ഗ്രൂപ്പ് എന്നാണ് പേര്.

1831ൽ ഒരു സ്വീഡിഷ് കെമിസ്റ്റായ നീൽസ് ഗബ്രിയേൽ സാഫ്സ്റ്റ്റോം ആണ് എന്നെ കണ്ടുപിടിച്ചത്. ഇരുമ്പിന്റെ കൂടെ ഒരു പുതിയ മൂലകത്തെ കണ്ടെത്തി. ആ പുതിയ മൂലകത്തിന് അദ്ദേഹം, സ്നേഹത്തിന്റെയും സൗന്ദര്യത്തിന്റെയും ദേവതയായ വനേഡിസിനോടുള്ള ബഹുമാനാർഥം എനിക്ക് വനേഡിയം എന്നു പേരിടുകയും ചെയ്തു. 1865ൽ റൂസ്ക്കോയും തോർപ്പും ചേർന്ന് ചെമ്പിന്റെ കൂടെയും എന്നെ കണ്ടുപിടിച്ചു.

ഭൂവൽക്കത്തിൽ ഞാനടങ്ങിയ ധാതുക്കൾ ധാരാളമുണ്ട്. പട്രോണൈറ്റ് (Patronite), വനേഡിയം മൈക്ക, കാർനൊടൈറ്റ് (Carnotite) തുടങ്ങിയവരാണ് എന്റെ പ്രധാന ധാതുക്കൾ. ഭൂവൽക്കത്തിന്റെ ഭാരത്തിന്റെ അടിസ്ഥാനത്തിൽ എനിക്ക് 19-ാം സ്ഥാനമാണുള്ളത്. സംക്രമണമൂലകങ്ങളിൽ എനിക്ക് അഞ്ചാം സ്ഥാനവും. കാർനൊടൈറ്റാണ് എന്റെ പ്രധാന അയിര്.

| വനേഡിയം ബയോഡേറ്റ | |
|---|---|
| A | B |
| പേര് | വനേഡിയം |
| പ്രതീകം (Symbol) | V |

| | |
|---|---|
| മൂലകപദാർഥം | ലോഹം (Metal) |
| അറ്റോമിക സംഖ്യ (Atomic No) | 23 |
| ഇലക്ട്രോൺ വിന്യാസം | 2,8,11,2 |
| അറ്റോമികഭാരം (Atomic Wt) | 50.95 |
| ഭൗതികാവസ്ഥ (Physical State) | ഖരം (Solid) |
| ഗ്രൂപ്പ് | VB |
| പിരീഡ് | 4 |
| ദ്രവണാങ്കം (Melting Point) | $1915^{O}C$ |
| ക്വഥനാങ്കം (തിളനില) (Boiling Point) | $3350^{O}C$ |
| സംയോജകത (Valency) | 5 |
| ഓക്സീകരണാവസ്ഥ (Oxidation State) | +2, +3, +4, +5 |
| വിശിഷ്ടതാപം (Specific Heat) | 0.115 |
| ആപേക്ഷിക സാന്ദ്രത (Relative Density) | 6.11 |

ഗുണങ്ങൾക്കടിസ്ഥാനം എന്റെ പരിശുദ്ധിയാണ്. വെള്ളിപോലെ വെളുത്ത പരലാകൃതിയിലുള്ള പൊടിയായും, ചാരനിറത്തിലുള്ള പൊടിയായും പലരും എന്നെ കാണുന്നുണ്ട്. 1100ഡിഗ്രി സെൽഷ്യസ് വരെ ശൂന്യതയിലെന്നെ ചൂടാക്കിയാൽ ഞാൻ ഹൈഡ്രജനുമായി ചേർന്ന് വളരെ സ്ഥിരതയുള്ള എന്റെ ഹൈഡ്രൈഡായ വനേഡിയം ഹൈഡ്രഡായി മാറും

ഞാൻ തണുത്തിരുന്നാൽ ഈർപ്പമുള്ളതോ, ഈർപ്പരഹിതമോ ആയ വായുവിന് എന്നെ ഒന്നും ചെയ്യാനാകില്ല.

സാവധാനം എന്നെ ചൂടാക്കിയാൽ ആദ്യം തവിട്ടുനിറത്തിലുള്ള $V_2O_2$ (വനേഡിയം ഓക്സൈഡ്) പിന്നീട് കറുപ്പുനിറമുള്ള $V_2O_3$ (വനേഡിയം ട്രൈഓക്സൈഡ്) പിന്നെ നീലനിറമുള്ള $V_2O_4$ (വനേഡിയം ടെട്രോക്സൈഡ്) ഒടുവിൽ ഓറഞ്ചുനിറമുള്ള $V_2O_5$ (വനേഡിയം പെന്റോക്സൈഡ് ആയും എനിക്ക് നിറം മാറ്റവും വിവിധ ഓക്സൈഡുകളും ആയി മാറാനുള്ള കഴിവുമുണ്ട്.

ഓക്സിജനിൽ ഞാൻ അതീവശോഭയോടെ കത്തും.

എന്റെ കൂട്ടുകക്ഷികളിൽ പ്രധാനപ്പെട്ടവർ ഓക്സൈഡുകൾ തന്നെയാണ്. അവർ $V_2O_2$(VO), $V_2O_3$, $V_2O_4$, $V_2O_5$.

$V_2O_5$ അംഫോട്ടറിക് ആണ്. ഇവൻ ഒരു അസിഡിക് ഓക്സൈഡിനെപ്പോലെ പ്രവർത്തിച്ചാൽ ഒരു പറ്റം ലവണങ്ങളുണ്ടാകും. ഈ ലവണങ്ങളെ മൊത്തത്തിൽ വനഡേറ്റുകൾ എന്നാണ് വിളിക്കുന്നത്.

ഫ്ളൂറിൻ, ക്ലോറിൻ, ബ്രോമിൻ എന്നീ ഹാലൊജനുകളുമായി പ്രവർത്തിച്ച് യഥാക്രമം വിവിധ ഫ്ളൂറൈഡുകളും, ക്ലോറൈഡുകളും ബ്രോമൈഡുകളും സൃഷ്ടിക്കുമെങ്കിലും അയൊഡിനുമായിട്ട് എനിക്കൊരു ബന്ധവുമില്ല.

എന്റെ നൈട്രൈഡ്, സൾഫൈഡുകൾ, സൾഫേറ്റുകൾ എന്നിവരും നിലവിലുണ്ട്.

ഇനിയും ഞാനും എന്റെ സഹയാത്രികരും നിങ്ങൾക്കുതരുന്ന പ്രയോജനങ്ങളെപ്പറ്റി പറയാം.

നാഫ്തലിൻ എന്ന അരോമാറ്റിക് ഹൈഡ്രോകാർബണിനെ, താലിക് ആസിഡും ടോളുവിനും അവസാനം ബെൻസാൽഡിഹൈഡുമാക്കുന്ന പ്രക്രിയയിൽ ഞാനാണ് രാസത്വരകം (Catalyst) ആയി പ്രവർത്തിക്കുന്നത്.

ആൽക്കീനുകൾ, ആരോമാറ്റിക് ഹൈഡ്രോകാർബണുകൾ എന്നിവരുടെ നിർമാണത്തിലും ഞാനാണ് രാസത്വരകം.

ഞാനും അയണും (ഇരുമ്പ്) ചേർന്നാൽ ഉണ്ടാകുന്ന 'ഫെറോവനേഡിയം' എന്ന സങ്കരനെ നിർമിക്കാൻ $V_2O_5$നെയാണ് ഇരുമ്പുമായി ചേർക്കുന്നത്.

$V_2O_5$ സൾഫ്യൂറിക് ആസിഡ് നിർമാണത്തിന് രാസത്വരകമാണ്.

എന്റെ കൂടെ കോപ്പർ ചേർന്നാൽ ഉണ്ടാകുന്ന അലോയ് (സങ്കരം) 'കുപ്രോവനേഡിയം', ഞാനും നിക്കലും ചേർന്നുണ്ടാകുന്ന 'നിക്കലോവനേഡിയം' തുടങ്ങിയ സങ്കരന്മാരെല്ലാം തന്നെ വാണിജ്യപരമായി പ്രശസ്തരാണ്.

എന്റെ സഹോദരങ്ങളായ നിയോബിയം (Nb) റ്റന്റാലം (Ta) ഇവരും തൽക്കാലം ആത്മകഥാരചനയ്ക്കു സന്നദ്ധരല്ലാ എന്നാണറിയുന്നത്. അവരെപ്പറ്റി കൂടുതൽ പറയാനുള്ള അവസരമുണ്ടായാൽ മാത്രമേ എഴുതുകയുള്ളു എന്നാണവരുടെ ശാഠ്യം. എന്തുചെയ്യാം; ഉപദേശിക്കാനേ എനിക്കുകഴിയൂ

എന്റെ ആത്മകഥ വായിച്ച് എന്നെ അനുഗ്രഹിക്കണം.

സസ്നേഹം വനേഡിയം

# 32

# ക്രോമിയം – Chromium (Cr)

**ഞാ**ൻ ക്രോമിയം. എന്റെ ആത്മകഥയുടെ പ്രാരംഭമായി കുടുംബത്തെയും സഹോദരങ്ങളെയും സൂചിപ്പിക്കട്ടെ.

ആവർത്തനപ്പട്ടികയിലെ VI B ഗ്രൂപ്പാണ് ഞങ്ങളുടെ കുടുംബം. ഞാനും എന്റെ സഹോദരങ്ങളായ മോളിബ്ഡിനവും ടങ്സ്റ്റണും കൂടാതെ റേഡിയോ ആക്ടീവത എന്ന അത്ഭുതസിദ്ധിയുള്ള യുറേനിയവും എന്റെ കുടുംബക്കാരനായിരുന്നു. അദ്ദേഹത്തെ ഈ അടുത്തകാലത്ത് സംക്രമണഗ്രൂപ്പിൽ നിന്നും മാറ്റി ആക്ടിനൈഡു പരമ്പരയിലുള്ള അന്തസംക്രമണ ഗ്രൂപ്പിൽപ്പെടുത്തിയിരിക്കയാണ്. അതിനാൽ സംക്രമണ ലോഹങ്ങളായ ഞങ്ങളുടെ ആത്മകഥകൾക്കൊപ്പം ഇദ്ദേഹത്തിന്റേതുൾപ്പെടുത്തുന്നില്ല.

ഇനിയും കഥ തുടരട്ടെ.

1797 ൽ വാൻകിലിൽ ആണ് എന്നെ കണ്ടെടുത്ത് ലോകത്തിന് ഒരു വരദാനമായി നൽകിയത്. വർണം (നിറം) എന്നർഥമുള്ള 'ക്രോമ' എന്ന ഗ്രീക്ക്പദത്തിൽനിന്നുമാണ് എന്റെ പേര് ജന്യമായിട്ടുള്ളത്. കാരണം എനിക്ക് നിറമുള്ള ധാരാളം ലവണങ്ങളെ ഉണ്ടാക്കാൻ കഴിയും. അക്കാര്യം പിന്നീടു പറയാം.

സ്വതന്ത്രാവസ്ഥയിൽ ഞാനൊരിടത്തുമില്ല. എന്റെ ഏറ്റവും സർവസാധാരണമായ ധാതു ക്രോമൈറ്റ് അഥവാ 'ക്രോം അയൺ സ്റ്റോൺ' ആണ്. കൂടാതെ ക്രോം ഒക്കർ, ക്രോകോയിറ്റ് എന്നിവരിലും എന്റെ സാന്നിധ്യമുണ്ട്. എന്റെ പ്രധാന അയിരായ 'ക്രോം അയൺസ്റ്റോൺ' ഇന്ത്യ പാക്കിസ്ഥാൻ, ടർക്കി, റഷ്യ, റൊഡേഷ്യ എന്നീരാജ്യങ്ങളിൽ ഇവന്റെ വൻശേഖരമുണ്ട്. ക്രോമൈറ്റിന്റെ രാസസൂത്രം $FeOCr_2O_3$. അതായത് എന്റെ ധാതുവിൽ എന്നെക്കൂടാതെ അയണും ഓക്സിജനും

ഉണ്ടെന്ന് മനസിലായല്ലോ. ബലൂചിസ്ഥാനിൽ നാനൂറടി നീളത്തിലും മൂന്നടി ഖനത്തിലും കൂടുതൽ ശുദ്ധമായ ക്രോമൈറ്റുണ്ട്.

| ക്രോമിയം ബയോഡേറ്റ | |
|---|---|
| A | B |
| പേര് | ക്രോമിയം (Chromium) |
| പ്രതീകം (Symbol) | Cr |
| മൂലകപദാർഥം | ലോഹം (Metal) |
| അറ്റോമിക സംഖ്യ (Atomic No) | 24 |
| ഇലക്ട്രോൺ വിന്യാസം | 2,8,13,1 |
| അറ്റോമികഭാരം (Atomic Wt) | 52.01 |
| ഭൗതികാവസ്ഥ (Physical State) | ഖരം (Solid) |
| ഗ്രൂപ്പ് | VI B |
| പിരീഡ് | 4 |
| ദ്രവണാങ്കം (Melting Point) | 1830$^{O}$C |
| ക്വഥനാങ്കം (തിളനില) (Boiling Point) | 2200$^{O}$C |
| സംയോജകത (Valency) | 6 |
| ഓക്സീകരണാവസ്ഥ (Oxidation State) | +2, +3, +4, +5. +6 |
| വിശിഷ്ടതാപം (Specific Heat) | 0.1080 |
| ആപേക്ഷിക സാന്ദ്രത (Relative Density) | 7.14 |

എന്റെ മറ്റു ശാരീരികയോഗ്യതകൾ. ഞാനുൾപ്പെടെ എല്ലാവർക്കും ഇരുമ്പിനോട് സാദൃശ്യമുണ്ട്. ലോഹദ്യുതിയും നല്ല തിളക്കമാർന്നതാണ്. ഞങ്ങളെല്ലാവരും ഗ്ലാസിനെക്കാൾ കാഠിന്യമുള്ളവരാണ്. വൈദ്യുത ചൂളയിൽ വച്ച് ചൂടാക്കിയാൽ ഞങ്ങളെല്ലാവരും ബാഷ്പമാകും.

വ്യക്തിപരമായി പറഞ്ഞാൽ ഞാൻ വെള്ളിപോലെ വെളുത്ത പരൽരൂപമുള്ള ശരീരമാണ്. എന്നെ ശരിക്കും അടിച്ചു പരത്തിക്കഴിഞ്ഞാൽ എന്റെ ശരീരത്തിന് ശോഭയാർന്ന തിളക്കമാണ്. എത്രനാൾ വായുവിലിരുന്നാലും ഞാൻ കറുക്കുകയില്ല. ഞാൻ വളരെ കഠിനഹൃദയനാണ്.

രാസഗുണങ്ങളായ പ്രവർത്തനങ്ങൾ: വായുവും വെള്ളവുമായി

സാധാരണ ഊഷ്മാവിൽ പ്രവർത്തനമില്ല. എന്നാൽ ഓക്സീ–ഹൈഡ്രജൻ ജ്വാലയിൽ ഞാൻ കത്തി എന്റെ ട്രയോക്സൈഡ് ($CrO_3$) ഉണ്ടാകും. ഞാൻ നേർത്ത ഹൈഡ്രോക്ലോറിക്കാസിഡ്, സൾഫ്യൂറിക്കാസിഡ് ഇവയുമായി പ്രവർത്തിച്ച് യഥാക്രമം ക്ലോറൈഡുകളും സൾഫേറ്റുകളും ഉണ്ടാക്കും.

എന്നാൽ ഞാൻഗാഢ നൈട്രിക്കാസിഡുമായി സമ്പർക്കത്തിലിരുന്നാൽ എന്റെ പ്രവർത്തനശേഷി നഷ്ടപ്പെടും. തന്മൂലം നേർത്ത ഹൈഡ്രോക്ലോറിക്കാസിഡ്, സൾഫ്യൂറിക്കാസിഡ് ഇവരുമായി പ്രവർത്തിക്കാനേ കഴിയാതെ വരും.

ഞാൻ നിങ്ങൾക്ക് നൽകുന്ന പ്രയോജനങ്ങൾ വിരലിലെണ്ണാവുന്നതല്ല, എങ്കിലും കുറെ കാര്യങ്ങൾ പറയാം. പ്രധാനമായി ക്രോം പ്ലേറ്റിങ്ങിലേർപ്പെടും. പിന്നെ 'നിക്രോം' എന്ന സങ്കരനെപ്പറ്റി കേട്ടിട്ടുണ്ടോ? നിങ്ങളുടെ പലതരം താപനോപകരണങ്ങളിൽ (ഉദാ: തേപ്പുപെട്ടി) ഇവനിൽ കൂടിയല്ലേ നിങ്ങൾ വൈദ്യുതി കടത്തിവിടുന്നത്. എന്നാലിവൻ അത്ര വിശാലഹൃദയനൊന്നുമല്ല. വൈദ്യുതിയെ പെട്ടെന്നൊഴുകിപ്പോകാൻ സമ്മതിക്കയില്ല. പ്രതിരോധിക്കും. ഇവനിൽ എന്നെക്കൂടാതെ നിക്കൽ, അയൺ, മാൻഗനീസ്, സിങ്ക് എന്നിവരുമുണ്ട്.

എന്റെ സങ്കരന്മാരാണ് ക്രോംസ്റ്റീലുകൾ എന്നു വിളിപ്പേരുള്ളവർ. ഇവർക്കെത്ര ചങ്കുറപ്പാണെന്നോ? അതിനാൽ ഇവരെ പണിയായുധങ്ങളും പടച്ചട്ടകളും ഒക്കെയുണ്ടാക്കാൻ ഉപയോഗിക്കും.

സ്റ്റെയിൻലെസ് സ്റ്റീൽ എന്നു കേൾക്കാത്തവർ ചുരുക്കം. ഇതിൽ ഞാനും ഇരുമ്പും കരിയുമാണ്. അടുക്കളപ്പാത്രങ്ങൾക്ക് ഇയാളാണു കേമൻ. ട്രെയിൻ ബോഗികളുടെ വീലുണ്ടാക്കാൻ ക്രോം വനേഡിയം സ്റ്റീൽ, മോട്ടാർ വാഹനനിർമാണത്തിന് ക്രോമിയം നിക്കൽ സ്റ്റീൽ, ഹൈസ്പീഡ് ടൂൾസിന് ക്രോമിയം ടങ്സ്റ്റൺ സ്റ്റീൽ എന്നു വേണ്ട നിങ്ങളുടെ വ്യവസായ പുരോഗതിക്ക് എന്നെക്കാൾ യോഗ്യൻ ആരുണ്ട്.

എന്റെ യൗഗികങ്ങളായ ഓക്സൈഡുകൾ, ഹൈഡ്രോക്സൈഡുകൾ, ക്രോമേറ്റുകൾ, ഡൈക്രോമേറ്റുകൾ എന്നിവരെല്ലാം മാർക്കറ്റിൽ വിലയേറിയ രാസപ്രമുഖരാണ്.

നേരത്തെ പറഞ്ഞല്ലോ നിറങ്ങളുടെ മായാജാലക്കാരനാണ് ഞാനെന്ന്. എന്റെ കുറെ ലവണങ്ങളും അവയുടെ നിറങ്ങളും പറയാം. ഞാൻ സംക്രമണമൂലകമായതുകൊണ്ട് ഒന്നിൽകൂടുതൽ സംജോയകതകളുണ്ട്. എന്റെ സംജോയകത '2' ആണെങ്കിൽ ആ ലവണങ്ങൾ 'ക്രോമസ്' എന്നും '3' ആണെങ്കിൽ ക്രോമിക് എന്നും വിളിക്കും.

| ക്രോമസ് ലവണങ്ങൾ | നിറം | ക്രോമിക് ലവണങ്ങൾ | നിറം |
|---|---|---|---|
| ക്രോമസ് ഫ്ളൂറൈഡ് | വെള്ള | ഇല്ല | |
| ക്രോമസ് ക്ലോറൈഡ് | നീല | ക്രോമിക് ക്ലോറൈഡ് | വയലറ്റ് |
| ക്രോമസ് ബ്രോമൈഡ് | വെള്ള | ക്രോമിക് ബ്രോമൈഡ് | കറുപ്പ് |

| | | | |
|---|---|---|---|
| ക്രോമസ് സൾഫൈഡ് | ഇരുണ്ടത് | ക്രോമിക് സൾഫൈഡ് | ചാരക്കറുപ്പ് |
| ക്രോമസ് സൾഫേറ്റ് | നീല | ക്രോമിക് സൾഫേറ്റ് | വയലറ്റ് |
| ക്രോമസ് കാർബണേറ്റ് | മഞ്ഞ കലർന്ന നീല | | |
| ക്രോമസ് അസറ്റേറ്റ് | ചെമപ്പ് | | |

കുറിപ്പ്: ക്രോമിക് ക്ലോറൈഡിലെ ജലത്തിന്റെ അളവനുസരിച്ച് പലനിറങ്ങളുണ്ടാകും. ഉദാ. ആഷ് നീല, ഇളം പച്ച, കടുംപച്ച,

മറ്റുചില ലവണങ്ങളും അവയുടെ നിറങ്ങളും

ക്രോം ആലം - കടും വയലറ്റ്

ക്രോം ആലം തുണികൾ ചായം മുക്കുന്നതിനും കാലിക്കോ പ്രിന്റിങ്ങിനും ഫോട്ടോഗ്രാഫിയിലും ഉപയോഗിക്കുന്നു.

സിൽവർ ക്രോമേറ്റ് - ഇഷ്ടിക ചെമപ്പ്
ബേറിയം ക്രോമേറ്റ് - മഞ്ഞ
ലെഡ് ക്രോമേറ്റ് - മഞ്ഞ
പൊട്ടാസ്യം ഡൈ
ക്രോമേറ്റ് - ഓറഞ്ച്

പൊട്ടാസ്യം ഡൈക്രോമേറ്റ് വിപുലമായ തോതിൽ ക്രോം ടാനിങ്ങ്, ചായം മുക്കൽ, കാലിക്കോപ്രിന്റിങ് മുതലായവയിൽ ഉപയോഗത്തിലുണ്ട്. കൂടാതെ പരീക്ഷണശാലകളിലും ഉപയോഗിക്കുന്നു. ബേറിയം ക്രോമേറ്റ് ലെമൺ ക്രോം, എന്നും, ലെഡ് ക്രോമേറ്റ് ക്രോം എല്ലോ എന്നും അറിയപ്പെടുന്നു. അതുപോലെ ക്രോം റെഡ്, ക്രോം ഓറഞ്ച് എന്നീ നിറങ്ങളിലും ഞാനാണ് സൂത്രധാരൻ. പെയിന്റ് വർണങ്ങളായി ഇവരെല്ലാം നിങ്ങൾക്ക് പ്രയോജനപ്പെടുന്നു.

ജൈവികപ്രാധാന്യം കൂടി പറയട്ടെ. വളരെ വളരെ കുറഞ്ഞ അളവിൽ സസ്തനികളുടെ (മനുഷ്യരും) ഭക്ഷണത്തിൽ എന്നെ ആവശ്യമാണ്. രക്തത്തിലെ ഗ്ലൂക്കോസിന്റെ അളവ് (ലവൽ) നിലനിർത്തുന്നതിന് ഇൻസുലിനൊപ്പം +3 അവസ്ഥ ($Cr^{+3}$)യിലുള്ള എന്റെ സാന്നിധ്യം ആവശ്യമാണ്. ചിലപ്പോൾ ശരീരത്തിന്റെ തെറ്റായ അപചയപ്രവർത്തനങ്ങൾകൊണ്ട് പ്രമേഹം ഉണ്ടായെന്നും വരാം. കൂടുതലളവിൽ ക്രോമിയം ലവണങ്ങൾ ചർമത്തിന് അർബുദബാധയുണ്ടാക്കുമെന്നുള്ള കാര്യം ഓർക്കുന്നതു നന്നായിരിക്കും. ഞാൻ തന്നെ എന്നെക്കൊണ്ടുണ്ടാക്കാവുന്ന വിപത്തുകളും പറഞ്ഞതിൽ നിന്നും അതിന്റെ ഗൗരവം മനസിലായല്ലോ. അതുകൊണ്ട് പരീക്ഷണങ്ങൾക്കും മറ്റും എന്റെ ക്രോമേറ്റുകളും വൈക്രോമേറ്റും കൈകാര്യം ചെയ്യുമ്പോൾ ശ്രദ്ധിക്കുക.

നിങ്ങളുടെ സ്വന്തം വർണരാജൻ ക്രോമിയം

# 33

# മോളിബ്ഡിനം - Molybdenum (Mo)

**നി**ങ്ങൾക്ക് എന്നെ അത്ര പരിചയം കാണില്ല. പേരുപോലും കേട്ടിട്ടുണ്ടാവില്ല. പക്ഷേ മോളിബ്ഡിനം എന്ന പേരുള്ള ഈ എളിയവന്റെ ഉപഭോക്താക്കളാണ് നിങ്ങൾ. എന്റെ കുടുംബത്തിലെ ആദ്യജാതനായ ക്രോമിയം അവന്റെ ആത്മകഥയിൽ കുടുംബചരിത്രം പറഞ്ഞിട്ടുണ്ടെങ്കിലും ഞാനത് ഒന്നുകൂടി സൂചിപ്പിക്കുകയാണ്. കുടുംബത്തിൽ ഞങ്ങൾ മൂന്നുപേർ. ആവർത്തനപ്പട്ടികയിലെ VIB ഉപഗ്രൂപ്പാണ് ഞങ്ങളുടെ കുടുംബം. ഞങ്ങളുടെ കുടുംബത്തിൽ ഞാൻ മാത്രമാണ് അപ്രശസ്തൻ. മറ്റു രണ്ടുപേരെ നോക്കൂ. ക്രോമിയം 'വർണരാജൻ' ടങ്സ്റ്റൺ 'വൈദ്യുത വാഹകൻ' ആദ്യകാലത്ത് ഞങ്ങളുടെ കൂടെ ഒരാളും കൂടിയുണ്ടായിരുന്നു. അണുശക്തിയുടെ മഹാസ്രോതസ്സായ യുറേനിയം

എന്റെ ജനനത്തിലേക്കു നയിച്ച ചരിത്രപരമായ ചില വസ്തുതകൾ പറയട്ടെ.

1778ൽ ഷീലേ (ഷീലേയെ അറിയില്ലേ? ക്ലോറിൻ എന്ന അലോഹ സഹോദരന്റെ വിമോചകൻ) എന്റെ ആസിഡ്–മോളിബ്ഡിനിക് ആസിഡ്–ഉണ്ടാക്കി. ഒരു ലോഹമായ മോളിബ്ഡിനം എന്ന എന്നെ 1782–ൽ ജീം (Hjeim) ആണ് നിങ്ങൾക്ക് സമ്മാനിച്ചത്. പിന്നീടുള്ള രസതന്ത്രമൊക്കെ ക്ലാപ്രോത്തും ബഴ്സീലിയസും ചേർന്നാണു നടത്തിയത്.

ഭൂവൽക്കത്തിൽ എന്റെ സാന്നിധ്യം വെറും 1.2 ശതമാനം മാത്രമാണ്.

എന്റെ പ്രധാനപ്പെട്ട അയിരുകൾ മോളിബ്ഡിനൈറ്റ് ($MoS_2$) വുൾഫനൈറ്റ് ($PbMoO_4$), മോളിബ്ഡൈറ്റ് തുടങ്ങിയവരാണ്. മോളിബ്ഡൈറ്റിന്റെ രാസസൂത്രം വലുതാണ്. അതിനാൽ എഴുതുന്നില്ല

| മോളിബ്ഡിനം ബയോഡേറ്റ | |
|---|---|
| A | B |
| പേര് | മോളിബ്ഡിനം |
| പ്രതീകം (Symbol) | Mo |
| മൂലകപദാർഥം | ലോഹം (Metal) |
| അറ്റോമിക സംഖ്യ (Atomic No) | 42 |
| ഇലക്ട്രോൺ വിന്യാസം | 2,8,18,13,1 |
| അറ്റോമികഭാരം (Atomic Wt) | 95 |
| ഭൗതികാവസ്ഥ (Physical State) | ഖരം (Solid) |
| ഗ്രൂപ്പ് | VI B |
| പിരീഡ് | 5 |
| ദ്രവണാങ്കം (Melting Point) | 2550$^{O}$C |
| ക്വഥനാങ്കം (തിളനില) (Boiling Point) | 3560$^{O}$C |
| സംയോജകത (Valency) | 2–6 |
| ഓക്സീകരണാവസ്ഥ (Oxidation State) | +2 – +6 |
| വിശിഷ്ടതാപം (Specific Heat) | 0.072 |
| ആപേക്ഷിക സാന്ദ്രത (Relative Density) | 8.6 |

ഞാൻ ഗ്രേ നിറത്തിലും പൊടിരൂപത്തിലുമാണ്. സാധാരണ ഊഷ്മാവിൽ വായുവിലിരുന്നാലും ഞാൻ കറുക്കുകയില്ല. എന്നാൽ എന്നെ ചൂടുപിടിപ്പിച്ചാൽ ഓക്സിജനുമായി ചേർന്ന് ട്രയോക്സൈഡായി മാറും. ഇവൻ വെളുത്ത പൊടിയാണ്.

ഹൈഡ്രോഫ്ളൂറിക് ആസിഡ്, ഹൈഡ്രോക്ലോറിക് ആസിഡ്, നേർത്ത സൾഫ്യൂറിക്കാസിഡ് തുടങ്ങിയവർക്ക് എന്നെ ലയിപ്പിക്കാൻ കഴിയില്ല. എന്നാൽ നൈട്രിക് ആസിഡ്, ഗാഢ സൾഫ്യൂറിക്കാസിഡ്, അക്വാറീജിയ, ക്ലോറിൻ ജലം ഇവരൊക്കെ എന്നെ ലയിപ്പിക്കും. ഞാനുരുകുന്ന ഊഷ്മാവ് മറക്കണ്ട- 2550ഡിഗ്രി സെൽഷ്യസ്. 1500 ഡിഗ്രി സെൽഷ്യസിനു മുകളിൽ എനിക്ക് കരിയെ (കാർബൺ) ആഗിരണം ചെയ്യാൻ കഴിവുണ്ട്.

ഒരു ലോഹമെന്ന നിലയിലും എന്റെ സംയുക്തങ്ങൾക്കും വളരെ വിപുലമായ ഉപയോഗങ്ങളുണ്ട്.

കൃത്രിമ പ്രകാശോപകരണങ്ങളിൽ ഞാൻ അവശ്യഘടകമാണ്. ഉദാ: ഇലക്ട്രിക് ബൾബിലെ എന്റെ സഹോദരൻ ടങ്സ്റ്റണിന്റെ സപ്പോർട്ട റാണ് ഞാൻ. ഇലക്ട്രിക് റസിസ്റ്റന്റ് ഫർണസുകളിൽ (വൈദ്യുതപ്രതി രോധ ചൂളകൾ) വിലകൂടിയ പ്ലാറ്റിനം വയറുകൾക്കു പകരം പലപ്പോഴും എന്നെ ഉപയോഗിച്ചുള്ള കമ്പികളാണ് ഉപയോഗിക്കുന്നത്.

എനിക്ക് ഉന്നത ഊഷ്മാവുണ്ടാക്കാനും കഴിയും. ഉന്നത ഊഷ്മാ വുകൾ അളക്കുന്നതിനാവശ്യമായ തെർമോകപ്പിളിൽ ടങ്സ്റ്റണിനൊപ്പം ഞാനാണുള്ളത്. ദന്തവൈദ്യത്തിന് ഞാൻ ആവശ്യഘടകമാണ്. തൂക്കം കാണാനുള്ള സ്റ്റാൻഡേർഡ് പടികൾ ഉണ്ടാക്കുന്നതിനും എന്നെ വേണം. ഞാൻ ചേർന്ന കൂട്ടുലോഹങ്ങളുമുണ്ട്. വളരെ സാങ്കേതിക പ്രാധാന്യ മുള്ള സങ്കരന്മാരാണ് മോളിബ്ഡിനം സ്റ്റീലുകൾ.

എന്റെ ചില യൗഗികങ്ങളുടെ പേരുകൾ പറയാം. മോളിബ്ഡിനം ട്രയോക്സൈഡ്, അമോണിയം മോളിബ്ഡേറ്റ്, അമോണിയം ഫോസ്ഫോമോളിബ് ഡേറ്റ്, മോളിബ്ഡിക് ആസിഡ് ഇങ്ങനെ പോകുന്നു ചാർച്ചക്കാർ. നിങ്ങളുടെ പണിശാലകളിൽ ഇവരെല്ലാം ആത്മാർഥത യോടെ പണിയെടുക്കുന്നു.

ജൈവികപരമായി ഞാനും പ്രയോജനമുള്ളവനാണ്. സസ്തനിക ളുടെ ആഹാരത്തിൽ ക്രോമിയത്തിനൊപ്പം എന്നെയും ആവശ്യമാണ്.

ഡൈനൈട്രജൻ ഫിക്സിങ് ബാക്റ്റീരിയകളുടെ ത്വരണത്തിൽ എന്റെ സാന്നിധ്യമുണ്ട്. ഡൈ നൈട്രജൻ ഫിക്സിങ് ബാക്ടീരികളിൽ ഏറ്റവും അറിയപ്പെടുന്നവൻ റൈസോബിയം (Rhizobium). ഇവനിലുള്ള എൻസൈമാണ് (രാസത്വരകം) നൈട്രോജനേസ് (Nitrogenase)

ഈ നൈട്രോജെനേസിൽ എന്റെ രണ്ടു പ്രോട്ടീനുകളുണ്ട്. മോളി ബ്ഡോഫെറിഡോക്സിനും (Molybdoferredoxin) ആസോഫെറിഡോ ക്സിനും (Azoferredoxin) ശരീരധർമ പ്രവർത്തനങ്ങളിൽ ഈ രണ്ടു പ്രോട്ടീനുകളുടെയും പങ്ക് അതുല്യമാണ്.

എന്റെ ആത്മകഥയുടെ ആരംഭത്തിൽ പറഞ്ഞത് ഞാൻ ഒന്നുകൂടി പറയുന്നു. നിങ്ങളറിയാതെ തന്നെ നിങ്ങൾ എന്റെ ഉപഭോക്താക്കളാണ്.

ദീർഘിപ്പിക്കുന്നില്ല. എങ്കിലും ഒരു കാര്യംകൂടി പറയാനാഗ്രഹിക്കു ന്നു. വുൾഫ്രം എന്ന ടങ്സ്റ്റൺ ഉണ്ടാക്കുന്ന ഓടുകൾക്ക് (Bronzes) സദൃ ശമായവ എനിക്കും ഉണ്ടാക്കുവാൻ കഴിയും.

ഞാൻ ആത്മകഥ അവസാനിപ്പിക്കുന്നു, കൊട്ടും കുരവയുമൊന്നു മില്ലാതെ വളരെ നിശബ്ദനായി നിങ്ങളറിയാതെ നിങ്ങളെ സേവിച്ചു കൊണ്ടിരിക്കുന്ന വിനീതനായ

മോളിബ്ഡിനം

# 34

## വുൾഫ്രം എന്ന ടങ്സ്റ്റൺ – Wulfram (W)

**ഞാ**ൻ വുൾഫ്രം എന്ന ടങ്സ്റ്റൺ. എന്റെ കുടുംബത്തെപ്പറ്റി ക്രോമിയവും മോളിബ്ഡിനവും അവരുടെ ആത്മകഥകളിൽ പറഞ്ഞതിനാൽ ആവർത്തിക്കുന്നില്ല.

'ഷീലൈറ്റ്' എന്ന എന്റെ ധാതു, ഭാരമുള്ള കല്ല് എന്നർഥമുള്ള 'ടങ്സ്റ്റൺ' എന്നായിരുന്നു മുൻപ് അറിയപ്പെട്ടിരുന്നത്. 1781ൽ ഷീലെ എന്ന രസതന്ത്രജ്ഞൻ, ഷീലൈറ്റ് ധാതുവിൽ ടങ്സ്റ്റിക് ആസിഡ് എന്ന വിശേഷ ആസിഡ് ഉണ്ടെന്നു തെളിയിച്ചു. രണ്ടു വർഷങ്ങൾക്കുശേഷം D' Elhnjar (ഡി എൽഹുജാർ) സഹോദരന്മാർ വുൾഫനൈറ്റിലും ഇതേ ആസിഡ് ഉണ്ടെന്നു കണ്ടെത്തി. അങ്ങനെയാണ് എനിക്ക് 'വുൾഫ്രം' എന്നും ടങ്സ്റ്റൺ എന്നും പേരുകൾ കിട്ടിയത്. വുൾഫ്രത്തിന്റെ ആദ്യാക്ഷരമായ 'W' ആണ് എന്റെ പ്രതീകം.

ഭൂവൽക്കത്തിൽ മോളിബ്ഡിനത്തെപ്പോലെ തന്നെ എന്റെ സാന്നിധ്യം വെറും 1.2 ശതമാനം മാത്രമാണ്.

എന്റെ ജനനരഹസ്യവും പേരുകളും കേട്ടല്ലോ. എന്റെ അയിരുകൾ വുൾഫനൈറ്റ്, ഷീലൈറ്റ്, ഹബ്നെറൈറ്റ് തുടങ്ങിയവരാണ്. വൾഫൈനൈറ്റ് എന്റെ ഓക്സൈഡ് $(WO_4)_2$ ആണ് ഷീലൈറ്റ് കാൽസ്യം ചേർന്ന എന്റെ ഓക്സൈഡ് $(CaWO_4)$, മാൻഗനീസ് ചേർന്ന എന്റെ ഓക്സൈഡാണ് ഹബ്നെറൈറ്റ് $(MnWO_4)$

| വുൾഫ്രം/ടങ്സ്റ്റൺ ബയോഡേറ്റ | |
|---|---|
| A | B |
| പേര് | വുൾഫ്രം/ടങ്സ്റ്റൺ |

| | |
|---|---|
| പ്രതീകം (Symbol) | W |
| മൂലകപദാർഥം | ലോഹം (Metal) |
| അറ്റോമിക സംഖ്യ (Atomic No) | 74 |
| ഇലക്ട്രോൺ വിന്യാസം | 2, 8, 18, 32, 12, 2 |
| അറ്റോമികഭാരം (Atomic Wt) | 184.0 |
| ഭൗതികാവസ്ഥ (Physical State) | ഖരം (Solid) |
| ഗ്രൂപ്പ് | VI B |
| പിരീഡ് | 6 |
| ദ്രവണാങ്കം (Melting Point) | $3380^0$C |
| ക്വഥനാങ്കം (തിളനില) (Boiling Point) | $5500^0$C |
| സംയോജകത (Valency) | 6 |
| ഓക്സീകരണാവസ്ഥ (Oxidation State) | +4, +5, +6 |
| വിശിഷ്ടതാപം (Specific Heat) | 0.0340 |
| ആപേക്ഷിക സാന്ദ്രത (Relative Density) | 19.3 |

എന്റെ സാന്ദ്രത 19മുതൽ 21 വരെ വ്യത്യാസപ്പെട്ടിരിക്കുന്നു. (സ്വർണത്തിന്റെ സാന്ദ്രത 19.3) തന്മൂലം സ്വർണത്തെക്കാൾ നന്നായി കമ്പികളാവാനുള്ള കഴിവെനിക്കുണ്ട്. മറ്റേതൊരു ലോഹത്തെക്കാളും കൂടിയ ദ്രവണാങ്കമാണ് എനിക്കുള്ളത്. പൊടിരൂപത്തിലും എനിക്ക് കാഠിന്യവും തിളക്കവും പരലാകൃതിയുമുണ്ട്. സാധാരണ ഊഷ്മാവിൽ വായുവോ വെള്ളമോ എന്നെ ആക്രമിക്കാൻ തയാറാകില്ല.

രാസഗുണങ്ങളിൽ ചിലതു പറയാം. ഉന്നത ഊഷ്മാവുകളിൽ ഞാൻ പെട്ടെന്ന് ഓക്സീകരിക്കപ്പെടും. ബാഷ്പരൂപത്തിലുള്ള സൾഫറിനും ഫോസ്ഫറസിനും എന്നോട് വളരെ മമതയാണ്.

സൾഫ്യൂറിക്കാസിഡിനും ഹൈഡ്രോക്ലോറിക്കാസിഡിനും എന്നോട് താൽപ്പര്യമില്ലെങ്കിലും ഇവരുടെ തിളപ്പിച്ച ഗാഢ രൂപവുമായി ഞാൻ പ്രവർത്തിക്കും. നൈട്രിക്കാസിഡിനോടും എനിക്ക് അടുപ്പമില്ല. എന്നാൽ അയാളോടൊപ്പം ഹൈഡ്രോക്ലോറിക് ആസിഡുമുണ്ടെങ്കിൽ (അക്വാറീജിയ) ഞാനവരോടു ചേരും.

നിങ്ങൾ എന്നെ ഏറ്റവുമധികം ഉപയോഗിക്കുന്നത് വൈദ്യുത പ്രകാശികഉപകരണങ്ങളും, സങ്കരന്മാരെയും സ്റ്റീലുകളെയും നിർമിക്കുന്നതി

നാണ്. എന്റെ ഫിലമെന്റുകൾ വെട്ടിത്തിളങ്ങുന്ന പ്രകാശം നൽകുന്നതു കൊണ്ട് ദീപങ്ങളിൽ (ഉദാ: ബൾബുകൾ) ഉപയോഗിക്കുന്നു.

ആസിഡുകളെയും ആൽക്കലികളെയും ഒരുപോലെ പ്രതിരോധിക്കുന്നതുകൊണ്ട് സെൻട്രിഫ്യൂഗൽ യന്ത്രങ്ങളിൽ ഗോസുകൾ (വല) ഉണ്ടാക്കാൻ എന്നെ ഉപയോഗിക്കുന്നു. കളിമൺപാത്രനിർമാണത്തിലും ഗ്ലാസുകൾക്ക് വിവിധ തീവ്രതയുള്ള മഞ്ഞനിറം നൽകാനും എന്റെ ഓക്സൈഡ് രൂപം ആവശ്യമാണ്.

സോഡിയം ടങ്സ്റ്റേറ്റ് എന്ന എന്റെ ഒരു സഹയാത്രികനെ തീപിടിക്കാത്ത വസ്ത്രങ്ങളുണ്ടാക്കുന്നതിനും സിൽക്കിൽ ചായം പിടിപ്പിക്കാനുള്ള മോർഡന്റായും ഉപയോഗിക്കുന്നു. എക്സ്റേ ഫ്ളൂറസെന്റ് (X-ray Fluresent) സ്ക്രീനുകളിൽ എന്റെ മറ്റൊരു കൂട്ടുകെട്ടായ കാൽസ്യം ടങ്സ്റ്റേറ്റ് ആവശ്യമാണ്.

ഞാനുണ്ടാക്കുന്ന സംയുക്തങ്ങളിൽ പ്രധാനികൾ ടങ്സ്റ്റൺ ഓക്സൈഡ്, ടങ്സ്റ്റിക് ആസിഡ്, സോഡിയം ടങ്സ്റ്റേറ്റ്, ഫോസ്ഫോ ടങ്സ്റ്റിക് ആസിഡ് തുടങ്ങിയവരാണ്. എന്റെ ഹാലൈഡുകളെല്ലാം തന്നെ നിറങ്ങളുടെ ഉറവുകളാണ്. നിങ്ങളുടെ വീടുകളിൽ പ്രഭചൊരിയുന്ന ചില ദീപങ്ങളിൽ എന്റെ സാന്നിധ്യം ഉണ്ടെന്നുള്ള കാര്യമെങ്കിലും മറക്കാതിരുന്നാൽ എന്റെ ജീവിതം ധന്യമായി നിർത്തട്ടെ.

സസ്നേഹം

ടങ്സ്റ്റൺ എന്ന വുൾഫ്രം.

# 35

# മാൻഗനീസ് - Manganese (Mn)

**ഞാ**ൻ മാൻഗനീസ്. മൂലകത്തറവാട് അവർത്തനപ്പട്ടികയിൽ VII-ാം ഗ്രൂപ്പ് ബി ഉപഗ്രൂപ്പിലാണ് എന്റെ സ്ഥാനം. VII A ഉപഗ്രൂപ്പ് ഹാലൊജൻ കുടുംബമെന്ന അലോഹസഹോദരന്മാരുടേതാണെന്നറിയാമല്ലോ. ബി ഉപഗ്രൂപ്പിൽ ഒന്നാമനായതുകൊണ്ട് മാൻഗനീസ് ഗ്രൂപ്പെന്നാണ് കുടുംബനാമം. എനിക്കുതാഴെയുള്ളവർ ടെക്നീഷ്യവും റീനിയവും. ഞങ്ങൾ മൂവരും സംക്രമണ മൂലകങ്ങളാണെങ്കിലും ടെക്നീഷ്യം കൃത്രിമമൂലകമായതുകൊണ്ട് പ്രകൃതിയിൽ അവന്റെ സാന്നിധ്യമില്ല. പിന്നെ റീനിയം (Re) ഒരു അപൂർവലോഹവുമാണ്. ടെക്നീഷ്യം (Te) കൃത്രിമജാതനായതുകൊണ്ടും റീനിയം അപൂർവലോഹമായതുകൊണ്ടുമാകാം അവർ ആത്മകഥയിൽ താൽപ്പര്യമില്ലെന്നു പറയുന്നത്. ഒന്നാമത്തെ കൃത്രിമലോഹമായ ടെക്നീഷ്യത്തിന് ആപേര് നല്ലവണ്ണം യോജിക്കും. ഇനിയും കൂടുതലായി സഹോദരങ്ങളെപ്പറ്റി പറയുന്നില്ല. അവരുടെ കാര്യം സൂചിപ്പിച്ചെന്നെയുള്ളൂ. നിങ്ങളുടെ അറിവിലേക്കായി.

എന്റെ കുടുംബത്തിന്റെ പേര് നിലനിൽക്കണ്ടെ. അതിനാൽ ഞാൻ എന്റെ കഥയെഴുതുന്നു. എന്നെ കണ്ടുപിടിച്ചത് 1856ൽ ഡെവില്ലെ (Deville) ആണ്. അരനൂറ്റാണ്ടു മുൻപുവരെ ഇന്ത്യയായിരുന്നു ലോകത്തിനു മുഴുവൻ എന്നെ നൽകിയിരുന്നത്. എന്നാലിപ്പോൾ എന്റെ സാന്നിധ്യം കൊണ്ട് റഷ്യ, ചൈന, ദക്ഷിണാഫ്രിക്ക ബ്രസീൽ തുടങ്ങിയ രാജ്യങ്ങൾ അനുഗ്രഹിക്കപ്പെട്ടിരിക്കുന്നു. എങ്കിലും ലോകഉൽപ്പാദനത്തിൽ ഇന്ത്യക്ക് ഇന്നും ആറാം സ്ഥാനമുണ്ട്.

ഭൂമിയുടെ പുറന്തോടിന്റെ ഭാരത്തിൽ 12-ാം സ്ഥാനമാണ് എനിക്കുള്ളത്. റീനിയത്തിന് വെറും 76-ാം സ്ഥാനം പാവം.

എന്റെ സാന്നിധ്യമുള്ള പ്രധാനപ്പെട്ട അയിരുകൾ പൈറോലുസൈറ്റ്

ബ്രൗണൈറ്റ്, ഫോസ്മനൈറ്റ്, മാൻഗനൈറ്റ് എന്നിവയാണ്. പൈറോലുസൈറ്റ്, മാൻഗനീസ് ഡയോക്സൈഡിന്റെ ($MnO_2$) വാണിജ്യനാമമാണ്.

| മാൻഗനീസ് ബയോഡേറ്റ | |
|---|---|
| A | B |
| പേര് | മാൻഗനീസ് (Manganese) |
| പ്രതീകം (Symbol) | Mn |
| മൂലകപദാർഥം | ലോഹം (Metal) |
| അറ്റോമിക സംഖ്യ (Atomic No) | 25 |
| ഇലക്ട്രോൺ വിന്യാസം | 2,8,8, (5+2) |
| അറ്റോമികഭാരം (Atomic Wt) | 54.93 |
| ഭൗതികാവസ്ഥ (Physical State) | ഖരം (Solid) |
| ഗ്രൂപ്പ് | VII B |
| പിരീഡ് | 4 |
| ദ്രവണാങ്കം (Melting Point) | 1244$^{O}$C |
| ക്വഥനാങ്കം (തിളനില) (Boiling Point) | 2060$^{O}$C |
| സംയോജകത (Valency) | 2 മുതൽ 7 വരെ |
| ഓക്സീകരണാവസ്ഥ (Oxidation State) | +2 - +7 |
| വിശിഷ്ടതാപം (Specific Heat) | |
| ആപേക്ഷിക സാന്ദ്രത (RelativeDensity) | 7.43 |

ചാരനിറമാണ് എനിക്ക്. നല്ല കാഠിന്യമുണ്ടെങ്കിലും ഞാൻ പൊട്ടിപ്പോകും. പൊടിയായിരിക്കുമ്പോൾ ചാരനിറമാണെങ്കിലും കട്ടയായിരുന്നാൽ എന്നെകണ്ടാൽ പ്ലാറ്റിനമാണെന്നേ തോന്നുകയുള്ളൂ.

എന്റെ ഇടത്തും വലത്തുമുള്ള (അയൽക്കാർ) വരേക്കാൾ ഞാൻ ക്രിയാശീലനാണ്.

ജലവുമായി സാവധാനം പ്രവർത്തിച്ചു ഹൈഡ്രജൻ സ്വതന്ത്രമാക്കും.

നേർപ്പിച്ച നൈട്രിക്കാസിഡിൽ നിന്ന് ഹൈഡ്രജനെ സ്വതന്ത്രമാക്കാൻ കഴിയുന്ന അപൂർവം ചില ലോഹങ്ങളിൽ ഒരാളാണു ഞാൻ.

എന്നെ ശക്തിയായി ചൂടാക്കിയാൽ ഓക്സിജൻ, നൈട്രജൻ,

ക്ലോറിൻ, ഫ്ളൂറിൻ എന്നിവരുമായി പ്രവർത്തിച്ച് എന്റെ ഓക്സൈഡ്, നൈട്രൈഡ്, ക്ലോറൈഡ്, ഫ്ളൂറൈഡ്, തുടങ്ങിയ സഹയാത്രികരെ സൃഷ്ടിക്കുവാൻ എനിക്കുകഴിയും.

ലോഹമെന്ന നിലയിൽ എന്നെക്കൊണ്ടുള്ള ഏറ്റവും നല്ലപ്രയോജനം ലോഹസങ്കരങ്ങളുടെ നിർമിതിയിലാണ്.

സ്റ്റീൽ ഒരു ലോഹസങ്കരമാണെന്നു നിങ്ങൾക്കറിയാമല്ലോ. ഫെറോമാൻഗനീസിൽ സ്റ്റീൽകൂടാതെ എഴുപതു മുതൽ എൺപതു ശതമാനം വരെ ഞാനുണ്ട്. 'സ്പീജൽ' എന്ന സങ്കരനിൽ 32 ശതമാനം ഞാനുണ്ട്. പിന്നെ മാൻഗാനിൻ എന്ന ലോഹസങ്കരത്തിലും കോപ്പറിനും നിക്കലിനുമൊപ്പം ഞാനുണ്ട്. കാഠിന്യക്കൂടുതൽ ഉള്ളതിനാൽ ഇവനെ പാറപൊട്ടിക്കുന്നതിനും, റെയിലുകൾ, പടച്ചട്ട, സേഫ് തുടങ്ങിയവയുണ്ടാക്കുന്നതിനും ഉപയോഗിക്കുന്നു.

എന്റെ ഓക്സൈഡായ മാൻഗനീസ് ഡയോക്സൈഡ് $MnO_2$ നിർമിക്കുന്നത് ഡ്രൈബാറ്ററികളുണ്ടാക്കാനും ഇഷ്ടിക വ്യവസായത്തിനുമാണ്. ഇവനെ പരീക്ഷണശാലയിൽ നിന്ന് ഒഴിവാക്കാനാവില്ല. $KMnO_4$ പൊട്ടാസ്യം പെർമാൻഗനേറ്റ് (II)പ്രധാനപ്പെട്ട ഓക്സീകാരകമാണ്. കൂടാതെ അണുനാശകവുമാണ്.

ജന്തുക്കളിലും സസ്യങ്ങളിലും ഉള്ള രാസാഗ്നികളിൽ (enzymes) ഞാനുണ്ട്. സസ്തനികളുടെ കരളിൽ ആർജിനേസ് എന്ന രാസാഗ്നി ഉൽപ്പാദിപ്പിക്കാൻ ഞാൻ ആവശ്യമാണ്. ഞാനില്ലെങ്കിൽ യൂറിയയ്ക്കൊപ്പം മാംസ്യവേസ്റ്റുകളെ കിഡ്നികളിലെത്തിക്കാൻ സാധിക്കാതെ വരും.

സസ്യവളർച്ചയ്ക്കും ഞാൻ അവശ്യം ആവശ്യമായ ഒരു ട്രേയ്സ് എലിമെന്റാണ്. ഫോസ്ഫോട്രാൻസ് ഫെറേസസ്(Phosphotransferases) എന്ന ഒരുകൂട്ടം രാസാഗ്നികളുടെ നിർമാണത്തിനും ഞാൻ ആവശ്യമാണ്.

മണ്ണിൽ എന്റെ കുറവുണ്ടെങ്കിൽ എന്നെ മാൻഗനീസ് സൾഫേറ്റ് $MnSO_4$ എന്ന ലവണമാക്കി ചേർത്തുകൊടുക്കാറുണ്ട്.

ഞാനുണ്ടാക്കുന്ന സംയുക്തങ്ങളെ പറ്റിയും രണ്ട് വാക്ക് പറയട്ടെ. അസ്ഥിരസംയോജകത ഏറ്റവും കൂടുതൽ 2 മുതൽ 7 വരെയുള്ള സംക്രമണ ലോഹമാണു ഞാൻ.

അതിനാൽ എനിക്ക് മിക്കവാറും മൂലകങ്ങളുമായി ചേർന്നു പോകാൻ കഴിയും. ഉദാഹരണത്തിന് ഓക്സിജനോട് എനിക്ക് വളരെ അടുപ്പമാണ്. അതിനാൽ എന്റെ ബാഹ്യഷെല്ലിലുള്ള (5+2) ഏഴ് ഇലക്ട്രോണുകളെയും 2, 3, 4, 6, 7 എന്നീ ക്രമത്തിൽ വിട്ടുകൊടുത്ത് വിവിധങ്ങളായ ഓക്സൈഡുകളെ ഉണ്ടാക്കാൻ എനിക്കുകഴിയം. ഇവരെപ്പറ്റി കൂടുതലായി പറഞ്ഞ് നിങ്ങളെ മുഷിപ്പിക്കുന്നില്ല.

എനിക്ക് രണ്ടുതരം ലവണങ്ങൾ ഉണ്ടാക്കാൻ കഴിയും. മാൻഗനസ് ലവണങ്ങളും മാൻഗനിക് ലവണങ്ങളും. രണ്ടാമത്തെതരം ലവണങ്ങൾ അസ്ഥിരമാണ്. എങ്കിലും മാൻഗാനിക് സൾഫേറ്റിന് ആൽക്കലി സൾഫേ

റ്റുകളുമായി ചേർന്ന് ആലങ്ങളുണ്ടാക്കാൻ കഴിയും. അവയിൽ റൂബിഡിയം സൽഫേറ്റിന്റെയും സീസിയം സൽഫേറ്റിന്റെയും ആലങ്ങൾ കൂടുതൽ സ്ഥിരതയുള്ളവരാണ്. എന്നാൽ പൊട്ടാസ്യം, അമോണിയം, എന്നിവരുടേത് അസ്ഥിരമാണ്.

എന്റെ ആത്മകഥ അൽപ്പം ദീർഘിച്ചതിൽ ക്ഷമിക്കണം. സമയം കിട്ടുമ്പോൾ ഈ എളിയവന്റെ ജീവചരിത്രം വായിക്കാൻ സന്മനസ് കാട്ടണം. എന്റെ പേര് മറക്കല്ലേ.

നിങ്ങളുടെ സ്വന്തം മാൻഗനീസ്

# 36

# ഇരുമ്പ് - Ferrum (Fe)

**എ**ന്റെ ആത്മകഥ മറ്റുലോഹസഹോദരങ്ങളെ അപേക്ഷിച്ച് ദൈർഘ്യമുള്ളതായിരിക്കും. പലകാര്യങ്ങളും ഒഴിവാക്കാക്കുന്നുണ്ട്. എന്നിട്ടും കുറയുന്ന ലക്ഷണം കാണുന്നില്ല. ക്ഷമിക്കണം.

ഇരുമ്പുരുക്കുവ്യവസായം എന്ന് കേട്ടിട്ടില്ലാത്തവർ വളരെ ചുരുങ്ങും. ഒരു രാജ്യത്തിന്റെ വ്യവസായികാഭിവൃദ്ധിക്കും തദ്വാരാ ആ രാഷ്ട്രത്തിന്റെ സമ്പദ് ഘടനയിലും വളരെ സ്വാധീനമുള്ള ഒരുലോഹമാണ് ഇരുമ്പ് എന്ന് പേരുള്ള ഞാനും എന്റെ സങ്കരമായ ഉരുക്കും (സ്റ്റീൽ). വികസനോന്മുഖമായ എല്ലാപ്രവർത്തനങ്ങൾക്കും എന്റെ ബലം ഒരു അനിഷേധ്യഘടകമാണ്.

ഞാൻ തുരുമ്പിക്കുമെന്നുള്ളതാണ് എന്റെ ഒരേയൊരു കുറവ്. അതുകൊണ്ടാണല്ലോ എന്നെ തുരുമ്പിക്കാതിരിക്കാൻ സ്റ്റീൽ ആക്കി നിങ്ങൾ മാറ്റിയിരിക്കുന്നത്. വീട്ടുപകരണങ്ങൾ മുതൽ വ്യവസായികാവശ്യങ്ങൾക്കായുള്ള എല്ലാത്തരം യന്ത്രങ്ങളും പാലങ്ങളും റയിൽ പാളങ്ങളും ട്രെയിൻ ബോഗികളും കപ്പലുകളും വരെ എന്റെ സിൻഡിക്കേറ്റായ ഉരുക്കെന്ന കഥാപാത്രത്തെക്കൊണ്ട് നിർമിക്കപ്പെടുന്നുവെന്ന് നിങ്ങൾക്കറിയാമല്ലോ. അങ്ങനെ പതിനായിരക്കണക്കിന് വിവിധ ഉപകരണങ്ങൾ നിങ്ങൾ എന്നെ ഉപയോഗിച്ച് ഉണ്ടാക്കിയിട്ടുണ്ട്. ഇനിയും ഉണ്ടാക്കുകയും ചെയ്യും. ഞാൻ തുരുമ്പിക്കുമെന്ന് സമ്മതിച്ച സ്ഥിതിക്ക് എന്തുകൊണ്ട് തുരുമ്പിക്കുന്നു എന്ന പച്ചപ്പരമാർഥം പറഞ്ഞിട്ട് ഞാനെന്റെ ആത്മകഥയിലേക്കു കടക്കാം.

എന്റെ ശരീരത്തിൽ കാർബൺ, സൾഫർ, മാൻഗനീസ് എന്നീ വില്ലൻമാർ പരാദങ്ങളെപ്പോലെ കഴിയുന്നുണ്ട്. അവരുടെ സാന്നിധ്യമാണ് ഞാൻ തുരുമ്പിക്കാൻ കാരണം. നിങ്ങളിലധികം പേർക്കും അറിഞ്ഞു

കൂടാത്ത ഒരു കാര്യം ഞാൻപറയാം. ഈ വില്ലന്മാരെ ഒഴിപ്പിച്ച് ശുദ്ധരൂപത്തിലിരുന്നാൽ ഞാനൊരിക്കലും തുരുമ്പിക്കില്ല. അശോകചക്രവർത്തിയുടെ ശാസനങ്ങൾ എഴുതിയ (ബി സിയിൽ) ഒരു സ്തംഭം ഡൽഹിയിൽ ഇന്നും കാലത്തെ അതിജീവിച്ച് കൊണ്ട് നിലനിൽക്കുന്നത് എന്റെ അവകാശവാദം തെളിയിക്കുന്നു.

ആവർത്തനപ്പട്ടികയിലെ 8-ാം ഗ്രൂപ്പിലാണ് എന്റെ സ്ഥാനം. മറ്റുഗ്രൂപ്പുകളിൽ നിന്നും വ്യത്യസ്തമായി മൂന്നു സെറ്റ് മൂലകങ്ങളുണ്ട്. ഓരോ ഗ്രൂപ്പിലും മൂന്നെണ്ണം വീതം. ഇവയിൽ ആദ്യത്തെ സെറ്റിലെ ഒന്നാമത്തെ മൂലകമാണ് ഞാൻ. മലയാളത്തിൽ ഇരുമ്പും ഇംഗ്ലീഷിൽ അയണും ഗ്രീക്ക് ഭാഷയിൽ ഫെറവു (Ferum)മാണ്. ഈ ഫെറം എന്ന വാക്കിൽ നിന്നുമാണ് എന്റെ ചുരുക്കപ്പേര് 'Fe' ആയത്. എന്റെ സെറ്റിലെ രണ്ടുപേർ കോബാൾട്ടും നിക്കലും മറ്റു സെറ്റുകളിലെ മൂലകങ്ങൾ യഥാക്രമം റുഥേനിയം (Ru) റോഡിയം (Rd) പലേഡിയം (Pd) പിന്നെ ഓസ്മിയം (Os) ഇറിഡിയം (Ir) പ്ലാറ്റിനം (Pt) ഞങ്ങൾ ഒൻപതുപേരും സംക്രമണ മൂലകങ്ങളാണ്. ഞാനെന്റെ കുടുംബത്തിലെ അംഗങ്ങളുടെ സ്ഥാനങ്ങൾ കാണിക്കുന്നു. സ്കെച്ച് വരയ്ക്കാം.

| Gr VIII | | |
|---|---|---|
| $^{26}Fe$ | $^{27}Co$ | $^{28}Ni$ |
| $^{44}Ru$ | $^{45}Rh$ | $^{46}Pd$ |
| $^{76}Os$ | $^{77}Ir$ | $^{78}Pt$ |

എന്നാൽ ഈ അടുത്ത കാലത്ത് ഒറ്റഗ്രൂപ്പായിരുന്ന ഞങ്ങളെ മൂന്നു ഗ്രൂപ്പുകളാക്കി. ഗ്രൂപ്പ് VIII, IX, X അയൺ, കോബാൾട്ട് നിക്കൽ സഖ്യത്തെ ഇപ്പോൾ സംബോധന ചെയ്യുന്നത് ഫെറസ് ലോഹങ്ങളെന്നും ബാക്കി ആറുപേരേയും കൂടി പറയുന്നത് പ്ലാറ്റിനിക്ക് ലോഹങ്ങളെന്നുമാണ് അതിനും പുറമെ 8-ാം ഗ്രൂപ്പിലെ എന്റെ പേരിലാണ് ഞങ്ങളെ Fe , Ru, Os ഉൾപ്പെടുത്തിയിരിക്കുന്നത്. അതുപോലെ കോബാൾട്ട് ഗ്രൂപ്പ്, നിക്കൽ ഗ്രൂപ്പ് ഈ വേർതിരിക്കലിന്റെ പുതിയരേഖാചിത്രം കാണുക.

| ഗ്രൂപ്പ് VIII | ഗ്രൂപ്പ് IX | ഗ്രൂപ്പ് X |
|---|---|---|
| $^{26}Fe$ | $^{27}CO$ | $^{28}Ni$ |
| $^{44}Ru$ | $^{45}Rh$ | $^{46}Pd$ |
| $^{76}Os$ | $^{77}Ir$ | $^{78}Pt$ |

ഏറ്റവും കൂടുതൽ ഉപയോഗിക്കപ്പെടുന്നതും വളരെ മുന്നേ തന്നെ കണ്ടുപിടിക്കപ്പെട്ടതുമായ ഒരു ലോഹമാണ് ഞാൻ. സസ്യങ്ങളിലും ജന്തുക്കളിലും ഏറ്റവും കൂടുതൽ സാന്നിധ്യമുള്ള സംക്രമണലോഹവും ഞാൻ തന്നെ.

എന്റെ പേരിലുള്ള അയൺ കുടുംബത്തിൽ ഞങ്ങൾ മൂന്നുപേർ എന്റെ സഹോദരങ്ങൾ, റൂഥേനിയ (Ru)വും ഓസ്മിയ (Ox)വും.

ഭൂവൽക്കത്തിന്റെ ഭാരത്തിന്റെ അടിസ്ഥാനത്തിൽ എനിക്ക് നാലാം സ്ഥാനമാണുള്ളത്. ആദ്യത്തെ മൂന്നുപേർ ആരൊക്കെയാണെന്ന് പറയാം.

| | | | |
|---|---|---|---|
| ഓക്സിജൻ | – | ഒന്നാംസ്ഥാനം | |
| സിലിക്കൺ | – | രണ്ടാംസ്ഥാനം | അലോഹം |
| അലുമിനിയം | – | മൂന്നാംസ്ഥാനം | ലോഹം |

അപ്പോൾ ലോഹങ്ങളിൽ രണ്ടാംസ്ഥാനക്കാരനാണെന്ന് മനസിലായിക്കാണുമല്ലോ.

എന്റെ പ്രധാനപ്പെട്ട അയിരുകൾ

1. ഹേമറ്റൈറ്റ് – $Fe_2O_3$
2. മാഗ്നറ്റൈറ്റ് – $Fe_3O_4$
3. ലിമൊണൈറ്റ് – FeO(OH)
4. സിഡറൈറ്റ് – $FeCO_3$

ഇവരെക്കൂടാതെ സൾഫൈഡ് അയിരും അയൺ പിറ്റൈറ്റിസ് ധാരാളമുണ്ട്. ധാതുമണലിലും എന്റെ സാന്നിധ്യമാണ് കൂടുതലുള്ളത്.

| **അയൺ ബയോഡേറ്റ** | |
|---|---|
| A | B |
| പേര് | ഫെറം |
| പ്രതീകം (Symbol) | Fe |
| മൂലകപദാർഥം | ലോഹം (Metal) |
| അറ്റോമിക സംഖ്യ (Atomic No) | 26 |
| ഇലക്ട്രോൺ വിന്യാസം | 2,8,14,2 |
| അറ്റോമികഭാരം (Atomic Wt) | 55.847 |
| ഭൗതികാവസ്ഥ (Physical State) | ഖരം (Solid) |
| ഗ്രൂപ്പ് | VIII B |
| പിരീഡ് | 4 |
| ദ്രവണാങ്കം (Melting Point) | 1535°C |
| ക്വഥനാങ്കം (തിളനില) (Boiling Point) | 2750°C |

| | |
|---|---|
| സംയോജകത (Valency) | 2, 3 |
| ഓക്സീകരണാവസ്ഥ (Oxidation State) | +2 +3 |
| വിശിഷ്ടതാപം (Specific Heat) | 0.10983 |
| ആപേക്ഷിക സാന്ദ്രത (Relative Density) | 7.87 |

സ്വതന്ത്രാവസ്ഥയിൽ എന്നെ എന്റെ അയിരുകളിൽ നിന്നും മാറ്റിയെടുക്കുന്നത് ബ്ളാസ്റ്റ് ഫർണസ് എന്നുപേരുള്ള കൂറ്റൻ ചൂളകളിലാണ് എന്റെ നിർമാണപ്രവർത്തനങ്ങളൊന്നും മറ്റുള്ളവരെപ്പോലെ ഞാനും എഴുതുന്നില്ല. എന്റെ അയിരിന്റെ കൂടെ ചേർക്കുന്ന രണ്ടു വ്യക്തികളെ നിങ്ങൾ തീർച്ചയായും അറിഞ്ഞിരിക്കണം. അവർ കോക്കും (Carbon) ചുണ്ണാമ്പുകല്ലു (കാൽസ്യം കാർബണേറ്റ്)മാണ്. എന്റെ നിർമാണപ്രവർത്തനം രാപ്പകൽ തുടർച്ചയായിട്ടു നടക്കുന്ന പ്രക്രിയ ആണെന്ന് അറിയുക.

ഞാൻ ശുദ്ധരൂപത്തിലാണെങ്കിൽ വെള്ളി പോലെയാണു നിറം. നിങ്ങളിക്കാര്യം വിശ്വസിക്കാൻ പോകുന്നില്ലെന്നെനിക്കറിയാം. ഞാൻ സത്യാവസ്ഥ പറഞ്ഞെന്നെയുള്ളു. ഇരുമ്പാണെങ്കിലും അത്ര കഠിനഹൃദയനൊന്നുമല്ല. എന്റെ നേർത്ത പൊടിച്ചരൂപം കത്തും. എന്നാൽ കട്ടിയുള്ള എന്റെ ശരീരത്തിന് ജലാംശമില്ലാത്ത വായുവിലാണെങ്കിൽ ഒന്നും സംഭവിക്കയില്ല.

ജലാംശമുള്ള വായുവിൽ ഞാൻ നാശനത്തിന് (Corrossion) വിധേയമാകും. അതായത് തുരുമ്പിക്കും.

ഞാനും ജലവുമായി പ്രവർത്തിച്ച് ജലാംശമുള്ള എന്റെ ഓക്സൈഡ് അതായത് ഹൈഡ്രേറ്റഡ് ഫെറിക് ഓക്സൈഡ് $Fe_2O_3.3H_2O$ ഉണ്ടാകും. ഇവനാണ് തുരുമ്പ് (rust)

ഈ പുതുജന്മത്തിന് ചില സവിശേഷതകളുണ്ട്. സരന്ധ്രകത്വ (Porous) മുള്ളതും ഇളകുന്ന (Flaky)തും എളുപ്പം പൊടിഞ്ഞുപോകുന്നതുമാണ്. അതിനാൽ എന്റെ ശരീരം മുഴുവനും തുരുമ്പാകുന്നതുവരെ ഈ വിളയാട്ടം തുടർന്നുകൊണ്ടിരിക്കും.

ജലത്തിന്റെ എന്റെ മേലുള്ള കടന്നാക്രമണം പ്രതിരോധിക്കാൻ മനുഷ്യർ പലമാർഗങ്ങളും കണ്ടുപിടിച്ചിട്ടുണ്ട്. അവയിലൊരു മാർഗമാണ് ഇരുമ്പെന്ന എന്നെ ഉരുക്ക് (Steel) ആക്കിമാറ്റുന്നത്. ബലത്തെ എല്ലാവരും ഉരുക്കിനോടാണ് സാമ്യപ്പെടുത്തുന്നത്.

എന്നെ നിങ്ങൾ ഒരുപക്ഷേ പച്ചിരുമ്പ്, വാർപ്പിരുമ്പ് എന്നീ പേരുകളിൽ കേട്ടിട്ടുണ്ടാവാം. എന്റെ ഈ രണ്ടു രൂപങ്ങൾ തമ്മിലുള്ള വ്യത്യാസം പറയാം. ഈ വ്യത്യാസത്തിനു കാരണം സാക്ഷാൽ കരിക്കുട്ടന്റെ (കാർബൺ) സാന്നിധ്യമാണ്. വളരെ കുറഞ്ഞ അളവിൽ (0.1 – 0.25%)

എന്റെ ശരീരത്തിൽ കരിയുണ്ടെങ്കിൽ അപ്പോഴെന്റെ വിളിപ്പേരാണ് പച്ചിരുമ്പ്. അഥവാ 'റോട്ട് അയൺ' (Wrought Iron). കൂടിയ അളവിൽ (2.2 - 4.5%) വരെ കാർബൺ എന്റെ ശരീരത്തിലുണ്ടെങ്കിൽ പേര് 'വാർപ്പിരുമ്പ്' (cast Iron)

ഇനിയും മേൽപ്പറഞ്ഞ എന്റെ രണ്ടുരൂപങ്ങളുടെയും വ്യത്യാസം പറഞ്ഞിട്ട് ഉരുക്കിലേക്കു കടക്കാം.

പച്ചിരുമ്പിൽ കരിയുടെ അളവ് കുറവായതുകൊണ്ട് അടിച്ചുപരത്താം. എന്നെ ചുറ്റികകൊണ്ടടിച്ചാലും പൊട്ടിപ്പോകയില്ല.

എന്നാൽ വാർപ്പിരുമ്പിൽ കരിയുടെ അളവ് കൂടുതലായതിനാൽ ചുറ്റികകൊണ്ടടിക്കുമ്പോൾ ഞാൻ പൊട്ടിപ്പോകും.

പച്ചിരുമ്പിന്റെയും വാർപ്പിരുമ്പിന്റെയും കാര്യം മനസിലാക്കിയാലേ സ്റ്റീൽ എന്താണെന്നു പറയാൻ പറ്റൂ. ലളിതമായി പറഞ്ഞാൽ കാർബൺ (കരി) അടങ്ങിയ ഞാനാണ് ഉരുക്ക് (സ്റ്റീൽ)

ഒന്നുകൂടി വിശദമാക്കാം. പച്ചിരുമ്പിൽ ഉള്ളതിനേക്കാൾ കൂടിയ അളവിൽ കാർബൺ ഉള്ളതോ വാർപ്പിരുമ്പിൽ ഉള്ളതിനേക്കാൾ കുറഞ്ഞ അളവിൽ കാർബൺ ഉള്ളതോ ആയ ഇരുമ്പ് (ഞാൻ) ആണ് ഉരുക്ക്. കൊച്ചുകൂട്ടുകാർക്കും കൂടിവേണ്ടിയാണ് ഇത്രയും ലളിതമായി പറയുന്നത്.

അപ്പോൾ ഉരുക്കെന്ന മഹാശയനെ എങ്ങനെ നിർമിക്കുമെന്ന് ആർക്കും പറയാൻ സാധിക്കും. പച്ചിരുമ്പിൽ ആവശ്യമുള്ള കാർബൺ ചേർത്തുകൊണ്ടോ വാർപ്പിരുമ്പിൽ നിന്നും കാർബണിന്റെ ഒരു ഭാഗം നീക്കം ചെയ്തുകൊണ്ടോ ഉരുക്കുനിർമിക്കാം.

സ്റ്റീലിൽ തന്നെയുള്ള കാർബണിന്റെ അളവനുസരിച്ച് സ്റ്റീലന്മാർ തന്നെ മൂന്നു തരക്കാരുണ്ട്.

1. മൈൽഡ് സ്റ്റീൽ - കരിയുടെ അളവു വളരെ കുറച്ച്
2. മീഡിയം സ്റ്റീൽ - കരിയുടെ അളവ് ഇടയിൽ
3. ഹൈകാർബൺ സ്റ്റീൽ - കരിയുടെ അളവ് കൂടുതൽ

ഈമൂന്നുവിധത്തിലേ സ്റ്റീൽ ഉള്ളു എങ്കിലും ഇവയെ ചൂടാക്കുകയും തണുപ്പിക്കുകയും ചെയ്യുന്നരീതിക്കനുസരിച്ച് അവയുടെ ഗുണങ്ങളിൽ കാര്യമായ മാറ്റം ഉണ്ടാക്കാൻ കഴിയും. ഈ ചൂടാക്കൽ തണുപ്പിക്കൽ പ്രക്രിയയ്ക്ക് താപോപചാരം (Heat Treatment) എന്നുപറയും.

സ്റ്റീലിനെ ചുട്ടുപഴുക്കുന്നതുവരെ ചൂടാക്കി സാവധാനം വായുവിൽ തണുപ്പിക്കുന്നതിന് അനീലിങ് എന്നുപറയും.

സ്റ്റീലിനെ നല്ലവണ്ണം ചൂടാക്കി പെട്ടെന്നു തന്നെ വെള്ളത്തിലോ, എണ്ണയിലോ മുക്കി തണുപ്പിക്കുന്നതിന് 'ദൃഢീകരിക്കൽ' (Hardening) എന്നുപറയും.

മൂന്നാമത്തെരീതി: ദൃഢീകരിച്ച സ്റ്റീലിനെ മിനുസപ്പെടുത്തി വീണ്ടും ചൂടാക്കി സാവധാനം തണുപ്പിച്ചെടുക്കുന്ന ടെമ്പറിങ്ങിന് (പതം കാച്ചൽ)

എന്നു പറയും. ഇങ്ങനെ ഒരിനം സ്റ്റീലിനെ (ഉദാ: മൈൽഡ് സ്റ്റീൽ) താപോപചാരം നടത്തി വ്യത്യസ്തഗുണങ്ങളുള്ള സ്റ്റീലുകളാക്കാൻ കഴിയും.

ഇനിയും സ്റ്റീലിനെ സങ്കരസ്റ്റീലുകളുമാക്കാം. സ്റ്റീലിന്റെ കൂടെ മറ്റു ലോഹങ്ങളോ അലോഹങ്ങളോ ചേർത്താൽ സങ്കരസ്റ്റീലുകൾ കിട്ടും. ആയിരത്തിലധികം സങ്കരസ്റ്റീലുകളുണ്ട്. രണ്ടു മൂന്നുദാഹരണങ്ങൾ കേൾക്കൂ:

1. ക്രോംസ്റ്റീൽ (ക്രോമിയം ലോഹം ചേർന്ന സ്റ്റീൽ – ഇതാണ് നിങ്ങളുടെ അടുക്കളപ്പാത്രങ്ങളുണ്ടാക്കാൻ ഉപയോഗിക്കുന്ന സ്റ്റെയിൻലെസ് സ്റ്റീൽ). നിക്കൽ സ്റ്റീൽ, വനേഡിയം സ്റ്റീൽ, നിക്കൽ-വനേഡിയം സ്റ്റീൽ, കോബാൾട്ട് സ്റ്റീൽ, ഇൻവാർ തുടങ്ങിയവ.

കുറച്ചു സ്റ്റീൽ സാമഗ്രികളുടെ പേരുപറയാം. നട്ട്, ബോൾട്ട്, കത്രിക, ബ്ലേഡ്, റേസർ, കത്തികൾ, തൂമ്പ, പിക് ആക്സ്, മഴു, ചുറ്റിക, ചവണ, കൊടിൽ, അരിവാൾ, വാളുകൾ, ഉളി തുടങ്ങിയ വുഡ് ടൂളുകൾ, സ്പ്രിങ്ങുകൾ, വാച്ച് സ്പ്രിങ്ങുകൾ, ആണികൾ, റെയിൽ പാളങ്ങൾ, ശസ്ത്രക്രിയാ ഉപകരണങ്ങൾ എന്നുവേണ്ട പതിനായിരക്കണക്കിന് ചെറുതും വലുതുമായ ഉപകരണങ്ങൾ എന്നെ ഉപയോഗിച്ചാണ് ഉണ്ടാക്കുന്നത്.

ഇനിയും ഞാൻ മുഖ്യകഥാപാത്രമായ യൗഗികങ്ങളെ പരിചയപ്പെടുത്താം. ആദ്യമെതന്നെ നിങ്ങൾക്കേറ്റവും സുപരിചിതനായ ഓക്സിജനിൽ തുടങ്ങാം. സംയോജകത '2' ഉള്ള ഓക്സിജൻ ചേരുമ്പോഴുണ്ടാകുന്നവന്റെ പേര് 'ഫെറസ് ഓക്സൈഡ്, എന്നാണ് അവന്റെ രാസസൂത്രം FeO.

എന്റെ ഫെറസ് രൂപം (സംയോജകത '2' ഉള്ള ഞാൻ) 'OH' ഗ്രൂപ്പുമായി ചേർന്നുണ്ടാകുന്ന കൂട്ടുകക്ഷിയുടെ പേര് 'ഫെറസ് ഹൈഡ്രോക്സൈഡ്' രാസസൂത്രം $Fe(OH)_2$.

ഫെറസ് ലവണങ്ങളുടെ പൊതുഗുണങ്ങൾ ശ്രദ്ധിക്കൂ.

മിക്കവാറും എല്ലാവരുടേയും നിറം വെളുപ്പാണ്. എന്നാൽ ജലാംശം ഉണ്ടെങ്കിൽ ഒരു ഇളം പച്ചനിറമുണ്ടാകും. ഫെറസ് ലവണങ്ങളെല്ലാം തന്നെ ശക്തിയേറിയ നിരോക്സീകാരകന്മാർ (Reducing Agents) ആണ്.

സംയോജകത '3' ഉള്ള എന്റെ കൂടെ ഓക്സിജൻ ചേരുമ്പോൾ ഉണ്ടാകുന്നവനാണ് ഫെറിക് ഓക്സൈഡ്. രാസസൂത്രം $Fe_2O_3$. നിറം ബ്രൗൺ. ഹേമറ്റൈറ്റ് എന്ന എന്റെ അയിരിൽ പ്രധാനമായും ഇവനാണ്.

'OH' ഗ്രൂപ്പുമായി $Fe^{3+}$(സംയോജകത '3' ഉള്ള (അയൺ) ഞാൻ ചേർന്നാൽ ഫെറിക് ഹൈഡ്രോക്സൈഡ്, ($Fe(OH)_3$) ഉണ്ടാകും.

ഫെറിക് ലവണങ്ങളുടെ പൊതു സ്വഭാവങ്ങൾ: കൂടുതൽ ഫെറിക് ലവണങ്ങളുടെയും നിറം മഞ്ഞ. നിറമില്ലാത്ത ഫെറിക് ലവണങ്ങളും ഉണ്ട്. ഫെറിക് ലവണങ്ങൾ ശാന്തസ്വഭാവമുള്ള ഓക്സീകാരകങ്ങൾ (oxidising agents) ആണ്. ഇവർ ഫെറിക് ലവണങ്ങൾ പൊട്ടാസ്യം തയോസയനേറ്റുമായി കൂടുമ്പോൾ നല്ല രക്തവർണമുള്ള സംയുക്തമുണ്ടാകും. ഇതൊരു പ്രധാനപ്പെട്ട രാസപ്രവർത്തനമാണ്.

ഇനിയും ഹാലൊജൻ സഹോദരങ്ങളുമായുള്ള എന്റെ ഇടപാടുകൾ പറയട്ടെ.

| | | |
|---|---|---|
| ഫെറസ് ഫ്ളൂറൈഡ് | $FeF_2$ | |
| ജലാംശം ഇല്ലാത്തവന്റെ നിറം | – | വെള്ള നിറം |
| ജലാംശം ഉള്ളതിന്റേത് | – | പച്ചനിറം |
| ഫെറിക് ഫ്ളൂറൈഡ് | – $FeF_3$ | നിറമില്ല. |
| ഫെറസ് ക്ലോറൈഡ് | – $FeCl_2$ | നിറമില്ല. |
| ഫെറിക് ക്ലോറൈഡ് | – $FeCl_3$ | മഞ്ഞനിറം |

എന്റെ ലവണങ്ങളിൽ ഏറ്റവും പ്രധാനി ഇവൻ $FeCl_3$ ആണ്. ഇയാൾ മറ്റുള്ളവരുമായി ചേർന്ന് വർണവൈവിധ്യങ്ങളുണ്ടാക്കും. അതു കൊണ്ട് തിരിച്ചറിയലിനായി ഇവനെ ഒരു മാതൃകാ റീ എജന്റായി ഉപ യോഗിക്കുന്നു. ഉദാഹരണങ്ങൾ നോക്കൂ.

1. പൊട്ടാസ്യം ഫെറോസയനൈഡുമായി ചേർന്ന് 'പ്രഷ്യൻ ബ്ളൂ' എന്ന നിറം ഉണ്ടാകും
2. പൊട്ടാസ്യം തയോസയനേറ്റുമായി ചേർന്നാൽ ബ്ലെഡ് റെഡ് കളർ കിട്ടും.
3. സോഡിയം സാലിസിലേറ്റുമായി ചേർന്നാൽ 'വയലറ്റ്' നിറം
4. അസറ്റേറ്റുകളുമായി ചേർന്നാൽ ചുവപ്പുനിറം. ഇനിയും ധാരാളം ഉദാഹരണങ്ങളുണ്ട്.

ബ്രോമിൻ, അയോഡിൻ, ഇവരുമായി ചേർന്നുണ്ടാകുന്ന സംയുക്ത ങ്ങളുടെ പേരും രാസസൂത്രങ്ങളും നിങ്ങളുടെ ബ്രെയിൻ വർക്കിനായി വിടുന്നു.

സൾഫറുമായുള്ള എന്റെ ബന്ധം

ഫെറസ് സൾഫൈഡ് – FeS കറുപ്പുനിറം

ഇവനെക്കണ്ടാൽ സാക്ഷാൽ ഞാൻ (ഇരുമ്പ്) ആണെന്നു തോന്നും. ഇയാൾ ഇനോർഗ്യാനിക് ആസിഡുകളുമായി പെട്ടെന്നു പ്രവർത്തിച്ച് ഹൈഡ്രജൻ സൾഫൈഡ് ($H_2S$) ഉണ്ടാക്കുന്നതു കൊണ്ട് കിപ്പ് ഉപക രണത്തിൽ ഉപയോഗിക്കുന്നു. ലോഹങ്ങളെ തിരിച്ചറിയുന്നതിനാണ് $H_2S$നെ ഉപയോഗിക്കുന്നത്.

ഫെറസ് സൾഫേറ്റിന് ($FeSO_4.7H_2O$) ഗ്രീൻ വിട്രിയോൾ അല്ലെ ങ്കിൽ ഹീരാ കാസിസ് എന്നുംപേരുണ്ട്. എന്റെ ഫെറസ് ലവണങ്ങളിൽ ഏറ്റവും ഉപകാരിയാണിവൻ. സ്വർണത്തേയും വെള്ളിയേയും അവരുടെ ലവണലായനികളിൽ നിന്ന് സ്വതന്ത്രാവസ്ഥയിലേക്ക് വീണ്ടെടുക്കുവാൻ ഇവനെക്കൊണ്ടാകും.

ഫെറസ് സൾഫേറ്റിനെ, നൈട്രേറ്റുകളെ തിരിച്ചറിയാനായി ബ്രൗൺ റിങ് എക്സ്പെരിമെന്റിൽ ഉപയോഗിക്കുന്നു. ഇവന് $FeSO_4.7H_2O$ എപ്സംസാൾട്ട്, ($MgSO_4.7H_2O$) വൈറ്റ് വിട്രിയോൾ ($ZnSO_4.7H_2O$) എന്നിവരുമായി സാമ്യമുണ്ട്.

ഫെറിക് സൾഫേറ്റിനും ($Fe(SO_4)_3$) ഉണ്ട് വെള്ളനിറം

ഫെറസ്, ഫെറിക് നൈട്രേറ്റുകൾ, കാർബൈഡുകൾ, കാർബണേറ്റുകൾ, കാർബണൈലുകൾ, സയനൈഡുകൾ, തയോസയനേറ്റുകൾ തുടങ്ങി വളരെയധികം ചാർച്ചക്കാർ എനിക്കുണ്ട്.

എന്നെ കെട്ടിടം പണിക്കും പണിആയുധങ്ങൾ ഉണ്ടാക്കുന്നതിനും മാത്രമല്ല ഉപയോഗിക്കുന്നതെന്ന് ഇപ്പോൾ മനസിലായോ? മറ്റൊരു ലോഹത്തിനും കിട്ടിയിട്ടില്ലാത്ത ഒരു സൗഭാഗ്യം കൂടി എനിക്കുണ്ട്. നിങ്ങളുടെ രക്തത്തിന് ചുവപ്പുനിറം നൽകുന്ന ഹിമോഗ്ലോബിനിൽ എന്റെ സാന്നിധ്യം ഇല്ലെങ്കിൽ കാണാം കളി.

മനുഷ്യശരീരത്തിൽ എന്റെ അളവ് 4 g ആണെന്നു പറഞ്ഞാൽ അതിശയോക്തിയല്ല. ഇതിന്റെ എഴുപതുശതമാനവും ഹീമോഗ്ലോബിൻ എന്ന റെഡ് പിഗ്മെന്റിലാണുള്ളത്. ബാക്കിയുള്ളതിന്റെ ഭൂരിഭാഗവും സംഭരിച്ചുവയ്ക്കുന്നു. ശ്വാസകോശങ്ങളിൽ നിന്നും ഡൈ ഓക്സിജനെ ശേഖരിക്കലാണ് ഹീമോഗ്ലോബിന്റെ ധർമം. ശരീരധർമപ്രവർത്തനങ്ങളിൽ എന്റെ പങ്ക് ഗണനീയമാണ്. അതൊക്കെ വിശദീകരിച്ചെഴുതണമെന്ന് വിചാരിക്കുന്നില്ല.

ഇപ്പോൾ ആത്മകഥയിൽ എല്ലാകാര്യങ്ങളും ഉൾപ്പെടുത്താൻ സാധിക്കാത്തതിൽ ഖേദമുണ്ട്.

എന്നെന്നും നിങ്ങളുടെ ഇരുമ്പായ ഫെറം.

# 37

# കോബാൾട്ട് - Cobalt (Co)

**പ**ണ്ടുപണ്ടേ എന്റെ ലവണങ്ങൾ നിങ്ങൾ ഉപയോഗിച്ചിരുന്നെങ്കിലും നിങ്ങൾ എന്നെ ആരെന്നറിഞ്ഞിരുന്നില്ല. 1733-നോടടുത്ത് ബ്രാൻഡ്റ്റ് (Brandt) ആണ് എന്നെ കണ്ടുപിടിച്ചത്. എന്റെ പേരായ കോബാൾട്ട് ഒരു ജർമൻ വാക്കായ 'കോബോൾഡിൽ (Kobold) നിന്നും ഉണ്ടായതാണ്. ഈ വാക്കിന്റെ അർഥം പാതാളഭൂതം എന്നാണ്. എന്റെ ഒരു ധാതുവിന്റെ വിഷസ്വഭാവമായിരിക്കാം ഇങ്ങനെ ഒരു പേരിടാൻ കാരണം. എന്തുതന്നെയായാലും എന്റെ പേര് എനിക്കിഷ്ടമാണ്.

ഞാൻ ആവർത്തനപ്പട്ടികയിലെ IX B ഗ്രൂപ്പിലെ ആദ്യ ജാതനാണ്. എന്റെ സഹോദരങ്ങൾ റോഡിയ(Rh)വും ഇറിഡിയ(Ir)വുമാണ്.

ഭൂവൽക്കത്തിൽ ഭാരത്തിന്റെ അടിസ്ഥാനത്തിൽ എന്റെ സ്ഥാനം 29-ാതാമതാണ്. താഴെയുള്ളവരുടെ സ്ഥാനങ്ങൾ 77ഉം 74മാണ്. അതായത് അവർ വളരെ കുറഞ്ഞ അളവിലുള്ള ട്രേയ്സ് എലിമെന്റ്സ് മാത്രമാണ്. അതുകൊണ്ടായിരിക്കാം അവർ ആത്മകഥാരചനയിൽ പങ്കെടുക്കാത്തത്.

എന്റെ പ്രധാനപ്പെട്ട അയിരുകൾ കോബാൾടൈറ്റ് (CoAsS), സ്മാൾട്ടൈറ്റ് ($CoAS_2$) ലിന്നസൈറ്റ് ($Co_2S_2$) എന്നിവരാണ്. അവസാനത്തെ രണ്ടയിരുകളിലും എന്നോടൊപ്പം നിക്കലും അയണും ഉണ്ട്. എന്തൊക്കെപ്പറഞ്ഞാലും ഞാൻ അയണും നിക്കലും എല്ലാം ഒരേ ജനുസിൽപ്പെട്ടവരാണ്. അതിനാൽ ഞങ്ങൾ മൂവരും ഒന്നിച്ചാണു പ്രകൃതിയിൽ കഴിയുന്നത്.

എന്റെ ബയോഡേറ്റ കുറിക്കട്ടെ

| കോബാൾട്ട് ബയോഡേറ്റ | |
|---|---|
| A | B |
| പേര് | കോബാൾട്ട് (Cobalt) |
| പ്രതീകം (Symbol) | Co |
| മൂലകപദാർഥം | ലോഹം (Metal) |
| അറ്റോമിക സംഖ്യ (Atomic No) | 27 |
| ഇലക്ട്രോൺ വിന്യാസം | 2,8,15,2 |
| അറ്റോമികഭാരം (Atomic Wt) | 58.933 |
| ഭൗതികാവസ്ഥ (Physical State) | ഖരം (Solid) |
| ഗ്രൂപ്പ് | IX B |
| പിരീഡ് | 4 |
| ദ്രവണാങ്കം (Melting Point) | 1495°C |
| ക്വഥനാങ്കം (തിളനില) (Boiling Point) | 3100°C |
| സംയോജകത (Valency) | 2 |
| ഓക്സീകരണാവസ്ഥ (Oxidation State) | +2 +3 |
| വിശിഷ്ടതാപം (Specific Heat) | 0.103 |
| ആപേക്ഷിക സാന്ദ്രത (Relative Density) | 8.90 |

ഇരുമ്പിനെപ്പോലെ തോന്നിക്കുമെങ്കിലും അയാളെക്കാൾ എനിക്ക് കട്ടി കൂടുതലാണ്. നന്നായി അടിച്ചുപരത്താം. ഞാനും ഒരു വെള്ള ലോഹം (White metal) ആണ് കാന്തികഗുണം വളരെകുറഞ്ഞ തോതിലേയുള്ളൂ. എനിക്ക് എന്റെ നൂറുമടങ്ങ് ഹൈഡ്രജനെ ആഗിരണം ചെയ്യാനുള്ള കഴിവുണ്ട്.

സാധാരണ ഊഷ്മാവിൽ ജലാംശമുള്ളതോ ഇല്ലാത്തതോ ആയ വായുവിൽ എനിക്ക് പ്രവർത്തനമില്ല. റെഡ് ഹോട്ടായാൽ (ചുമന്നു തിളങ്ങിയാൽ) മാത്രം സാവധാനം ഞാൻ ഓക്സീകരിക്കപ്പെടും.

നേർത്ത സൾഫ്യൂറിക്കാസിഡ്, ഹൈഡ്രോക്ലോറിക് ആസിഡ് എന്നിവരുമായി സാവധാനമേ ഞാൻ ഇടപെടൂ. എന്നാൽ നൈട്രിക്കാസിഡിനെ കാണുമ്പോൾത്തന്നെ ഞാൻ അദ്ദേഹത്തിലങ്ങു അലിഞ്ഞുചേരും.

എന്റെ ഉപയോഗങ്ങൾ വായിക്കൂ.

ഇലക്ട്രോപ്ലേറ്റിങ്ങിന്

സങ്കരജാതികളെ ഉണ്ടാക്കുന്നതിന്

ഹൈസ്പീഡ് ടൂൾസ് നിർമിക്കാൻ

കോക്രോം (Cochrome) എന്ന സങ്കരൻ നിക്രോമിന് സദൃശനാണ്. കോക്രോമിൽ ഞാൻ 60 ശതമാനവും അയൺ 25 ശതമാനവും ആണ്.

സ്റ്റെല്ലൈറ്റ് എന്ന കൂട്ടുലോഹത്തിൽ എന്നോടൊപ്പം ക്രോമിയവും ടങ്സ്റ്റണുമാണുള്ളത്. ഇവനെ സർജിക്കൽ ഇൻസ്ട്രുമെന്റ്സ് ഉണ്ടാക്കാനുപയോഗിക്കുന്നു.

ഞാനുണ്ടാക്കുന്ന യൗഗികങ്ങൾക്കെല്ലാം ആകർഷകമായ നിറമുണ്ട്. എന്റെ മൂന്ന് ഓക്സൈഡുകളാണ് അറിയപ്പെടുന്നവർ. അവർ മോണോക്സൈഡ് $CoO$, കോബാൾട്ടിക് ഓക്സൈഡ് $Co_2O_2$, കോബാൾട്ട് ടെട്രോക്സൈഡ് $Co_3O_4$

എന്റെ എല്ലാ ഓക്സൈഡുകളെയും ഹൈഡ്രജനിൽ ചൂടാക്കിയാൽ ഞാൻ തനി ലോഹമായി അവതരിക്കും.

എന്റെ ഹാലൊജൻ സഹയാത്രികർ–കോബാൾട്ടസ് ഫ്ളൂറൈഡ്–റോസ് റെഡ് ക്രിസ്റ്റലുകൾ.

കോബാൾട്ട് ക്ലോറൈഡ്, എന്റെ പൊടിരൂപം ക്ലോറിനുമായി സമ്പർക്കപ്പെട്ടാൽ കത്തി നീല നിറത്തിലുള്ള ജലാംശമില്ലാത്ത ക്ലോറൈഡുണ്ടാകും. വെള്ളത്തിൽ ഇവന്റെ ഗാഢലായനിക്ക് വയലറ്റ് നിറം. വെള്ളത്തിൽ നേർത്ത ലായനിക്ക് പിങ്ക് നിറം. ആൽക്കഹോളിൽ ലയിച്ച് നീല ലായനി ഉണ്ടാകും.

ഇവന്റെ (കോബാൾട്ട് ക്ലോറൈഡ്) നേർത്ത ലായനി പേപ്പറിൽ എഴുതാൻ പറ്റുമെങ്കിലും കാണാൻ പറ്റില്ല. എന്നാൽ ഈ പേപ്പർ വായുവിൽ ചൂടായാൽ അക്ഷരങ്ങൾ വ്യക്തമായി നീലനിറത്തിൽ തെളിഞ്ഞുവരും. ഇതിനു കാരണം ജലാംശം ഇല്ലാതാകുന്നതിനാലാണ്. എന്നാൽ വീണ്ടും വായുവിലിരുന്നാൽ നിറം വീണ്ടും അപ്രത്യക്ഷമാകും. ഈ പ്രത്യേകതയുള്ളതിനാൽ ഇതിനെ 'സിമ്പതറ്റിക് ഇങ്ക്' എന്ന പേരിൽ ഉപയോഗിക്കുന്നു.

കോബാൾട്ട് സിലിക്കേറ്റ് എന്ന സ്മാൾട്ട് (smalt) നീലവർണമുള്ള വസ്തുവാണ് ഇവനെ ഗ്ലാസിനും ഇനാമലുകൾക്കും നിറം കൊടുക്കാൻ ഉപയോഗിക്കുന്നു. 'തെനാർഡ് ബ്ലൂ' ഇത് പ്രധാനമായും കോബാൾട്ട് അലുമിനേറ്റാണ്. ഒരു വർണവസ്തുവാണ്. 'റിൻമാൻസ് ഗ്രീൻ' – കോബാൾട്ട് സിങ്കേറ്റാണ്. കോബാൾട്ട് അസറ്റേറ്റ് – വർണീഷുകളെ ഉണക്കാനുള്ള ശോഷകാരകമാണ്. (drying agent)

പല റാഡിക്കലുകളുമായി ചേർന്ന് കോംപ്ലക്സുകൾ (സങ്കീർണമായ ലവണങ്ങൾ) ഉണ്ടാക്കാൻ കഴിയും. അവയ്ക്കെല്ലാം തന്നെ ഉപയോഗങ്ങളുണ്ട്. ആകർഷകമായ നിറങ്ങളുണ്ട്. അവയിൽ ഒരു കോംപ്ലക്സ് ഉദാഹരണമായി പറയാം.

വൈറ്റമിൻ $B_{12}$ എന്റെ ഒരു പ്രധാനപ്പെട്ട കോംപ്ലക്സാണ്. ഈ വൈറ്റമിൻ ഒരു കോ എൻസൈം (സഹരാസാഗ്നി) ആണ് (ഈ രാസാഗ്നിയെപ്പറ്റിയുള്ള എക്സ്റേ ക്രിസ്റ്റലോഗ്രാഫിക് പഠനത്തിന് 1964ൽ ഡൊറോത്തി ക്രോഫൂട്ടിന് നോബൽ പ്രൈസ് കിട്ടി)

ഈ രാസാഗ്നിയുടെ ഉപയോഗം. നമ്മുടെ ശരീരത്തിൽ അമിനോ ആസിഡുകൾ, ഡി എൻ എ ഇവയുടെ നിർമാണത്തിന് എന്നെ ആവശ്യമാണ്. മൃഗങ്ങളുടെ ഭക്ഷണത്തിലും എന്റെ ചെറിയൊരളവ് നിർബന്ധമാണ്. കാരണം എന്റെ അഭാവത്തിൽ അവയ്ക്കു രോഗമുണ്ടാകും. ബിയർ നന്നായി പതഞ്ഞുപൊങ്ങുന്നതിന് നിങ്ങളെന്നെ ചേർക്കാറുണ്ട്. അതുകൊണ്ട് ദോഷവും ഉണ്ട്. വൻ കുടിയന്മാർക്ക് ഹൃദയാഘാതമുണ്ടാകും.

എന്നെക്കൊണ്ടുള്ള ഉപയോഗങ്ങളുടെ ചെറിയൊരംശം മാത്രമേ എഴുതിയിട്ടുള്ളൂ ഞാനെന്ന ലോഹത്തിന്റെ ആവശ്യകത മനസിലാക്കിക്കാണുമെന്നു വിശ്വസിക്കുന്നു.

സസ്നേഹം കോബാൾട്ട്

# 38

# നിക്കൽ - Nickel (Ni)

**മൂ**ലകത്തറവാട്ടിലെ XB ഗ്രൂപ്പിൽ ഒന്നാമത്തെ അംഗമാണ് നിക്കലെന്ന ഞാൻ. 'നിക്കൽ ഗ്രൂപ്പെ'ന്നാണ് എന്റെ കുടുംബത്തിന്റെ പേര്. എന്റെ സഹോദരങ്ങൾ പലേഡിയവും (Pd) പ്ലാറ്റിനവു (Pt)മാണ്.

നിക്കലെന്ന എന്റെ ആവിർഭാവത്തിനു പിന്നിൽ ഒരു കഥയുണ്ട്. പണ്ടുള്ള ചെമ്പുനാണയങ്ങളിൽ നിങ്ങളിയാതെ ഞാൻ ഒരു അവിഭാജ്യ ഘടകമായിരുന്നു. പ്രത്യക്ഷത്തിൽ ചെമ്പയിരെന്നു തോന്നിക്കുന്നതും എന്നാൽ ലോഹകർമം കൊണ്ട് ചെമ്പ് ലഭിക്കാത്തതുമായ ഈ ധാതുവിന് ജർമൻകാർ വിളിച്ചിരുന്നത് 'Kupfer Nickel' കപട ചെമ്പ് എന്നായിരുന്നു. 1751ൽ കോൺസ്റ്റഡ്റ്റ് Cronstedt ഈ ധാതുവിൽ നിന്നും ഒരു പുതിയ ലോഹത്തിന്റെ സാമ്പിൾ ഉണ്ടാക്കുകയും അതിന് നിക്കൽ എന്നു പേരിടുകയും ചെയ്തു.

ഭൂവൽക്കത്തിന്റെ ഭാരത്തിൽ എനിക്ക് 22-ാം സ്ഥാനമാണുള്ളത്.

എന്റെ അയിരുകൾ പ്രധാനമായും കൊബാൾട്ടിന്റെ അയിരുകളായ ലിന്നസൈറ്റും സ്മാൾടൈറ്റും തന്നെയാണ്. കൂടാതെ കുപ്ഫർ നിക്കൽ, നിക്കൽ ഗ്ലാൻസ്, നിക്കൽ ഒക്കർ തുടങ്ങിയവരുമുണ്ട്.

ഇന്ത്യയിലാണെങ്കിൽ ഖേത്രിയിലും രാജപുട്ടാണയിലെ പലയിടങ്ങളിലും ചെമ്പയിരുകളുടെ കൂടെ ഞാൻ വസിക്കുന്നുണ്ട്. കോളാർ ഖനികളിലും കേരളത്തിലെ ചിലയിടങ്ങളിലും ഞാനടങ്ങിയ അയിരുകൾ മറ്റു പല പേരുകളിൽ കാണുന്നുണ്ട്.

| നിക്കൽ ബയോഡേറ്റ | |
|---|---|
| A | B |
| പേര് | നിക്കൽ |

| | |
|---|---|
| പ്രതീകം (Symbol) | Ni |
| മൂലകപദാർഥം | ലോഹം (Metal) |
| അറ്റോമിക സംഖ്യ (Atomic No) | 28 |
| ഇലക്ട്രോൺ വിന്യാസം | 2,8,16,2 |
| അറ്റോമികഭാരം (Atomic Wt) | 58.71 |
| ഭൗതികാവസ്ഥ (Physical State) | ഖരം (Solid) |
| ഗ്രൂപ്പ് | X B |
| പിരീഡ് | 4 |
| ദ്രവണാങ്കം (Melting Point) | 1452$^{O}$C |
| ക്വഥനാങ്കം (തിളനില) (Boiling Point) | 2920$^{O}$C |
| സംയോജകത (Valency) | 2 |
| ഓക്സീകരണാവസ്ഥ (Oxidation State) | +2 , +4 |
| വിശിഷ്ടതാപം (Specific Heat) | 0.10842 |
| ആപേക്ഷിക സാന്ദ്രത (Relative Density) | 8.35 – 8.91 |

ഞാനും വെള്ളിപോലെ വെളുപ്പാണ്. സാധാരണ ഊഷ്മാവിൽ ഞാനും എന്റെ സഹോദരങ്ങളും കറുക്കുകയോ, വായുവുമായോ ജലവുമായോ പ്രവർത്തിക്കുകയോ ഇല്ല. ഞാൻ മൃദുവാണ് എന്നെ നല്ലവണ്ണം അടിച്ചുപരത്താനും കമ്പിയാക്കാൻ കഴിയും. കുറഞ്ഞൊരളവിൽ ഞാനും കാന്തിക സ്വഭാവം പ്രദർശിപ്പിക്കും. അയൺ. കോബാൾട്ട് ഇവരെപ്പോലെ എനിക്കും ഹൈഡ്രജൻ വാതകത്തെ ആഗിരണം ചെയ്യാൻ കഴിയും (1:17).

സാധാരണ വായുവിൽ പ്രവർത്തിക്കില്ലെങ്കിലും ഞാൻ ഓക്സിജനുമായി ഉഗ്രമായി പ്രവർത്തിക്കും

ക്ലോറിനും എന്നെ ആക്രമിക്കും. ഉണ്ടാകുന്ന പുതുജന്മം നിക്കൽ ക്ലോറൈഡ് $NiCl_2$

ഹൈഡ്രോക്ലോറിക്കാസിഡ്. സൾഫ്യൂറിക്കാസിഡ്, ഇവരുമായി വലിയ ഇടപാടൊന്നുമില്ല. എന്നാൽ നൈട്രിക്കാസിഡുമായി വളരെ അടുപ്പമാണ്. അക്വാറീജിയയിലും പ്രവർത്തിക്കും.

ക്രൂസിബിളുകൾ, ക്യൂബുകൾ, ലാബറട്ടറി ഉപകരണങ്ങൾ ഇവയൊക്കെ ഉണ്ടാക്കാൻ എന്നെ ആവശ്യമാണ്. ഇലക്ട്രോ പ്ലേറ്റിങ്ങിൽ വളരെ വിപുലമായി എന്നെ ഉപയോഗിക്കും.

വനസ്പതി നിർമാണത്തിന് (ഹൈഡ്രോജെനേഷൻ ഓഫ് ഓയിൽസ്) എന്റെ നേർത്ത പൊടിരൂപം രാസത്വരകമായി ഉപയോഗിക്കുന്നു.

ഇൻവാൻ എന്ന ലോഹസങ്കരത്തിൽ 35 ശതമാനം സ്റ്റീലിനൊപ്പം ഞാനും ചെറിയ അംശം മാൻഗനീസും കാർബണും ആണുള്ളത്. ക്ലോക്കുകളുടെ പെൻഡുലം ഉണ്ടാക്കാൻ ഇവനെ ഉപയോഗിക്കുന്നു.

സങ്കരസ്റ്റീലുകളിൽ (alloy steels) 3 മുതൽ 5 ശതമാനം വരെ എന്റെ സാന്നിധ്യം ഉൽപ്പന്നത്തിന് ദൃഢതയും ഇലാസ്തികതയും ഉണ്ടാകുന്നതുകൊണ്ട് വ്യവസായിക പ്രാധാന്യം വിപുലമായിട്ടുണ്ട്.

പ്ലാറ്റിനൈറ്റ് (Platinite) എന്ന സങ്കരനിൽ ഞാൻ 46% ഉണ്ട്. ഇതുകൊണ്ടുള്ള വയറുകൾ ഇലക്ട്രിക് ഉപകരണങ്ങളിലും ബൾബുകളിലും ഉപയോഗിക്കുന്നു.

പെർമലോയ് (Permalloy)യിൽ 21.5% ഞാനും 78.5% ഇരുമ്പും ആണ്. നല്ല കാന്തികഗുണമുള്ളതുകൊണ്ട് ദീർഘദൂര ടെലഫോണിയിൽ ഉപയോഗിക്കുന്നു.

ഇവരെക്കൂടാതെ ഞാൻ ചേർന്ന കുറെ സങ്കരങ്ങളുടെ പേരു കേൾക്കൂ.

| സങ്കരം<br>Alloy | ഏകദേശ ഘടന<br>Approximate cmposition | ഉപയോഗം<br>Uses |
|---|---|---|
| Cupronickel | Cu75, Ni25 | Coinage |
| Mond Metal | Cu30, Ni 70 | Industrial &domestic wares. |
| Platinoid | Cu60, Zn 24, Ni 14, W 1-2 | Resistance coil |
| Constantan | Cu 60, Ni 40 | Resistance coil |
| Rheotan | Cu 52, Ni 25, Zn 18, Fe 5 | Resistance coil |
| German Silver | Cu55, Ni 20, Zn 25 | Utensils, Cutlery |
| Nichrome | Ni60, Fe 25, Cr 15 | Resistance Heaters, coil |

ഓക്സിജൻ, ഹാലൊജനുകൾ, സൾഫർ തുടങ്ങിയവയുമായി ചേർന്ന് ഓക്സൈഡുകൾ, ഹൈലൈഡുകൾ, സൾഫൈഡുകൾ എന്നിവ രൂപീകരിക്കുവാൻ എനിക്കു കഴിയും.

കൂടാതെ നിക്കൽ സൾഫേറ്റ്, പൊട്ടാസ്യം നിക്കലോ നൈട്രേറ്റ്, നിക്കൽ കാർബണേറ്റ്, നിക്കൽ കാർബൊണൈൽ, പൊട്ടാസ്യം നിക്കലോ സയനൈഡ് തുടങ്ങിയ സഹജന്മാരും എനിക്കുണ്ട്. ഇവരെല്ലാം തന്നെ വമ്പന്മാരും രാഷ്ട്രസമ്പത്ത് ഉണ്ടാക്കുന്നവരുമാണ്.

ജൈവികമായി എനിക്കു പങ്കില്ലെങ്കിലും നിങ്ങളുടെ ഭൗതികജീവിതത്തെ സമ്പന്നമാക്കിക്കൊണ്ട് ഞാൻ ജീവിക്കുന്നു.

നിങ്ങളുടെ സ്വന്തം നിക്കൽ

# 39

# യുറേനിയം – Uranium (U)

**എ**ന്റെ (യുറേനിയം) ജനനരഹസ്യം പറഞ്ഞതിനുശേഷം ആത്മ കഥ തുടരാം.

1789ൽ ക്ലാപ്രോത്ത് 'പിച്ച് ബ്ലെൻഡിൽ' സിങ്ക്, അയൺ, ടങ്സ്റ്റൺ, എന്നീ ലോഹങ്ങൾക്കു പുറമെ ഒരു അർഥലോഹീയ പദാർഥം കൂടിയുണ്ടെന്ന് സമർഥിച്ചു, കണ്ടുപിടിച്ചു. 1781–ൽ ഹെർഷെൽ (Herschel) യുറാനസ് എന്ന ഗ്രഹത്തെ കണ്ടുപിടിച്ചു. ഈ മഹാസംഭവത്തോടുള്ള ആദരസൂചകമായി ഈ പുതിയ പദാർഥത്തിന് 'യുറേനിയം' എന്ന പേരു നൽകി. ഈ പദാർഥം ശരിക്കും എന്റെ ഓക്സൈഡ് – യുറേനിയം ഓക്സൈഡായിരുന്നു. പിന്നീട് 1842ൽ പെലിഗോട്ട് (Peligot) ആണ് ആദ്യമായി എന്റെ ഓക്സൈഡിൽ നിന്നും ഞാനെന്ന യുറേനിയത്തെ വേർതിരിച്ച് നിങ്ങൾക്കു സംഭാവന ചെയ്തത്.

ഈ കഴിഞ്ഞ 20–ാം നൂറ്റാണ്ടിന്റെ മധ്യാഹനത്തോടടുപ്പിച്ച് മനുഷ്യന്റെ നികൃഷ്ടമായതും ദൂരമൂത്തതുമായ ഒരു സംഭവത്തിന് ഹേതുവായി തീർന്നു ഞാനെന്ന യുറേനിയം. വളരെ വളരെ ദുഃഖത്തോടുകൂടിയാണ് ഞാൻ എന്റെ ആത്മകഥയെഴുതുന്നത്. ഞാനെന്തിനെഴുതണം. എല്ലാ മനുഷ്യർക്കും അതറിയാവുന്നതല്ല. എങ്കിലും എന്റെ സഹോദരലോഹങ്ങൾ നിർബന്ധിക്കുമ്പോൾ ഞാൻ വിട്ടുനിന്നാൽ ലോകം ഇനിയും എന്നെ പഴിക്കും.

എന്റെ ആത്മകഥയ്ക്കു മുന്നോടിയായി ആ രാഷ്ട്രീയഭീമന്മാർ എങ്ങനെ എക്കാലത്തെയും മഹാശാസ്ത്രജ്ഞനായ ആൽബർട്ട് ഐൻസ്റ്റീന്റെ 'തിയറി ഓഫ് റിലേറ്റിവിറ്റി'യുടെ ഗണിതരൂപമായ $E = mc^2$ എന്ന സമവാക്യത്തെ ദുരുപയോഗപ്പെടുത്തിയ കഥ പറയാതെ വയ്യ.

പിച്ച്ബ്ളെൻഡെന്ന എന്റെ അയിരിൽ നിന്നും മാഡം ക്യൂറിയുടെ റേഡിയം എന്ന എന്റെ സഹോദരന്റെ കണ്ടുപിടുത്തവും, അതിനെ തുടർന്ന് ക്യാൻസറെന്ന മഹാവ്യാധിയുടെ റേഡിയോ തെറാപ്പി ചികിത്സയും ലോകശ്രദ്ധ നേടിയ കാലം. 1938-ഡിസംബറിൽ ഓട്ടോഹാൻ (Otto Hahn) ആയിരുന്നു എന്റെ ന്യൂക്ലിയസിനെ രണ്ടായി പിളർക്കാമെന്നും അങ്ങനെ അളവറ്റ ഊർജത്തെ ഉണ്ടാക്കാമെന്നും തെളിയിച്ചത്. ഇത് ന്യൂക്ലിയാർ ഫിസിക്സിനെപ്പറ്റിയും എന്റെ രസതന്ത്രത്തെപ്പറ്റിയും എല്ലാം വിപുലമായ പഠനത്തിന് വഴിയൊരുക്കുമെന്നും അദ്ദേഹം മനസിലാക്കി.

ഒരു ന്യൂക്ലിയസിനെ പിളർത്തി അളവറ്റ ഊർജം ഉണ്ടാക്കുന്നത് ഒരു മഹാസംഭവമായി കരുതിയിരുന്നു. ഹിറ്റ്ലറുടെ ജൂതവിരോധം ശാസ്ത്രജ്ഞന്മാരടക്കമുള്ള യൂദന്മാരെ കൊന്നൊടുക്കിയപ്പോൾ ജർമനിയിൽ നിന്നും അമേരിക്കയിൽ അഭയം തേടിയിരുന്ന ആൽബർട്ട് ഐൻസ്റ്റീൻ തന്റെ സമവാക്യത്തിന്റെ പിൻബലത്തിൽ അന്നത്തെ അമേരിക്കൻ പ്രസിഡന്റായിരുന്ന ഫ്രാങ്ക്ളിൻ ഡി റൂസ് വെൽറ്റിന് 1939 ആഗസ്റ്റ് 2-ാം തീയതി ഒരു കത്തെഴുതി. "ഈയിടെയായി എന്റിക്കോ ഫെർമി (E. Fermi)യും എൽഷിലാർഡും (L. Szilard)കൂടി നടത്തുന്ന പരീക്ഷണങ്ങൾ യുറേനിയം എന്ന ലോഹം ഈ വളരെ അടുത്ത ഭാവിയിൽ തന്നെ ഒരു നവീനവും പ്രധാനപ്പെട്ടതുമായ ഊർജസ്രോതസ്സായിത്തീരുമെന്ന് ഞാൻ പ്രതീക്ഷിക്കുന്നു" അദ്ദേഹത്തിന്റെ പ്രവചനം എത്ര ശരിയായിരുന്നെന്ന് ചരിത്രം തെളിയിക്കുന്നു.

ഇറ്റലിയിൽ നിന്നുമുള്ള അഭയാർഥിയായ എന്റിക്കോ ഫെർമി ചിക്കാഗോ യൂണിവേഴ്സിറ്റിയിൽ 1942 ഡിസംബർ രണ്ടാം തീയതി ശൃംഖലാപ്രതിപ്രവർത്തനം (Chain Reaction) കൊണ്ട് എന്റെ ന്യൂക്ലിയസുകളെ ഭേദിച്ച് (പിളർന്ന്) ആദ്യമായി ന്യൂക്ലിയർ എനർജി (അണുശക്തി) ഉൽപ്പാദിപ്പിച്ച മനുഷ്യനായിത്തീർന്നു.

(ഐൻസ്റ്റീനും ഫെർമിയും എല്ലാം ഊർജസ്രോതസ് കണ്ടുപിടിക്കുകയും അത് സമാധാനപരമായ കാര്യങ്ങൾക്ക് ഉപയോഗിക്കാമെന്നുമാണ് ധരിച്ചത്)

ഈ സംഭവമാണ് 'മൻഹാട്ടൻ പ്രോജക്റ്റ്' (Manhattan Project) എന്ന പേരിൽ എന്നിൽനിന്നും എന്നെക്കാൾ അറ്റോമികസംഖ്യ കൂടുതലുള്ള ട്രാൻസ് യുറേനിയം മൂലകങ്ങളുടെ (eg: നെപ്ടൂണിയം Np, പ്ലൂട്ടോണിയം Pu) കണ്ടുപിടുത്തത്തിലും ആറ്റംബോംബുകളുടെ നിർമിതിയുടേയും പരിസമാപ്തിയിലെത്തിയത്.

എന്തായാലും ഞാനൊരു ആണവഇന്ധനമെന്ന (nuclear fuel) നിലയിലാണ് അറിയപ്പെടുന്നത്. 1989-ൽ അമേരിക്കയിൽ മാത്രം 120 ന്യൂക്ലിയാർ പവർ പ്ലാന്റുകളുണ്ടായിരുന്നു. 400 എണ്ണം ലോകത്താകമാനവും. അതിലൊന്നല്ലെ നിങ്ങളുടെ മുംബൈയിലുള്ള ട്രോംബെയിലെ 'അപ്സരാ ന്യൂക്ലിയർ റിയാക്ടർ?"

ഇനിയും എന്റെ ആത്മകഥയിലേക്കു തിരിയട്ടെ. ആവർത്തനപ്പട്ടികയിലെ ആക്ടിനൈഡ് സീരീസ് അപൂർവ ലോഹങ്ങളുടെ കൂടെയാണെങ്കിലും അപൂർവലോഹങ്ങളിൽപ്പെടുന്നില്ല. കാരണം ഭൂവൽക്കത്തിൽ എന്റെ സാന്നിധ്യം 2.3% ആണ്.

| യുറേനിയം ബയോഡേറ്റ | |
|---|---|
| A | B |
| പേര് | യുറേനിയം |
| പ്രതീകം (Symbol) | U |
| മൂലകപദാർഥം<br>അറ്റോമിക സംഖ്യ (Atomic No) | റേഡിയോആക്ടീവ് ലോഹം<br>92 |
| ഇലക്ട്രോൺ വിന്യാസം | 2,8,18,32,18,12,2 |
| അറ്റോമികഭാരം (Atomic Wt) | 238.03 |
| ഭൗതികാവസ്ഥ (Physical Struct) | ഖരം (Solid) |
| ഗ്രൂപ്പ് | ആക്റ്റിനൈഡ് സീരീസ് |
| പിരീഡ് | 7 |
| ദ്രവണാങ്കം (Melting Point) | 1130$^{O}$C |
| ക്വഥനാങ്കം (തിളനില)<br>(Boiling Point) | 3930$^{O}$C |
| സംയോജകത (Valency) | 3 |
| ഓക്സീകരണാവസ്ഥ<br>(Oxidation State) | +4, +5, +6 |
| വിശിഷ്ടതാപം (Specific Heat) | 0.0276 |
| ആപേക്ഷിക സാന്ദ്രത<br>(Relative Density) | 19.1 |

എന്റെ പ്രധാനപ്പെട്ട അയിര് കാർനൊടൈറ്റ് (Carnotite)ആണ്. ഇയാൾ യുറേനിയം വാൻഡേറ്റുകളിൽപ്പെട്ടതാണ്. ഓക്സൈഡ് അയിരുകൾ യുറാനിനൈറ്റും, പിച്ച്ബ്ലെൻഡുമാണ്. അവരോഹണക്രമത്തിൽ എന്നെ ഉൽപ്പാദിപ്പിക്കുന്ന രാജ്യങ്ങൾ- സോവ്യറ്റ് യൂണിയൻ, കാനഡ, നൈഗർ, ആസ്ട്രേലിയ, നമീബിയ, ഫ്രാൻസ്, അമേരിക്ക, ദക്ഷിണാഫ്രിക്ക.

എന്റെ നിഷ്കർഷണം വളരെ പ്രയാസമേറിയതാണ്.

പ്രകൃതിയിൽ ഞാൻ മൂന്ന് ഐസോടോപ്പുകളായി സ്ഥിതി ചെയ്യുന്നു.

1. $^{238}{}_{92}U$ - 99.3%
2. $^{235}{}_{92}U$ - 0.7 %
3. $^{234}{}_{92}U$ - അൽപ്പാംശം മാത്രം

ഞാൻ റേഡിയോ ആക്ടീവ് മൂലകമാണെങ്കിലും എന്റെ അർധജീവിതം (Halflife) ദൈർഘ്യമേറിയതാണ്. ഭൂമിയുടെ ജനനം മുതൽ എന്റെ സാന്നിധ്യമുണ്ട്. എന്റെ പ്രധാനപ്പെട്ട രണ്ട് ഐസോടോപ്പുകളുടെ അർധജീവിതം കാണുക.

1. $^{235}{}_{92}U$ ന്റെ അർധജീവിതം $7.04 \times 10^8$ years
2. $^{238}{}_{92}U$ ന്റെ അർധജീവിതം $4.5 \times 10^9$ years

കണ്ടോ എന്റെ അർധജീവിതത്തിന്റെ ദൈർഘ്യം? എന്റെ സീരിസിൽ എനിക്കുശേഷം ഏറ്റവും അവസാനം വരുന്നവരുടെ അർധജീവിതം സെക്കന്റുകൾ മാത്രമാണ്. അവരാരൊക്കെയെന്നുപറയാം.

നൊബീലിയം (No) 3 seconds
Lawrentium (Lr) 8 seconds
റൂഥർ ഫോർഡിയം (Rf) 70 seconds

അവരൊക്കെ അതുകൊണ്ടാണ് ട്രേസ് എലിമെന്റ്സ് ആയത് വിധിയെന്നല്ലാതെന്തു പറയാൻ.

എന്നാൽ തോറിയം, നെപ്ട്യൂണിയം, പ്ലൂട്ടോണിയം ഇവർക്കെല്ലാം ദൈർഘ്യമേറിയ അർധജീവിതമാണുള്ളത്. അതിനാൽ ഇവരും എന്നെപ്പോലെ ന്യൂക്ലിയാർ ഇന്ധനങ്ങൾ തന്നെയാണ്.

(ഫെർമിയാണ് എന്നെ പിളർത്തി എന്നിൽ കുടികൊള്ളുന്ന അളവറ്റ എനർജിയെ ഉൽപ്പാദിപ്പിച്ചത്. അതിനദ്ദേഹത്തിന് 1938-ൽ നോബൽ സമ്മാനം കിട്ടുകയും ചെയ്തു. 1944ൽ ഓട്ടോഹാനിന് കെമിസ്ട്രിയിൽ നോബൽ പ്രൈസ് കിട്ടി)

എന്റെ ന്യൂക്ലിയസിനെ പിളർക്കുന്ന ശൃംഖലാപ്രവർത്തന (Chain Reaction)വും അതുപോലെ അത് നിർത്തുന്ന പ്രവർത്തനവും അതീവ ശ്രമകരമാണ്. അതിന്റെ വിശദാംശങ്ങൾ എഴുതിയാൽ തീരില്ല.

നിയന്ത്രിതതോതിൽ ഈ ശൃംഖലാ പ്രവർത്തനം നടത്തുന്ന പടുകൂറ്റൻ പ്ലാന്റുകളാണ് അറ്റോമിക റിയാക്ടറുകൾ. ഈ പ്രവർത്തനം നിയന്ത്രിക്കുന്നത് കൺട്രോൾ ദണ്ഡുകളാണ്. ഇവ ന്യൂട്രോണുകളെ വലിച്ചെടുക്കുന്നതുവഴി റിയാക്ഷൻ മന്ദഗതിയിലാകും. അണുശക്തിയുടെ അളവും കുറയും. കൺട്രോൾ ദണ്ഡുകളാകാൻ സന്നദ്ധത പ്രകടിപ്പിച്ചിട്ടുള്ളവർ കാഡ്മിയം, ഹാനിയം തുടങ്ങിയ ലോഹസഹോദരങ്ങളും ബോറോൺ സ്റ്റീലുമാണ്.

അറ്റോമികറിയാക്ടറുകളിലെ എന്റെ ചെയിൻ റിയാക്ഷൻ അപകട മില്ലാതെ നടക്കണമെങ്കിൽ അറ്റോമിക ഇന്ധനമായ യുറേനിയം എന്ന ഞാൻ വളരെയധികം ശുദ്ധസമ്പുഷ്ടമായിരിക്കണം. സമ്പുഷ്ടയുറേനിയം (enriched uranium) എന്നൊക്കെ എന്നെപ്പറ്റി പേപ്പറുകളിൽ വായിച്ചിട്ടി ല്ലേ. ഇതിൽ ഞാൻ 80 ശതമാനത്തോളമാണുള്ളത്.

ഞാൻ റിയാക്ടറിൽ മറ്റിടങ്ങളിലേക്കു കടന്നാൽ സ്ഫോടനമുണ്ടാ കും. സൂര്യനിലുണ്ടാകുന്നത്ര ഊഷ്മാവുയരും. ഒരിക്കലതുണ്ടായാൽ ഒരു ശക്തിക്കും തടയാനാവില്ല. അതിനാലെന്നെ നല്ല കണ്ടെയ്നറു കൾക്കുള്ളിൽ അടക്കി നിർത്തുന്നു. കണ്ടെയ്നറുകളെ ചുറ്റി അനേകം അടി കനത്തിൽ നല്ല കോൺക്രീറ്റുകൊണ്ട് പൊതിഞ്ഞിരിക്കും.

എന്നിലുള്ള മഹാശക്തിയുടെ ഒരു ചെറിയ കണക്കു പറയാം. ഒരു പൗണ്ട് – (0.45 Kg) തൂക്കമുള്ള എന്നെ അണുവിഘടനം നടത്തിയാലു ണ്ടാകുന്ന ഊർജത്തിന്റെ അളവ് പറയട്ടെ? അത് 8000 ടൺ ടി എൻ ടി (Tri Nitro Toluene) സ്ഫോടനം നടത്തിയാൽ ഉണ്ടാകുന്ന ഊർജത്തിനു തുല്യമാണ്! അപ്പോൾ നിയന്ത്രിത തോതിൽ നിങ്ങളെന്നെ ഉപയോഗി ച്ചാൽ നിങ്ങൾക്ക് വൈദ്യുതിക്ഷാമം ഉണ്ടാകില്ല. ബോംബുണ്ടാക്കാനാണ് ഭാവമെങ്കിൽ ഈ നല്ല ഗ്രഹത്തിന്റെ സർവനാശമായിരിക്കും ഫലം. ഹിരോഷിമയും നാഗസാക്കിയും ആവർത്തിക്കാതിരിക്കുക. അന്ന് മൻഹാ ട്ടൻ പ്രോജക്റ്റിൽ ഉണ്ടാക്കിയ രണ്ടു ബോംബുകളാണ് പാവം ജപ്പാൻ ജനതയെ ഇന്നും ഹിംസിച്ചുകൊണ്ടിരിക്കുന്നത്. എന്റെ അണുഭാരം 235 ($^{235}_{92}U$) ഉള്ള മൂലകമാണ് അന്നുപയോഗിച്ചത്.

ഒരു കാര്യം കൂടി പറഞ്ഞിട്ട് നിർത്താം. എന്റെ അണുഭാരം 238 ഉള്ളയാൾ ($^{238}_{92}U$) ന്യൂട്രോണുകൾ ആഗിരണം ചെയ്താൽ എന്നെ ക്കാൾ അണുഭാരമുള്ളതും പിളർക്കാൻ പറ്റുന്നതുമായ പ്ലൂട്ടോണിയം (Pu) ഉണ്ടാകും. ഇദ്ദേഹവും നല്ലൊരു ന്യൂക്ലിയാർ ഇന്ധനമാണ്. ഇപ്രകാരം പ്ലൂട്ടോണിയത്തെ ജനിപ്പിക്കുന്ന റിയാക്ടറിന് പറയുന്ന പേരാണ് ഫാസ്റ്റ് ബ്രീഡർ റിയാക്ടർ, കേട്ടിട്ടുണ്ടോ?

ഞാൻ വളരെ ലഘൂകരിച്ചാണ് എന്റെ ആത്മകഥ എഴുതിയിരിക്കു ന്നത്.

നിങ്ങളും ഭൂമിയും ഉള്ള കാലത്തോളം ഞാനും എന്റെ പരമ്പര യിൽപ്പെട്ട സഹോദരങ്ങളും നിങ്ങളെ ഊർജപ്രതിസന്ധിയിൽ നിന്നും രക്ഷിക്കാൻ ഉണ്ടാകും. അവരും ഞാനും ഉൾപ്പെടുന്ന ലോഹങ്ങളാണ് ട്രാൻസ് യുറേനിയം മൂലകങ്ങൾ ഫെർമിയേയും ഓട്ടോ ഹാനെയും ഐൻസ്റ്റീനെയും ഓർക്കുമ്പോൾ ഞങ്ങളെയും ഓർക്കുക.

സസ്നേഹം

യുറേനിയം

# 40

# പ്ലാറ്റിനം - Platinum (Pt)

**പ്ലാ**റ്റിനം എന്ന ഞാൻ ഒരു അപൂർവലോഹ(rare metal)മാണ്. എങ്കിലും നിങ്ങളെന്നെ വളരെ വിപുലമായി ഉപയോഗിക്കുന്നുണ്ട്. എന്റെ കുലീന സ്വഭാവം കാരണം രാസപരീക്ഷണശാലകളിൽ അവശ്യം വേണ്ട പ്ലാറ്റിനം വെയറുകൾ, ക്ലൂസിബിളുകൾ, പാത്രങ്ങൾ, കണ്ടൻസറുകൾ എല്ലാം ഉണ്ടാക്കാൻ ഞാൻ അനിവാര്യമാണ്. എനിക്ക് അത്ര ആകർഷകമല്ലാത്ത തിളക്കമാണുള്ളതെങ്കിലും എന്റെ ഉയർന്ന മൂല്യം വിലപിടിപ്പുള്ള ആഭരണങ്ങളുണ്ടാക്കാൻ എന്നെ ഉപയോഗിക്കുന്നുണ്ട്.

8-ാം ഗ്രൂപ്പിലെ ഒൻപതു സംക്രമണ ലോഹങ്ങളിൽ ഞാനാണ് അവസാന അംഗം. എന്റെ സഹഅംഗങ്ങൾ ഓസ്മിയ(Os)വും ഇറിഡിയ (lr)വുമാണ്. മറ്റംഗങ്ങളായ റുഥേനിയം (Ru) റോഡിയം (Rh) പലേഡിയം (Pd) ഇവർക്കെല്ലാം പല കാര്യങ്ങളിലും സാദൃശ്യമുണ്ട്. ഞങ്ങൾ ആറു പേരും അറിയപ്പെടുന്നത് 'പ്ലാറ്റിനിക് ലോഹങ്ങളെ'ന്നാണ് അതുകൊണ്ടാണ് എല്ലാവരുടേയും പ്രതിനിധിയായി ഞാൻ മാത്രം ആത്മകഥയെഴുതാൻ തീരുമാനിച്ചത്. ഇക്കാര്യം തെളിയിക്കാൻ ഞങ്ങൾ ആറുപേരുടേയും ചില ഭൗതികഗുണങ്ങളുടെ ഒരുപട്ടിക തയാറാക്കുന്നു.

| അറ്റോമിക സംഖ്യ | മൂലകം | പ്രതീകം | അറ്റോമിക ഭാരം | സാന്ദ്രത | ദ്രവണാങ്കം | ക്വഥനാങ്കം |
|---|---|---|---|---|---|---|
| 44 | Ruthenium | Ru | 101.07 | 12.41 | 2282$^0$C | 4050$^0$C |
| 45 | Rhodium | Rh | 102.91 | 12.39 | 1960$^0$C | 3760$^0$C |
| 46 | Palladium | Pd | 106.4 | 11.99 | 1552$^0$C | 2940$^0$C |
| 76 | Osmium | Os | 190.2 | 22.57 | 3045$^0$C | 5025$^0$C |

| | | | | | | |
|---|---|---|---|---|---|---|
| 77 | Iridium | Ir | 192.2 | 22.61 | 2443°C | 4550°C |
| 78 | Platinum | Pt | 195.04 | 21.41 | 1769°C | 4170°C |

ഞങ്ങളെല്ലാവരും പൊതുവെ കഠിനമനസ്ക്കരും പൊട്ടുന്നവരും സാധാരണജ്വാലകളിൽ ഉരുകാത്തവരുമാണ്. ഓസ്മിയം സഹോദരൻ എല്ലാ ലോഹങ്ങളിലും വച്ച് ഏറ്റവും കാഠിന്യമുള്ളയാളും ഉരുകുന്നതിന് ഉന്നതതാപം ആവശ്യമുള്ളവനുമാണ്. ഞങ്ങളാരും തന്നെ ഗാഢ ആസിഡുകളുമായിപ്പോലും ബന്ധപ്പെടുന്നവരല്ല. എന്നാൽ റുഥേനിയം, റോഡിയം, ഓസ്മിയം ഇവരുടെ ശരീരം നല്ല ശുദ്ധമാണെങ്കിൽ അക്വാറീജിയയിൽ വളരെ വിമ്മിട്ടപ്പെട്ട് അലിയും. എന്നാൽ പലേഡിയം സഹോദരൻ ഹൈഡ്രോക്ലോറിക്, നൈട്രിക് ആസിഡുകൾ ഇവരുമായി യോജിച്ചു പോകും.

ഇരുമ്പ് (അയൺ) സഹോദരൻ അദ്ദേഹത്തിന്റെ ആത്മകഥയിൽ 8–ാം ഗ്രൂപ്പിലെ ഞങ്ങൾ ഒൻപതുപേരെയും പുനഃക്രമീകരിച്ച് 8, 9, 10 ഗ്രൂപ്പുകളിലാക്കി വിവരം എഴുതിയിരുന്നല്ലോ. അങ്ങനെ പത്താം ഗ്രൂപ്പെന്ന നിക്കൽ കുടുംബത്തിൽ ഞങ്ങൾ മൂന്നുപേർ. നിക്കൽ കഥയെഴുതിക്കഴിഞ്ഞു. പിന്നെ ഞങ്ങൾ രണ്ടുപേർ, പലേഡിയവും (Pd) ഞാൻ പ്ലാറ്റിനവും (Pt)

പ്ലാറ്റിനിക് ലോഹങ്ങളിൽ എനിക്കും പലേഡിയത്തിനുമാണ് ഭൂമിയിൽ കൂടിയ സാന്നിധ്യമുള്ളത്. എന്നെ അധികമായി കാണുന്ന രാജ്യങ്ങൾ ദക്ഷിണാഫ്രിക്ക, സോവിയറ്റ് യൂണിയൻ, കാനഡ തുടങ്ങിയവയാണ്. 1750ൽ വാട്ട്സണും സഹപ്രവർത്തകരും കൂടിയാണ് എന്നെ കണ്ടെത്തിയത്

ഭൂവൽക്കത്തിൽ ഞാൻ വെറും 0.01% കാരനാണ്. അതുകൊണ്ടു തന്നെ ലഭ്യതയിൽ 70–ാം സ്ഥാനം

| പ്ലാറ്റിനം ബയോഡേറ്റ | |
|---|---|
| A | B |
| പേര് | പ്ലാറ്റിനം |
| പ്രതീകം (Symbol) | Pt |
| മൂലകപദാർഥം | ലോഹം (Metal) |
| അറ്റോമിക സംഖ്യ (Atomic No) | 78 |
| ഇലക്ട്രോൺ വിന്യാസം | 2, 8, 18, 32, 16, 2 |
| അറ്റോമികഭാരം (Atomic Wt) | 195.09 |
| ഭൗതികാവസ്ഥ (Physical State) | ഖരം (Solid) |
| ഗ്രൂപ്പ് | X (VIII) B |

| | |
|---|---|
| പിരീഡ് | 6 |
| ദ്രവണാങ്കം (Melting Point) | 1769$^{O}$C |
| ക്വഥനാങ്കം (തിളനില) (Boiling Point) | 4170$^{O}$C |
| സംയോജകത (Valency) | 2, 4 |
| ഓക്സീകരണാവസ്ഥ (Oxidation State) | +2, +4 |
| വിശിഷ്ടതാപം (Specific Heat) | 0.0324 |
| ആപേക്ഷിക സാന്ദ്രത (Relative Density) | 21.41 |

ഞങ്ങളുടെ വലിയ നിക്ഷേപങ്ങളൊന്നുമില്ല. ചെമ്പിന്റെയും നിക്കലിന്റെയും സൽഫൈഡ് അയിരുകളാണ് ഞങ്ങൾക്ക് അഭയം തന്നിട്ടുള്ളത്. എന്നെ ഇവരിൽ നിന്നും മാറ്റിയെടുക്കുന്നത് വളരെ ദുഷ്കരമാണ്.

ഒരേകദേശകണക്കനുസരിച്ച് എന്റെ ലഭ്യതയുടെ മൂന്നിലൊന്നു ഭാഗം ആഭരണവ്യവസായത്തിനും, മറ്റൊരു മൂന്നിലൊന്ന് കാറുകളുടെ നിർമാണത്തിലും, പിന്നെ മറ്റൊരു മൂന്നിലൊന്ന് നിക്ഷേപങ്ങളായിട്ടും വ്യവസായികാവശ്യങ്ങൾക്കും ഉപയോഗിക്കുന്നു. ബി സിയിൽ നൂറ്റാണ്ടുകളോളം എന്നെ ആഭരണങ്ങൾക്കും മറ്റു വ്യവസായങ്ങൾക്കും ഉപയോഗിച്ചിരുന്നു. ആദ്യകാല ഉപഭോക്താക്കൾ ഈജിപ്റ്റുകാരും പിന്നെ പെറു, ഇക്വഡോർ തുടങ്ങിയ രാജ്യങ്ങളിലെ റെഡ് ഇന്ത്യക്കാരുമായിരുന്നു. ഇക്കാലത്ത് എന്നെ കൂടുതലായി ഉപയോഗിക്കുന്നത് വജ്രമോതിരങ്ങളിലാണ്. ആ പരിശുദ്ധനായ കരിക്കുട്ടിയെ ഉറപ്പിക്കുന്നത് എന്റെ മീതെയാണ്. കൂടാതെ മറ്റാഭരണങ്ങളിലും.

എന്റെ നിറം വെള്ളിയുടേതുപോലെ ആയതിനാൽ എന്നെ 'White Gold' (വെള്ളസ്വർണം) എന്നാണ് വിളിക്കുന്നത്. എന്നാൽ എന്റെ ഈ പേര് വ്യാജമായി Pd/Au (പലേഡിയം ഗോൾഡ്) സങ്കരനും ഉപയോഗിക്കുന്നുണ്ട്. ഇപ്പോൾ ഞങ്ങൾക്കിടയിലും ആൾമാറാട്ടം!

Three way catalytic converters (ത്രീവേ കൺവേർട്ടറുകൾ)കളിൽ ഇപ്പോൾ കൂടുതലായും ഉപയോഗിക്കുവാൻ തുടങ്ങിയിട്ടുണ്ട്. ഈ കൺവേർട്ടറുകൾ വാതകമലിനീകരണം കുറയ്ക്കാൻ ഉതകുന്നുണ്ട്. എന്നാൽ അതിനൊരു നിബന്ധനയുണ്ട്. പെട്രോൾ കറുത്തീയത്തിൽ നിന്നും വിമുക്തമായിരിക്കണം. (Lead Free Petrol)

ഹൈഡ്രോകാർബണുകളെ ശുദ്ധീകരിക്കാനും എന്നെ രാസത്വരക (Catalyst) മായി ഉപയോഗിക്കുന്നു. ഒരു കാലത്ത് സൾഫ്യൂറിക്കാസിഡ് നിർമാണത്തിലെ സമ്പർക്കപ്രക്രിയ (Contact Process)യിൽ ഞാനായിരുന്നു കാറ്റലിസ്റ്റ്. ഇന്നത്തെക്കാലത്ത് എനിക്കു പകരം വില കുറഞ്ഞ

$V_2O_5$ (വനേഡിയം പെന്റോക്സൈഡ്) ആണ് രാസത്വരകം. അതുപോലെ നൈട്രിക് ആസിഡു നിർമാണമായ ഓസ്റ്റ് വാൾഡ് പ്രോസസിലും ഞാനും റേഡിയവും ചേർന്ന സങ്കരമാണ് കാറ്റലിസ്റ്റ്.

ഹൈഡ്രജൻ ഫ്ളൂറൈഡ് HF എന്നൊരു ഉഗ്രപ്രതാപിയുണ്ടല്ലോ. അവനെ കൈകാര്യം ചെയ്യണമെങ്കിൽ എന്നെക്കൊണ്ടുള്ള അപ്പാരറ്റസ് തന്നെ വേണം.

സോഡാ ഗ്ലാസിൽ ഇലക്ട്രിക് കണക്ഷന് എന്റെ സീലാണു വേണ്ടത്. എനിക്കും സോഡാ ഗ്ലാസിനും ഒരേ വികസനമായതുകൊണ്ട് അവനെ തണുപ്പിക്കുമ്പോൾ ചിന്നുന്നില്ല. അതിനാൽ ഇലക്ട്രോഡുകളും തെർമയോണിക് വാൽവുകളും ഉണ്ടാക്കാൻ ഞാൻ ആവശ്യമാണ്. ഇപ്പോൾ മനസിലായോ ഞാൻ സ്ത്രീപ്രജകളുടെ മാത്രം ഇഷ്ടതോഴനല്ലെന്ന്.

ഇനിയും ധാരാളം സങ്കീർണങ്ങളായ രാസപ്രവർത്തനങ്ങളിൽ ഇക്കാലത്ത് ഞാൻ പങ്കാളിയാണ്. കൂടുതൽ എഴുതുന്നില്ല. എന്റെ ലഭ്യതക്കുറവാണ് എല്ലാവർക്കും എന്നെ പ്രാപ്യനല്ലാതാക്കുന്നത്. അതെന്റെ കുറ്റമാണോ? എല്ലാം ആ പരമകാരുണികനായ വിധാതാവിന്റെ വിളയാട്ടം.

സസ്നേഹം നിങ്ങളുടെ

എളിയ പ്ലാറ്റിനം

## Some Physical Properties og Grance at

| Sl No | group No | Period | Name of the element in malayalam | Checmical Name of the Element | Symbol | At. No | Atomic Weight | Melting point in $^{0}C$ | Boiling Point | Relative Density | Specific Heat | Valancy | Oxidetion state |
|---|---|---|---|---|---|---|---|---|---|---|---|---|---|
| 1. | IA | 2 | ലിഥിയം | Lithium | Li | 3 | 6.94 | $186^{0}C$ | $1400^{0}C$ | 0.594 | 1.093 | 1 | +1 |
| 2. | IA | 3 | സോഡിയം | Natrium | Na | 11 | 23 | $97.98^{0}C$ | $881^{0}C$ | 0.9723 | 0.297 | 1 | +1 |
| 3. | IA | 4 | പൊട്ടാസ്യം | Kalium | K | 19 | 39.1 | $62.04^{0}C$ | $762^{0}C$ | 0.859 | 0.166 | 1 | +1 |
| 4. | IA | 5 | റുബീഡിയം | Rubidium | Rb | 32 | 85.45 | $39.0^{0}C$ | $688^{0}C$ | 1.525 | 0.086 | 1 | +1 |
| 5. | IA | 6 | സീസിയം | Caesium | Cs | 55 | 132.8 | $28.45^{0}C$ | $705^{0}C$ | 1.903 | 0.084 | 1 | +1 |
| 6. | IA | 7 | ഫ്രാൻസ്യം | Francium | Fr | 87 | 223 | $27^{0}C$ | $677^{0}C$ | 1.87 | 0.0566 | 1 | +1 |
| 7. | IIA | 2 | ബെറിലിയം | Beryllium | Be | 4 | 9.012 | $1287^{0}C$ | $2500^{0}C$ | 1.84 | upto 0.62 | 2 | +2 |
| 8. | IIA | 3 | മഗ്നീഷ്യം | Magnesium | Mg | 12 | 24.32 | $649^{0}C$ | $1105^{0}C$ | 1.74 | 0.246 | 2 | +2 |
| 9. | IIA | 4 | കാൽസ്യം | Calcium | Ca | 20 | 40.08 | $810^{0}C$ | $1430^{0}C$ | 1.55 | 0.149 | 2 | +2 |
| 10. | IIA | 5 | സ്ട്രോൺഷ്യം | Strontium | Sr | 38 | 87.63 | $271^{0}C$ | $1630^{0}C$ | 2.54 | 0.0684 | 2 | +2 |
| 11. | IIA | 6 | ബേറിയം | Barium | Ba | 56 | 137.37 | $727^{0}C$ | $1850^{0}C$ | 3.75 | 0.068 | 2 | +2 |
| 12. | IIA | 7 | റേഡിയം | Radium | Ra | 88 | 226 | $700^{0}C$ | $1700^{0}C$ | 6.0 | 0.0225 | 2 | +2 |
| 13. | IIIA | 3 | അലുമിനിയം | Aluminium | Al | 13 | 26.982 | $660^{0}C$ | $2467^{0}C$ | 2.70 | 0.219 | 3 | +3 |

| | | | | | | | | | | | | | |
|---|---|---|---|---|---|---|---|---|---|---|---|---|---|
| 14. | IIIB | 4 | ഗാലിയം | Gallium | Ga | 31 | 70.1 | 30$^0$C | 1600$^0$C | 6.9 | 0.031 | 3 | +3 |
| 15. | IIIB | 5 | ഇൻഡിയം | Indium | In | 49 | 114.8 | 157$^0$C | 1450$^0$C | 7.42 | 0.0557 | 3 | +3 |
| 16. | IIIB | 6 | താലിയം | Thallium | Tl | 81 | 204.66 | 303$^0$C | 1457$^0$C | 11.85 | 0.031 | 3 | +3 |
| 17. | IVB | 5 | വെളുത്തീയം (ടിൻ) | Stannum | Sn | 50 | 118.7 | 232$^0$C | 2623$^0$C | 7.27 | 0.0531 | 4 | +2, +3 |
| 18. | IVB | 6 | കറുത്തീയം (ലെഡ്) | Plumbum | Pb | 82 | 207.23 | 327$^0$C | 1751$^0$C | 11.34 | 0.031 | 4 | +2, +4 |
| 19. | VB | 6 | ബിസ്മത് | Bismuth | Bi | 83 | 209.0 | 271$^0$C | 1564$^0$C | 9.81 | 0.029 | 5 | +3, +5 |
| 20. | IB | 4 | ചെമ്പ് (കോപ്പർ) | Cuprum | Cu | 29 | 63.54 | 10833$^0$C | 2576$^0$C | 8.95 | 0.096 | 1 | +1,+2 |
| 21. | IB | 5 | വെള്ളി (സിൽവർ) | Argentum | Ag | 47 | 107.88 | 960$^0$C | 1965$^0$C | 10.5 | 0.056 | 1 | +1, +2 |
| 22. | IB | 6 | സ്വർണം (ഗോൾഡ്) | Aurum | Au | 79 | 196.967 | 1064$^0$C | 2808$^0$C | 19.32 | 0.0303 | 1 | +1, +2 |
| 23. | IIB | 4 | നാകം | Zinc | Zn | 30 | 65.38 | 419$^0$C | 920$^0$C | 7.14 | 0.093 | 2 | +2 |
| 24. | IIB | 5 | കാഡ്മിയം | Cadimium | Cd | 48 | 112.41 | 321$^0$C | 765$^0$C | 8.65 | 0.053 | 2 | +2 |
| 25. | IIB | 6 | രസം മെർക്കുറി | Hydrargyrum | Hg | 80 | 200.06 | -39$^0$C | 357$^0$C | 13.53 | 0.033 | 2 | +1, +2 |
| 26. | IIIB | 4 | സ്കാൻഡിയം | Scandium | 21 | 21 | 44.96 | 1539$^0$C | 2748$^0$C | 3 | 0.134 | 3 | +2, +3 |

| | | | | | | | | | | | | | |
|---|---|---|---|---|---|---|---|---|---|---|---|---|---|
| 27. | IIIB | 5 | യിട്രിയം | Yitrium | Y | 39 | 88.92 | 1530$^0$C | 3264$^0$C | 4.5 | 0.067 | 3 | +3 |
| 28. | IIIB | 6 | ലന്താനം | Lanthanum | La | 57 | 138.91 | 920$^0$C | 3420$^0$C | 6.17 | 0.048 | 3 | +3 |
| 29. | IIB | 7 | ആക്ടീനിയം | Actinium | Ac | 89 | 227 | 817$^0$C | 2470$^0$C | 10.07 | 0.065 | 3 | +3 |
| 30. | IVB | 4 | ടൈറ്റാനിയം | Titanium | Ti | 22 | 47.90 | 1667$^0$C | 3282$^0$C | 4.50 | 0.124 | 4 | +2,+3 +4 |
| 31. | VB | 4 | വനേഡിയം | Vanadium | V | 23 | 50.95 | 1915$^0$C | 3285$^0$C | 6.11 | 0.115 | 5 | +2,+3,+4 |
| 32. | VIB | 4 | ക്രോമിയം | Chromium | Cr | 24 | 52.01 | 1830$^0$C | 2200$^0$C | 7.14 | 0.1080 | 6 | +2,+3,+4 |
| 33. | VIB | 5 | മോളിബ്ഡിനം | Molybdenum | Mo | 42 | 95 | 2550$^0$C | 3560$^0$C | 8.6 | 0.072 | 6 | +3,+5,+6 |
| 34. | VIB | 6 | വുൾഫ്രം<br>ടങ്സ്റ്റൺ | Wolfram | W | 74 | 184.0 | 3380$^0$C | 5500$^0$C | 19.3 | 0.0340 | 6 | +4,+5,+6 |
| 35. | VIIB | 4 | മാൻഗനീസ് | Manganese | Mn | 25 | 54.93 | 1244$^0$C | 2060$^0$C | 7.43 | 0.115 | 7 | +2, +7 |
| 36. | VIIIB | 4 | ഇരുമ്പ് | Ferrum | Fe | 26 | 55.847 | 1535$^0$C | 2750$^0$C | 7.87 | 0.10983 | 2 | +2, +3 |
| 37. | IXB | 4 | കോബാൾട്ട് | Cobalt | Co | 27 | 58.933 | 1495$^0$C | 3100$^0$C | 8.90 | 0.103 | 2 | +2, +3 |
| 38. | XB | 4 | നിക്കൽ | Nickel | Ni | 28 | 58.71 | 1452$^0$C | 2920$^0$C | 8.35-8.91 | 0.10842 | 2 | +2, +4 |
| 39. | .... | 7 | യുറേനിയം | Uranium | U | 92 | 238.03 | 1130$^0$C | 3930$^0$C | 19.1 | 0.0276 | 6 | +4,+5,+6 |
| 40. | XB | 6 | പ്ലാറ്റിനം | Platinum | Pt | 78 | 195.09 | 1769$^0$C | 4170$^0$C | 21.41 | 0.0324 | 2 | +2, +4 |
| | | | | | | | | | | | | | |

# Periodic Table of Elements

| | 1 | 2 | 3 | 4 | 5 | 6 | 7 | 8 | 9 | 10 | 11 | 12 | 13 | 14 | 15 | 16 | 17 | 18 |
|---|---|---|---|---|---|---|---|---|---|---|---|---|---|---|---|---|---|---|
| 1 | 1 H | | | | | | | | | | | | | | | | | 2 He |
| 2 | 3 Li | 4 Be | | | | | | | | | | | 5 B | 6 C | 7 N | 8 O | 9 F | 10 Ne |
| 3 | 11 Na | 12 Mg | | | | | | | | | | | 13 Al | 14 Si | 15 P | 16 S | 17 Cl | 18 Ar |
| 4 | 19 K | 20 Ca | 21 Sc | 22 Ti | 23 V | 24 Cr | 25 Mn | 26 Fe | 27 Co | 28 Ni | 29 Cu | 30 Zn | 31 Ga | 32 Ge | 33 As | 34 Se | 35 Br | 36 Kr |
| 5 | 37 Rb | 38 Sr | 39 Y | 40 Zr | 41 Nb | 42 Mo | 43 Tc | 44 Ru | 45 Rh | 46 Pd | 47 Ag | 48 Cd | 49 In | 50 Sn | 51 Sb | 52 Te | 53 I | 54 Xe |
| 6 | 55 Cs | 56 Ba | 57–71 | 72 Hf | 73 Ta | 74 W | 75 Re | 76 Os | 77 Ir | 78 Pt | 79 Au | 80 Hg | 81 Tl | 82 Pb | 83 Bi | 84 Po | 85 At | 86 Rn |
| 7 | 87 Fr | 88 Ra | 89–103 | 104 Rf | 105 Db | 106 Sg | 107 Bh | 108 Hs | 109 Mt | 110 Ds | 111 Rg | 112 Uub | 113 Uut | 114 Uuq | 115 Uup | 116 Uuh | 117 Uus | 118 Uuo |

| | | | | | | | | | | | | | | |
|---|---|---|---|---|---|---|---|---|---|---|---|---|---|---|
| 57 La | 58 Ce | 59 Pr | 60 Nd | 61 Pm | 62 Sm | 63 Eu | 64 Gd | 65 Tb | 66 Dy | 67 Ho | 68 Er | 69 Tm | 70 Yb | 71 Lu |
| 89 Ac | 90 Th | 91 Pa | 92 U | 93 Np | 94 Pu | 95 Am | 96 Cm | 97 Bk | 98 Cf | 99 Es | 100 Fm | 101 Md | 102 No | 103 Lr |

Key: Atomic # / Symbol / Name / Atomic Mass

C Solid · Hg Liquid · H Gas · Rf Unknown

Metals: Alkali metals · Alkaline earth metals · Lanthanoids · Actinoids · Transition metals · Poor metals

Nonmetals: Other nonmetals · Noble gases

For elements with no stable isotopes, the mass number of the isotope with the longest half-life is in parentheses.

www.ingramcontent.com/pod-product-compliance
Lightning Source LLC
LaVergne TN
LVHW090405051026
849518LV00006B/2247
*9788126207619*